பெண்ணிய வாசிப்புகள்
எழுதப்படும் பெண்களும் எழுதும் பெண்களும்

பெண்ணிய வாசிப்புகள்

எழுதப்படும் பெண்களும் எழுதும் பெண்களும்

அ. ராமசாமி

எழுத்து பிரசுரம்

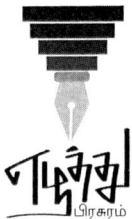

Title: Penniya Vaasippugal
Author's Name: A. Ramasamy
Copyright © A. Ramasamy 2024
Published by Ezutthu Prachuram

All rights reserved. No part of this publication may be reproduced, stored in a retrieval system, or transmitted, in any form or by any means, electronic, mechanical, photocopying, recording, psychic, or otherwise, without the prior permission of the publishers.

Ezutthu Prachuram
(An imprint of Zero Degree Publishing)
No. 55(7), R Block, 6th Avenue,
Anna Nagar,
Chennai - 600 040

Website: www.zerodegreepublishing.com
E Mail id: zerodegreepublishing@gmail.com
Phone : 89250 61999

Ezutthu Prachuram First Edition: January 2024
ISBN: 978-93-95511-64-3
TITLE NO EP: 490

Rs. **300/-**

Cover Design & Layout: Vijayan, Creative Studio
Printed at Clictoprint, Chennai, India

பறவைகளின் பாடுங்காலம்

மக்களின் இயங்குவெளியாகவும் புழங்குதளமாகவும் இருப்பது மொழியே. அம்மொழி பேசும் மக்களின் அறிவு ஊற்றாகவும் அதன் வழியே செயல்படுதளத்தை அமைத்துக் கொள்ளும் வாயிலாகவும் விளங்குவது மொழியே. நம் கருத்துகளைப் பிறர்க்குத் தெரிவிப்பதற்கும், பிறர் கருத்தை நாம் அறிந்துகொள்வதற்கும் உதவும் மொழியில், மக்களின் வாழ்க்கை, வாழ்வியல் முறைகள், வாழ்வில் பின்பற்றப்பட வேண்டிய அறங்கள், காதல், காமம், வீரம் போன்றவற்றை வெளிப்படுத்த வேண்டி, மன மகிழ்ச்சிக்காகவும் சமூக நோக்கிற்காகவும் இலக்கியங்கள் படைக்கப்பட்டன. ஆரம்பத்தில் அவை செய்யுள்களாக எழுதப்பட்டன. நீண்ட நெடுங்காலமாக அவை செய்யுள் மரபாகவே தொடர்ந்து வந்தன. அந்த வகையில் தமிழில் சங்க இலக்கியம் என்பது மிகப்பெரிய கொடை. உலகம் முழுமைக்கும் அறத்தை, வீரத்தை, காதலைப் போதித்த மிகப்பெரிய வாழ்வியல் இலக்கியம் அது. அதைப் படைத்தவர்கள் பெரும்பான்மையோர் ஆண்கள். அதில் பத்தில் ஒரு பங்கினர் பெண்கள் என்பது ஆய்வுகள் மூலம் வெளிப்படையாக அறியப்பட்டாலும், இன்னும் கூடுதலாக இருந்திருக்கலாம் அல்லது இருந்திருக்க வேண்டும் என்பதே நம் பெருவிருப்பமாக இருக்கிறது.

சங்க இலக்கியத்தில் தமக்கான பங்கீட்டில் அல்லது தமக்கான வெளியில் பெண்பாற்புலவர்கள் நாற்பத்தியிரண்டு பேரும் தமக்கான

அக உணர்வுகள், காதல், காமம், புறவாழ்வு போன்றவற்றைப் பற்றி மட்டுமல்ல! அவற்றைப் பிற பெண்களுக்கானதாகவும் பொருத்திப் பார்க்கின்ற படைப்புகளை அப்போதே எழுதியிருப்பது மிகச் சிறப்பானது. ஔவையார். வெள்ளிவீதியார். நன்முல்லையார். காக்கைப் பாடினியார், ஒக்கூர் மாசாத்தியார் என நீளும் பெண்பாற்புலவர்களின் பட்டியல், பெண் எழுத்துகளின் அல்லது பெண்ணிய எழுத்துகளின் பட்டியலாகவும் துவங்கியிருப்பது கண்கூடு.

பெண்ணியம், பெண்ணிலைவாதம், பெண் உரிமை, பெண் விடுதலை போன்ற சொற்களுக்கும், கோட்பாடுகளுக்கும் முன்பே – சில நூற்றாண்டுகளுக்கு முன்பே தோன்றி வளர்ந்து வந்தவையே. ஆனால் அவற்றின் நிழலோ சாயலோ, எவையுமே இல்லாத சங்க காலத்தில் சங்கப் பெண்பாற்புலவர்கள், பெண்ணியச் சிந்தனையோடும் எழுதியது வியப்பளிக்கிறது. 'முட்டுவேன் கொல், தாக்குவேன் கொல்' என வெளிப்படையாகக் காதலின் துயரத்தைச் சொல்வதிலிருந்து, 'அல்குல் அவ்வரி வாடத் துறந்தோர்' என்பதுவரை தம் கருத்துகளைப் பெண்பாற்புலவர்கள் வெளிப்படையாகவே பதிவு செய்து வந்திருக்கின்றனர். முழுமையாகப் பெண்ணியம் என்பதை உள்வாங்கிக் கொண்டு எழுதவில்லை என்றாலும், அதன் தோற்றுவாயாக அவர்கள் இருந்திருக்கிறார்கள் என்பதே உண்மை.

சங்க இலக்கியத்தில் பொதுத்தன்மையோடு பார்க்காமல். பெண்களின் பங்களிப்பு என்ன? அவர்கள் எதைக் குறித்து எழுதியிருக்கிறார்கள்? அதற்கான தேவை என்ன என்று நாம் வகைப்படுத்தும்போதே 'பெண் எழுத்து' என்பது நம் முன்னால் வந்து விழுந்து விடுகிறது. அதன் தொடர்ச்சியாகப் பெண் எழுத்து, பெண்ணிய எழுத்து, பெண்கள் எழுதும் எழுத்து எனப் பல வகைப்பாடுகள் தோன்றிவிட்டன. எவை எப்படி இருந்தாலும் இவை அனைத்துமே பெண்களுக்கானவை என்பதையே நாம் கருத்தில் கொள்ளவேண்டும்.

இவற்றை ஒட்டியே எழுத்துகளில் 'பெண் எழுத்து' என்ற ஒன்று தேவையா? என்ற விவாதமும் இன்றுவரை நடந்து கொண்டிருக்கிறது. உலகில் ஒடுக்கப்பட்ட இனம், அல்லது மையத்திலிருந்து விளிம்பை நோக்கித் தள்ளப்பட்ட மக்கள், அதிகாரமற்ற மக்கள்,

இவர்களின் குரல்கள் கறுப்பு இலக்கியமாக, தலித் இலக்கியமாக, புரட்சி இலக்கியமாக மாறும்போது அவர்களின் சரிபாதி எண்ணிக்கையில் இருக்கக் கூடிய பெண்களின் வாழ்வையும், வெளியையும் தெரிவிக்கும் எழுத்துகளைப் பெண்கள் இலக்கியமாக -பெண் எழுத்துகளாக எடுத்துக்கொள்ள வேண்டும் என்பதையும் கணக்கில்கொள்ள வேண்டும். அதுதான் நியாயமாக இருக்க முடியும்.

இப்படித் தம் விடுதலைக்காக, அதிகாரத்தை உடைப்பதற்காக எழுதப்படும் பெண் எழுத்து என்பது ஆண்களால் எழுதப்படுவதா? அல்லது பெண்களால் எழுதப்படுவதா? என்னும் கேள்வியும் இன்றுவரை எழுந்துகொண்டே இருக்கிறது. இதுவரை எழுதப்பட்ட எல்லா இலக்கியங்களின் நோக்கம் என்பது உலகம் முழுமைக்கும் பொதுவானது, பொருந்தக்கூடியது. மானுட மாண்பு, உயிரிரக்கம், இயற்கை நேசிப்பு, சமத்துவம், சுதந்திரம் போன்றவையே! மானுட இனம் உய்ய, யார் வேண்டுமானாலும் எழுதலாம். இவர்தான் எழுத வேண்டும் என்ற நிபந்தனையில்லை. நிபந்தனை இருந்த காலம் மலையேறிப் போய்விட்டது.

எனவே பெண்களுக்காக ஆண்களும் எழுதலாம். ஒடுக்கப்பட்ட மக்களுக்காக, ஒடுக்கப்படும் அதிகாரத்திலிருக்கிறவர்களும்கூட தன் அத்தனை அதிகாரங்களை, சாதியை, மதத்தை உதறித் தள்ளிவிட்டு முழு நிர்வாண மனதோடு ஒடுக்கப்பட்டவர்கள் பக்கம் நின்று எழுதினால், அது ஏற்றுக்கொள்ளக்கூடியதே. அதுபோலப் பெண்களுக்காக ஆண்களும் எழுதலாம். ஆனால் பெண் எழுத்துகளைப் பெண்களே எழுதும்போது அது நூறு சதவீதம் உண்மையானதாகவும் அனுபவித்ததை அப்படியே வெளிப்படுத்தக்கூடியதாகவும் அமையும். ஆகவே பெண்களுக்காகப் பெண்களே எழுதும் எழுத்துகளே பெண் எழுத்து எனத் துணியலாம். ஏனெனில் ஒடுக்குமுறையை அடிமைத்தனத்தை அனுபவிப்பவர்களிடமிருந்து வரும் எழுத்துகள் விடுதலை வேட்கையுடன் உத்வேகத்துடன் வெளிவரும். அவைதான் பெண்களை அடுத்தபடிக்கு அழைத்துச் செல்லும் நகர்வுகள்.

இப்படிப் பெண் எழுத்து என்பது சங்க இலக்கியத்திலிருந்து சமகால இலக்கியம் வரை கடந்து வந்த பாதை நீண்டது; நெடியது. சங்க இலக்கியத்தில் துவங்கி பக்தி இலக்கியத்தில் பயணித்து

சமகால இலக்கியமான பாலினச் சமத்துவம், பெண் உரிமை, பெண் விடுதலையில் நிற்கிறது. செய்யுள் மரபு என்பதிலிருந்து விடுபட்டு நாவல், சிறுகதைகள், நவீன கவிதைகள், அரசியல் சமூகக் கட்டுரைகள் எனப் பெண் எழுத்துகளின் பாய்ச்சல் அபாரமானது.

இருபதாம் நூற்றாண்டின் துவக்கத்திலிருந்து அரசியலில் அடியெடுத்து வைத்த பெண்கள், அரசியல் உள்நுழைவு தந்த வெளிச்சம், சமூகப் பார்வை, பெண் உரிமைகள், பெண்கல்வி குறித்த புரிதல்கள் போன்றவற்றைக் கொண்டு நாவல்கள், சிறுகதைகள் புதுக்கவிதைகள் என எழுத ஆரம்பித்தனர். எழுத இயலாத பெண்களுக்கு இவர்களின் எழுத்துகள் ஓர் ஆசுவாசத்தைத் தந்தன. நம்பிக்கையையும் தைரியத்தையும் தந்தன. அது பெண்ணிய எழுத்தா? பெண் எழுத்தா? என்பதைக் காட்டிலும் பெண்கள் எழுதும் எழுத்துகள் என்பதே அக் காலகட்டத்தில் மிகப்பெரிய திறப்பாக இருந்தன. பெண்களின் எழுத்துகள் என்பவை பெண்களின் அன்றாடச் சிக்கல்களை, வாழ்வியலைப் பேசக்கூடியவையாக இருந்தன. அவை இலக்கியத் தரமானதா இல்லையா என்பதைவிடப் பெண்களின் இன்னொரு உலகத்தைக் காட்டக்கூடியதாக இருந்தன என்பதையே நாம் கண்ணுற வேண்டும்.

இருபதாம் நூற்றாண்டின் இடைப்பகுதியிலிருந்து எழுதப்பட்ட பெண் எழுத்துகளில் தெரிந்தோ தெரியாமலோ பெண்ணியக் கூறுகள் நிறைந்து காணப்படுகின்றன. தொண்ணூறுகளில் அவை இன்னும் கூர்மையடைந்து பெண் விடுதலை, உடல் அரசியல், உடல்மொழி, பாலினச் சமத்துவம், பெண் விடுதலை பெறுதல் போன்ற இடங்களில் வந்து நிற்ககின்றன.

இப்படி எழுதப்படும் பெண் எழுத்துகளை ஆண் எழுத்துகளோடு ஒப்பிடுவதும் பேசுவதும் நியாயமானதாக இருக்காது. ஏனெனில் தொடக்கக் காலத்திலிருந்தே ஆண்களுக்குக் கிடைத்த வெளியும் சுதந்திரமும் வெளிப்பாட்டுத் தன்மையும் பெண்களுக்குக் கிடைக்கவில்லை. எனவே கிடைத்த இடங்களைப் பற்றிக் கொண்டு எழுத ஆரம்பித்த சங்கப் பெண்பாற்புலவர்களின் வழித்தடங்களில் பெருவாரியான பெண் எழுத்தாளர்கள் இன்றுவரை பயணித்துக் கொண்டிருக்கிறார்கள். எனவே பெண்

எழுத்துகள் என்பவை தனித்துவமானவை, தனித்து அடையாளம் காணப்பட வேண்டியவை, தனித்து அடையாளப்படுத்தப்பட வேண்டியவை.

பரந்துபட்ட வாசிப்புத் தளத்தில் மட்டுமல்ல! அரசியல், சமூக, பொருளாதாரப் பண்பாட்டுத் தளத்திலும் பெண் எழுத்துகளைக் கொண்டுபோய்ச் சேர்க்கின்ற தேவை இருக்கிறது. ஏனெனில் இந்த நிறுவனங்கள்தான் பெண்களின்மீது செல்வாக்கையும் அதிகாரத்தையும் செலுத்தி வருகின்றன. இவற்றைக் கட்டுடைக்கவும், ஆண்மைய நிறுவனங்களின் அதிகாரத்தைச் சிதைக்கவும் பெண் எழுத்துகள் பரவலாகச் சென்று சேர வேண்டும்.

இத்தகைய புரிதல்களோடு பெண் எழுத்துகளைப் பல பதிப்பகங்கள் வெளியிடுகின்றன. அவற்றை வாசித்துவிட்டுப் பாராட்டுகளும் விமர்சனங்களும் வைக்கப்படுகின்றன. வாசகர்களை உருவாக்குகின்றன. எனினும் அதிகமாக வாசகர்களை அடைந்து எழுத்தின் நோக்கம் நிறைவேறுமானால் அதைவிட மகிழ்ச்சி வேறில்லை. என்றாலும் பெண் எழுத்துகள் வாசிப்பாக மட்டுமே நின்றுவிடாமல் அவற்றின் பின்னுள்ள அரசியல்கள் அல்லது அரசியலற்றவை, அவற்றோடு அப்படைப்புகள் கொண்டு செல்லப்படுமானால் அவை பேசும் அரசியலுக்கு நியாயம் செய்வதாக இருக்கும்.

தமிழில் வெகுசிலரே இப்படியான முயற்சியில் ஈடுபட்டுக் கொண்டிருக்கிறார்கள். ஓர் ஆய்வு நோக்கில் பெண் எழுத்துகள் பார்க்கப்படும்போது, அவற்றுக்குள்ளிருக்கும் வாழ்வின் சாராம்சங்கள் ஒவ்வொன்றும் பழுத்த கனியிலிருந்து வெளியேறும் விதைகளைப்போல வெளிப்படுகின்றன. அவை ஒவ்வொன்றும் ஓராயிரம் கதைகளையும் ஓராயிரம் வாழ்வியல் அறங்களையும் நமக்கு உணர்த்துகின்றன. ந.முருகேச பாண்டியன், பா. ஆனந்த குமார், சுந்தர் காளி, தமிழவன், க.பஞ்சாங்கம், கரிகாலன், அ.ராமசாமி என வெகுசிலரே பெண் எழுத்துகளை அதன் அத்தனை ஒளியோடும் வலியோடும் அணுகி எழுதியிருக்கிறார்கள். பெண்களில் அரங்க.மல்லிகா, அம்பை, குட்டிரேவதி ஆகியோரும் பெண் எழுத்துகளை எழுதுகிறவர்களைப் பற்றி எழுதுகிறார்கள்.

பெண் எழுத்துகளைப் பற்றி எழுதும் இவர்களை விமர்சகர்களாகப் பார்க்காமல், அவற்றை முன்னகர்த்திச் செல்கின்ற சாரதிகளாகவே

நான் பார்க்கின்றேன். அந்த வகையில் இவர்களுள் குறிப்பிடத்தக்கவரான பேராசிரியர் அ.ராமசாமி, 'பெண்ணிய வாசிப்புகள்- எழுதப்படும் பெண்களும் எழுதும் பெண்களும்' என்னும் நூலை எழுதியிருக்கிறார். இதன் தலைப்பே இந்நூலின் தேவையை அவசியத்தை அது பேசும் அரசியலைச் சொல்லி விடுகிறது.

அ.ராமசாமி, பாண்டிச்சேரி பல்கலைக்கழக நிகழ்கலைப் பள்ளியில் விரிவுரையாளராகவும், திருநெல்வேலி மனோன்மணியம் சுந்தரனார் பல்கலைக் கழகத்தில் தமிழ்த்துறைத் தலைவராகவும் பணிபுரிந்தவர். தாம் பணிபுரிந்த காலத்தில் சமகாலத்தமிழ் இலக்கியம், பெண்கள் இலக்கியம், தலித் இலக்கியம் குறித்த பல்வேறு கருத்தரங்குகளை நடத்தியவர். அதனூடாகப் பல்வேறு எழுத்தாளர்களை மாணவர்களுக்கு அறிமுகப்படுத்தி, எழுத்தாளர்களுக்கும் மாணவர்களுக்கும் இடையே விரிவான உரையாடலைச் சாத்தியமாக்கியவர். எழுத்தாளர்கள் என்றால் வாசகர்களுக்கு இருக்கும் பிரமிப்பைத் தகர்த்தெறிந்து, அவர்களின் கைகளைப்பற்றி இயல்பாக உரையாடும் ஒரு தளத்தை அமைத்துக் கொடுத்தவர். இதை அனுபவபூர்வமாக உணர்ந்தவள் நான். பல்கலைக்கழகப் பேராசிரியர்கள் அனைவருக்கும் இது சாத்தியப்படாது. சங்க இலக்கியத்தின்பாலும் சமகால இலக்கியத்தின்பாலும் தீராக் காதலும், அவை முன்வைக்கும் விழுமியங்களை, மதிப்புகளை, தற்கால வாழ்வியல் நிலைகளின்மீது பொருத்திச் சமநிலையாக அணுகும் பார்வையும் கொண்டவர் அ. ராமசாமி என்பதால், அவருக்கு எளிதாக இது சாத்தியப்பட்டிருக்கிறது.

போலந்து நாட்டின் வார்சா பல்கலைக்கழகத்திலும் வருகைதரு பேராசிரியராகப் பணிபுரிந்ததோடு அங்கேயும் சில ஆக்கபூர்வமான வேலைகளைச் செய்தவர். ஆய்வுத்தளத்திலும், அறிவுத் தளத்திலும் இவர் இயங்குவதால் படைப்புகளைக் குறித்த மதிப்பீடுகளை, திறனாய்வுகளை மிகச் சிறப்பாக வழங்கக்கூடிய மனமும் ஆற்றலும் கொண்டவர்.

திறனாய்வு என்பதற்கும், விமர்சனம் என்பதற்கும் வேறுபாடு இருக்கிறது. நம்மிடையே இருக்கின்ற திறனாய்வு முறைகளும், விமர்சனக் கோட்பாடுகளும் ஒரு படைப்பின் பரப்பை, அது பயணிக்கும் காலத்தை மிக விரிவாகச் சொல்லிச் செல்லும். இது

அடிப்படையானது. ஆனால் திறனாய்வு என்பது கொள்கைகளின் அடிப்படையில் அறிவுத்தளத்தில் படைப்பைப் படையலிடுவது; விமர்சனம் என்பது உணர்வுகள் தளத்தில் நின்று படைப்யை அணுகுவது. இது சரி, இது தவறு என்றில்லாமல், படைப்பைப் படைப்பாக அணுகும் ஓர் உணர்ச்சித் தளும்பலும் உண்டு. ஒரு படைப்புக்கு இவை இரண்டுமே தேவை.

இத்தகைய ஆய்வு முறைகளோடு இருபத்தாறு பெண் எழுத்தாளர்களின் சிறுகதைகளைப் பற்றி எழுதப்பட்ட கட்டுரைகளை நூலாகத் தொகுத்திருக்கிறார் அ.ராமசாமி. கு.ப. சேது அம்மாளின் குலவதி சிறுகதையிலிருந்து துவங்கி ஆர். சூடாமணி, புதிய மாதவி, லறீனா எனப் பயணித்து பிரமிளா பிரதீபனின் கதையோடு முடிவடைகிறது இந்நூல். தமிழகத்தைச் சேர்ந்த பெண் எழுத்தாளர்கள் மட்டுமின்றிப் புலம் பெயர்ந்த எழுத்தாளர்கள், ஈழ எழுத்தாளர்கள், சிங்கப்பூர் எழுத்தாளர்கள் எனப் பல்வேறு சமூக, பண்பாட்டுச் சூழலில் வாழ்ந்த, வாழ்ந்து கொண்டிருக்கிற எழுத்தாளர்களின் சிறுகதைகள் ஆய்வுக்கு எடுத்துக் கொள்ளப்பட்டிருக்கின்றன.

தனித்தனியே இந்தக் கட்டுரைகளை வாசித்ததைவிட ஒட்டுமொத்தமாக வாசிக்கிற போது சிறுகதைகளின் வழியாக பெண்களின் உலகம் எவ்வாறு பயணித்துச் சமகால இடத்தை வந்தடைந்திருக்கிறது என்பதைக் காடுமலை மேடுபள்ளப் பயணமாக விவரித்திருக்கிறார். உண்மையில் மிக பிரமிப்பாக இருக்கிறது. இதுதான் பெண்ணியம், இதுதான் பெண் எழுத்து என்று எந்த வரையறையும் முன்முடிவோடு ஏற்படுத்திக்கொள்ளாமல், சிறுகதையின் போக்கோடு பெண் சிந்தனையை இணைத்தும் பிணைத்தும் கொண்டு செல்வது சிறப்பு. அடர்ந்த காட்டுவழியே பயணிக்கும்போது நாம் எதிர்கொள்ளும் குளிர்ச்சியும், இருட்டும் அமைதியும்போல, இக்கட்டுரைகளை வாசிக்கும்போது மேற்காண் சொற்களின் பொருளை உணர முடிந்தது.

இந்தியக் குடும்ப அமைப்பு என்பது பெண்களுக்கு வேறு எந்தச் சிந்தனையும் எழாமல், குடும்பம், உறவுகள் என்ற சிறைக்குள் சிறைபடுத்தி, அவர்களைப் புனிதர்களாக்குவதன் மூலம் ஆணின் அதிகாரத்தை அவர்களின்மீது செலுத்துவதற்கு அது காரணமாக இருக்கிறது என, கு.ப. சேது அம்மாளின் குலவதி சிறுகதையை ஆய்வு செய்கிறார்.

இலக்கியம் இயற்றப்படுவதன் நோக்கம் என்பது மனமகிழ்ச்சிக்கோ காட்சிப் பொருளாக எண்ணுவதற்கோ அன்று, முதன்மை என்பது வாழ்கிறவர்களுக்கும் வாசிப்பவர்களுக்கும் அது நம்பிக்கையை ஊட்ட வேண்டும். 'இத்தனைக்குப் பிறகும் ஒரு பூ மலரத்தானே செய்கிறது' என்ற எழுத்தாளர் பிரபஞ்சனின் வரிகள் நம்முள் ஒரு சிறு புன்னகையை நம்பிக்கையை ஏற்படுத்துவது போலவே லட்சுமியின் எழுத்துகள் செய்வதாக, அவரின் ஒட்டுமொத்த சிறுகதைகளின் சாரமாகக் குறிப்பிடுகிறார். அவரவர் வாழ்க்கையை அவரவர் வாழவிடாமல் தடுப்பன சமூக விதிகளே. அந்தச் சமூக விதிகளை மீறுவதற்கான முன்னெடுப்புகளே விடுதலையின் பாடுகளாக இருக்கின்றன என்பதை பாமாவின் 'தாலியே வேலி' சிறுகதை மூலம் முன்வைக்கிறார்.

இப்படி இருபத்தாறு பெண் எழுத்தாளர்களின் சிறுகதைகளை எடுத்துக்கொண்டு, அக்கதைகளின் பாத்திரங்கள் வாயிலாக நம்பிக்கை, பெண்விடுதலை, பெண் உரிமைகள், பெண்களுக்கான சமூக விதிகளைக் கேள்வி கேட்கத் துணியும் தெளிவு, பெண்ணுக்கான வெளி, தம்முடலைத் தாமே உணர்தல் என்னும் உடல் அரசியல், பெண்களின்மீது போர்த்தப்பட்டிருக்கும் புனிதப் போர்வையை உடைத்தல், முடிவெடுக்கும் திறனைக் கைக்கொள்ளும் வழிகள், ஆண்களின் அதிகாரத்தை அசைத்தல், காதலை மட்டுமல்ல, காமத்தையும் அறிவித்து நிறைவேற்றிக் கொள்ளுதல், தம்மீது செல்வாக்கினைச் செலுத்தக்கூடிய நிறுவனங்களை எதிர்த்துக் குரல் எழுப்புதல், பெண் என்பவளும் ஆணைப்போல ஓர் உயிரி என சமத்துவத்தைக் கோரும் குரல் என முன்வைப்பதை மிகச் சிறப்பாகத் திறனாய்வு செய்து இக்கட்டுரைகள் எழுதப்பட்டிருக்கின்றன.

முன்னர் பொதுவுடைமைச் சமூகத்திலிருந்த பெண் சுதந்திரமும் உரிமையும் மீண்டும் காண விழையும் ஆவலையும், பெண்கள் தம் வெளியை உணரும் தருணங்கள் கனியவும் எழுதப்பட்டிருக்கும் இப்பெண் எழுத்துகளைச் சரியாக உள்வாங்கிக் கொண்டு எழுதப்பட்டிருக்கும் இக்கட்டுரைகள், ஆணாதிக்கச் சமூகத்திற்கும், தந்தைவழிச் சமூகத்திற்கும் ஒரு மாற்றுச் சிந்தனையைக் கையளிக்கும் என்பதில் எள்ளளவும் சந்தேகமில்லை. இந்நூலைப் பெண்களைவிட ஆண்கள் அதிக எண்ணிக்கையில் வாசிக்க

வேண்டுமென்பதே என் விருப்பம். பெண்களின் சிறுகதைகளைத் தொடர்ந்து பெண் கவிஞர்களின் படைப்புகளைப் பற்றிய ஆய்வுக் கட்டுரைகளையும் விரைவில் நூலாசிரியர் வெளியிட வேண்டும் என்ற கோரிக்கையை வைக்கிறேன். ஏனெனில் கவிதைதான் நம் மொழியின் உச்சமல்லவா? அவரின் கவிமனமும் பெண்கவிதைகள் குறித்து அமையுமானால் மட்டற்ற மகிழ்ச்சி. அ.ராமசாமி அவர்களுக்கு அன்பும் வாழ்த்துகளும்.

அன்புடன்
சுகிர்தராணி

23.12.2023
இலாலாப்பேட்டை

பொருளடக்கம்

1. வேற்றுமைகள் - வேறுபாடுகள்: உணர்தலும் அறிதலும்.................17

2. குடும்பப் பெண்கள் பாடசாலைகள்:
கு.ப. சேது அம்மாளின் குலவதி.................24

3. மகளிரியலின் துன்பியல் சித்திரம்: பாவையின் திறவி.................31

4. நம்பிக்கையூற்றுத் தேவைப்படும் பெண்கள்:
லட்சுமியின் ஏன் இந்த வேகம்.................39

5. நெருங்குதலும் விலகுதலும்:
ஆர். சூடாமணியின் அந்நியர்கள்.................46

6. கடந்த காலத்தின் பெண்கள்: எம்.ஏ.சுசிலாவின் ஊர்மிளை.................55

7. மணவிலக்கமென்னும் கருத்தியல்:
ஜோதிர்லதா கிரிஜாவின் தலைமுறை இடைவெளிகள்.................65

8. ஒடுக்குதலின் அழகியலும் விடுதலையும்:
திலகவதியின் போன்சாய் பெண்கள்.................74

9. பிள்ளை சுமத்தல் என்னும் பேரனுபவம்:
ச.விசயலட்சுமியின் உயிர்ப்பு.................81

10. வேலியிடப்பட்ட குடும்பங்கள்: பாமாவின் தாலியே வேலி.................87

11. வெளிகளில் விளையும் மரபுகள்:
காவேரியின் இந்தியா கேட்.................95

12. கொள்கைகளும் விலகல்களும்:
புதிய மாதவியின் வட்டமும் சதுரங்களும்.................104

13. பயணத்தின் நினைவுகள்: அம்பையின் வாகனம்.................112

14. பெண் உடலை உணர்தல்:
உமாமகேஸ்வரியின் இரண்டு கதைகள்.................117

15. பெண்மொழியின் மீறல்கள்:
தமிழ்க்கவியின் பாடுபட்ட சிலுவையள்.................125

16. பேய்கள் பிசாசுகள் பெண்கள்:
லறீனாவின் புளியமரத்துப் பேய்கள்.................135

17. தாயை எழுதிய மகள்:
    கவிதா சொர்ணவல்லியின் அம்மாவின் பெயர் 144

18. காமத்தின் வலிமை: சந்திராவின் மருதாணி 151

19. கண்காணிக்கப்படுதலின் உளச்சிக்கல்கள்:
    தீபு ஹரியின் மித்ரா 160

20. உடலின் வேட்கை:
    கறுப்பி சுமதியின் முகில்கள் பேசட்டும் 172

21. மட்டுப்படுத்தப்படும் மென்னுணர்வுகள்:
    தமிழ்நதியின் நித்திலாவின் புத்தகங்கள் 179

22. தனித்திருக்க விரும்பும் மனம்:
    சுஜா செல்லப்பனின் ஒளிவிலகல் 190

23. தந்தைமையைத் தாக்குதல்:
    மாஜிதா பாத்திமாவின் உம்மாவின் திருக்கை மீன்வால் 198

24. கணவன் – நட்பு – துணை:
    ஹேமாவின் இரண்டாவது ஆண் எழுப்பும் விவாதங்கள் 207

25. கலப்புத் திருமணங்களின் பரிமாணங்கள்:
    அழகுநிலாவின் பெயர்த்தி 218

26. உடலரசியலே நாட்டு அரசியலாக...
    ஈழவாணியின் வெண்ணிறத்துணி 226

27. அக உலகத்துப் பெண் பிரதிமைகள்:
    பிரமிளா பிரதீபனின் இரண்டு கதைகளை முன்வைத்து 233

    அடைவுகள் 239

1. வேற்றுமைகள் – வேறுபாடுகள்:
உணர்தலும் அறிதலும்

இலக்கியம் என்றால் இலக்கியம்தான். அதில் ஆண் இலக்கியம்; பெண் இலக்கியம் என்று வகைப்பாடு செய்வதில் எனக்கு உடன்பாடு இல்லை என்று சொல்லும் பெண்களின் குரல்களைக் கேட்டிருக்கக்கூடும். இப்படிப் பேசும் ஆண்களையும் பார்த்திருக்கக் கூடும்.

விருதுபெற்ற இந்தக் கதைகள் போன்ற கதைகளை, ஐம்பது ஆண்டுகளுக்கு முன்பே ஆண்கள் எழுதிவிட்டார்கள். அவர் பெண் என்பதால் இந்த விருதைப் பெற்றிருக்கிறார். பொதுவாகவே பெண்கள் தாங்கள் எழுதும் எழுத்துகளால் மட்டுமே கவனிக்கப்படுகிறார்கள் என்பது உண்மையல்ல. பெண்கள் என்பதால்தான் வாய்ப்புகளை அடைகிறார்கள். விருதுகளைப் பெறுகிறார்கள். வெளிநாடுகளுக்குப் போய் வருகிறார்கள் என்பன போன்ற குரல்களைக் குற்றச்சாட்டுகளாகவே ஆண்களில் சிலர் முன்வைக்கிறார்கள்.

பெண்களில் சிலரும்கூடத் தங்கள் எழுத்து பெண்ணெழுத்து என்ற வகைப்பாட்டிற்குள் பிரித்துப் பேசுவதை விரும்புவதில்லை. நான் கவிதை எழுதுகிறேன். நான் கதை எழுதுகிறேன்; நான் நாடகங்களை இயக்குகிறேன்; நான் சினிமா எடுக்கிறேன். பொதுவான சொற்களான கவி எனவும் புனைகதை ஆசிரியர்

எனவும் நாடகக்காரர் எனவும் சினிமா இயக்குநர் எனவும் சொல்வதில்... என்ன சிக்கல் இருக்கிறது? ஏன் பெண் என்னும் அடைமொழியோடு அழைக்கிறீர்கள்? அப்படி அழைப்பதின் மூலம் பெண், ஆண் அளவுக்குச் சிறப்பாக எழுத முடியாது... இயங்கமுடியாது... வேலை செய்ய முடியாது என்பதை நிறுவ முயல்கிறீர்கள் என அவர்கள் வாதிடுகிறார்கள். இப்படிக் கேட்பது நியாயம்தானே? என்று தோன்றலாம்

இதே மாதிரியான குரல்களைத் தலித் இலக்கியம் என வகைப்பாடு செய்யும்போதும் கேட்கிறோம். நாங்கள் எழுதுவதை மட்டும் தலித் எழுத்து என்று சொல்வது ஏன்? இதன் மூலம் தீண்டாமையையும் ஒதுக்கிவைத்தலையும் நீட்டிக்கிறீர்கள். இப்படிச் சொல்லும் குரல்களைக் கேட்டிருக்கக்கூடும். அந்தக் குரல்களில் நியாயம் இருப்பதுபோலப் படலாம்.

அதே நேரத்தில் இப்படிச் சொல்கிறவர்கள் யாரெல்லாம் கேட்கிறார்கள்? எப்போது இப்படிச் சொல்கிறார்கள் என்று யோசித்துப் பாருங்கள். தொடக்கநிலையிலேயே சொல்கிறார்களா? வகைப்பாட்டின் வழியாக அறியப்பட்ட பின் இப்படிக் கேட்கிறார்களா? என்பதையும் யோசித்துப் பாருங்கள்.

இவ்விரண்டையும் யோசித்துக் கொண்டிருக்கும்போதே "தலித் எழுத்து இருக்கலாம் என்றால் வன்னியர் எழுத்து இருக்கக்கூடாதா? கவுண்டர் எழுத்துக்கு இடமில்லையா? நாடார்களுக்கு இலக்கியம் அந்நியமானதா? நாயக்கர்கள் எழுதமாட்டார்களா? பிள்ளைமார்களும் முதலியார்களும் எழுதியவைகளை விட்டுவிடுவீர்களா? பிராமணர்கள் எழுதாத எழுத்தா? இப்படியான குரல்களையும் கேட்கிறோம். திடுக்கிட்டு நிற்கிறோம். கடந்து செல்கிறோம்

"அடித்தால் திருப்பி அடி; அடங்க மறு; அத்துமீறு" என்று வசனம் பேசும் படங்கள் வரும்போது 'வெட்டுவோம்; குத்துவோம் இவை எங்கள் அடையாளம்' என்று வசனம் பேசும் சினிமாவை எடுக்கக் கூடாதா? இந்தக் கேள்விகளும் பொதுத்தளத்தில் கேட்கப்படும் கேள்விகள் தான்.

கேள்விகளாகவும் பதில்களாகவும் முன்வைக்கப்படும் வேறுபட்ட குரல்களை மறுதலித்து எல்லாமே இலக்கியம்தான் என்று ஒன்றில்

அடக்கிவிடலாம்தான். வேறுபாடுகளும் கலகங்களும் யாருக்கு வேண்டும்? இணக்கமும் சமரசங்களும் தான் உலகிற்குத் தேவை; இவற்றிலிருந்தே சமாதானம் பிறக்கிறது எனச் சொல்லலாம். அதற்காக ஒற்றுமை X வேற்றுமை என்ற எதிர்வுச் சொற்களின் மூலத்தைத் தேடிப் போகலாம். வேற்றுமைகள் நிலவியதால் ஒற்றுமை உருவாக்கப்படுவதற்காக அந்தச் சொல் கண்டுபிடிக்கப்பட்டது. செயல்தான் முந்தியது; சொல் பிந்தியது எனச் சொல்லலாம். கருத்தில்லாமல் காரியமில்லை என வாதிடலாம். கருத்துமுதல் வாதத்தை ஏற்க முடியாது. பொருள் தான் முந்தியது; பொருள் தான் கருத்தை உருவாக்குகிறது என்று இயக்கவியல் தர்க்கத்தை முன்வைக்கலாம்.

இந்த வாதங்களும் விவாதங்களும் அர்த்தமற்றவை. நிகழ்காலத்தின் தேவை ஒற்றுமை. அதனால் வேறுபாடுகளையும் வித்தியாசங்களையும் அதிகாரப்படிநிலைகளையும் ஆதிக்கத்தை ஏற்கும் - நிறுவும் போக்கை விட்டொழிக்க வேண்டும் எனவும் வாதிடலாம். ஒற்றுமைப்படுவதற்கான புள்ளிகளாகத் தேசம், மொழி, இனம், மதம் எனச் சிலப் பொதுச்சொற்களை முன்வைக்கக்கூடும். முன்வைப்பவர்கள் பொதுச்சொற்களிலிருந்து கிளர்ந்து நிற்கும் சிறப்புச் சொற்களையும் அவற்றின் அடையாளங்களையும் ஒதுக்கிவிட்டுப் பொதுச்சொற்களின் மேன்மையைப் பேசுவதைக் கேட்கிறோம். அதன் அடுத்த கட்டமாகச் சிறப்புச் சொற்கள் உணர்த்தும் உரிமைகளை, உணர்வுகளைத் தடுத்துவிடும் நோக்கத்தையும் வெளிப்படுத்தக் கூடும். ஆனால் அந்தச் சொற்களைத் தடை செய்துவிட முடியுமா? என்பதை நிதானமாக யோசித்துப் பார்க்கவேண்டும்.

★★★

உலகம் என்பது ஒரு பொதுச் சொல் தான்; கடவுள் என்னும் பொதுச் சொல்லைப் போல. மனிதர் என்னும் இன்னுமொரு பொதுச் சொல்லைப் போல. இன்னும் அற்புதமான பொதுச் சொற்கள் இருக்கின்றன. மொழி, கலை, இலக்கியம், சொற்கள் என்பன எல்லாமே பொதுச் சொற்கள் தான். ஆனால் இந்தப் பொதுச் சொற்கள் மட்டுமே போதும் என்று நினைத்திருந்தால் என்ன ஆகியிருக்கும்? ஒவ்வொரு பொதுச் சொற்களுக்குள்ளும் என்னென்ன சொற்களை உருவாக்கியிருக்கிறோம் என்பதை

நினைத்துப் பாருங்கள். சொற்களைப் பெயர்ச் சொல், வினைச் சொல் எனப் பிரித்துப் பேசாமல் இருந்தால் மொழியேது? பெயர்களைப் பொதுப்பெயர் சிறப்புப் பெயர் எனவும் இடுகுறிப்பெயர், காரணப் பெயர் எனவும் வகைப்படுத்தாமல் விட்டிருந்தால் மொழி குறித்த அறிவு ஏது? பொது, சிறப்பு, இடுகுறி, காரணம் என்ற நான்கையும் கலைத்தும் சேர்த்தும் வினைச் சொற்களையும் இவ்விரண்டையும் தொடர்ந்து நிற்கும் இடைச் சொற்களையும் உரிச்சொற்களையும் கலந்து கட்டி உருவாக்கும் சொற்றொடர்களின் வழித்தானே இலக்கியம் உருவாகிறது. இலக்கிய உருவாக்கத்திற்குள் இவ்வளவு வேறுபாடுகளும் வினைப்பாடுகளும் இருக்கும்போது இலக்கியத்திற்குள் வேறுபாடுகளும் வேற்றுமைகளும் இருக்கக் கூடாது என்று வாதிடுவது எவ்வகையில் சரியாக இருக்கும்?

பொதுச் சொல் உணர்த்த நினைப்பது கடந்த காலத்தை. கடந்த காலம் என்பதைவிடவும் எல்லாக் காலத்துக்கும் பொருந்தக் கூடிய பேருண்மையை. ஆனால் சிறப்புச் சொற்கள் உணர்த்துவது அறிதலின் தொடக்கம். வேற்றுமையைக் கண்டறிவது மூலமே சிறப்புச் சொற்கள் உருவாகின்றன. வேறுபாடுகளை விளக்குவது அறிதலின் நீட்சியான கண்டுபிடிப்பு. அந்தக் கண்டுபிடிப்பு தான் அறிவு. அறிவு ஒவ்வொருவருக்கும் வேறுவேறாய் இருக்கிறது. வேறுவேறு அளவுகள் தானே வந்ததில்லை. இருப்பாலும் சூழலாலும் உருவாவது. இருப்பு என்பதும் உருவாக்கம் என்பதும் நிகழ்கால இருப்பு மட்டுமல்ல. கடந்த கால வாய்ப்புகளும் பயன்படுத்திக்கொண்டு வளர்ந்ததும் பற்றியதுதான்.

மொழியைக் கண்டுபிடித்ததே மனித குலத்தின் முதன்மையான அறிவு. குறிப்பிட்ட வெளி சார்ந்து பயன்படுத்துவதற்காக அதன் கிளைகளையும் விரிவாக்கங்களையும் தொடர்ச்சியாக உற்பத்தி செய்துகொண்டே இருந்தது அறிவின் வளர்ச்சி. நீண்ட நெடுங்காலமாகப் பயன்பாட்டில் இருக்கும் தமிழ்மொழியான - செவ்வியல் மொழியான தமிழில் மட்டுமல்ல. எல்லா மொழிகளிலும் எல்லாக் காலத்திற்கும் பொதுவான ஒன்று இருந்தது என்ற வாதமும், அப்படியொன்று இருப்பதாகச் சொல்வது கட்டுக்கதை என்ற வாதமும் இருந்துகொண்டே இருக்கிறது. அதே நேரத்தில் வேறுபாடுகளும் விடுபடல்களும் இருக்கின்றன என உணர்ந்த நிலையில் சிறப்புகளை உருவாக்கவும் முயற்சிகள்

நடந்துகொண்டே இருந்தன. சிறப்புகளைக் கண்டுபிடிப்பதும் உருவாக்குவதும் நிலைப்படுத்துவதும் அறிவு வளர்ச்சி. அப்படி உருவாக்கும்போது வேறுபாடுகள் வேற்றுமைகள் உருவாகும் என்று நினைத்திருந்தால் மனித அறிவு என்னவாகியிருக்கும்?

★★★

473 கவிகளின் தொகுதியான செவ்வியல் பனுவல்களில் - எட்டுத்தொகையும் பத்துப்பாட்டுமான சங்கக் கவிதைகளில் - பத்தில் ஒரு பங்கினராகப் பெண்கள் இருந்துள்ளார்கள். பெண் கவிகளின் எண்ணிக்கை குறித்து மாறுபட்ட கருத்துகள் இருந்தபோதிலும் பத்தில் ஒருபங்கு என்பதை மறுப்பார் இல்லை. பெருங்கவிகளின் முதல் ஐந்து இடங்களுக்குள் எண்ணிக்கை அடிப்படையிலேயே ஔவை இடம்பெறுகிறாள். அவளது கவிதைகள் அவளைப் பெண்ணாகவும் காட்டுகின்றன. உலக அறிவும் வாழ்வியல் கோட்பாடுகளும் விருப்பங்களும் அறிந்த அறிவாளியாகவும் காட்டுகின்றன.

41 பேர்கள் என அறியப்பெற்ற பெண்கவிகள் அல்லாமல் பெயர் மறைத்துப் பாடிய பெண்களும் இருந்திருக்கிறார்கள். உவமையாலும் சிறப்புச் சொற்களாலும் பெயரிடப்பெற்ற 23 கவிகளில் 15 பேர் பெண்களாக இருக்கவே வாய்ப்புண்டு என ஒரு ஆய்வு சொல்கிறது. ஆண்களிலும் பெண் உறவு சார்ந்த காமத்தைப் பேசியவர்களே பெயரைச் சொல்லாமல் நழுவியிருக்கிறார்கள் என்கிறது அந்த ஆய்வு. மொத்தச் செவ்வியல் தமிழ்க் கவிதைகளிலும் பெண்களும் ஆண்களும் மனிதர்களாக முன்னிறுத்தப்பட்டுள்ளனர்; பொதுவான உணர்வுகள் பேசப்பட்டுள்ளன; பொதுவான கடமைகளும் உரிமைகளும் வலியுறுத்தப்பட்டுள்ளன என்றாலும் தனித்த உணர்வுகளும் கடமைகளும் பேசப்படாமல் இல்லை. அதே நேரத்தில் பெண்களின் கவிதைகளில் பொதுவில் கலந்துவிடுவதைவிடவும் நாங்கள் பெண்கள்; எங்கள் உணர்வுகளும் இருப்பும் நகர்வும் வேறானவை என்று சொல்வதில் கூடுதல் விருப்பங்களும் ஆர்வங்களும் வெளிப்பட்டுள்ளன. பெண்கள் ஆண்களால் எழுதப்படும் அதே நேரத்தில் பெண்களைப் பெண்கள் எழுதிக்காட்டவேண்டும் என்ற விருப்பத்தையும் பார்க்கிறோம். ஔவை, வெள்ளிவீதி, காக்கைப்பாடினி நச்செள்ளை, அள்ளூர் நன்முல்லை, கழார்க் கீரனெயிற்றி, கச்சிப்பேட்டு நன்னாகை, ஒக்கூர் மாசாத்தி, மாறோக்கத்து நப்பசலை, வெறிபாடிய காமக்கண்ணி,

பெருங்கோழி நாய்கன் மகள் நக்கண்ணை, வெண்பூதி, நக்கண்ணை, பொன்முடி, பூங்கணுத்திரை, நெடும்பல்லியத்தை, மாற்பித்தி, நன்னாகை, மதுரை ஓலைக்கடையத்தார் நல்வெள்ளை, தாயக்கண்ணி, நல்வெள்ளி போன்றோர் ஒன்றுக்கு மேற்பட்ட கவிதைகளை எழுதியவர்கள். ஒற்றைக் கவிதைகளை எழுதிய பெண்களாக 20 -க்கும் மேற்பட்டோர் இருக்கிறார்கள். அவர்கள் தங்களைப் பெண்ணாக வெளிப்படுத்தி இருக்கிறார்கள் என்பது கவனிக்க வேண்டிய ஒன்று.

கண்ணகி, மாதவி, மணிமேகலை எனப் பெண்களை மையமிட்டுத் தொடர்நிலைச் செய்யுள்களை எழுதிய மரபு தமிழ் மரபு. ஆண்களால் எழுதப்பெற்ற இப்பெண்களுக்கீடாகப் பெண்களால் எழுதப்பெற்ற பெண்கள் வாசிக்கக் கிடைக்கவில்லை. அதே நேரத்தில் பக்தி இலக்கியக்காலத்தில் பக்தர்களாக ஆண்களும் பெண்களும் எழுதப்பெற்றார்கள் என்றாலும் ஆண்டாளும் காரைக்கால் அம்மையும் தாங்கள் பெண்களாக இருந்து செலுத்திய பக்தியின் சிறப்பை வேற்றுமையை எழுதியது இன்றளவும் கவனிக்கத் தக்கனவாக இருக்கின்றன. மொத்தத்தில் காணாமல் போக விரும்பாமல் தங்களை வெளிப்படுத்த நினைப்பது உணர்தலின்விருப்பம். அறிதலின் ஆவல்.

பாரதி தொடங்கி வைத்த நவீனத்தமிழ் இலக்கியம் பெண்களை எழுதுவதின் வழியாகவே நவீனமடைந்தது என்பதைச் சொல்ல வேண்டியதில்லை. புனைகதைகளில் மாயூரம் வேதநாயகம் பிள்ளையும் மாதவைய்யாவும் ராஜம் அய்யரும் பெண்களை மையமிட்டு எழுதியே நவீனத் தமிழ் இலக்கிய வகைமைகளை முன்வைத்தார்கள். அவர்கள் தொடங்கிய நவீனத்தமிழ் இலக்கியப் பரப்பிற்குள் 1936 இல் மூவலூர் ராமாம்ருதம் எழுதி வெளியிட்ட தாசிகளின் மோசவலை அல்லது மதிகெட்ட மைனருக்கு வித்தியாசமான இடம் இருக்கிறது.

கவிதையிலும் புனைகதைகளிலும் ஆண்களால் பெண்கள் பற்பல விதமாய் எழுதப்படுகிறார்கள் என்றாலும் நாங்கள் வேறுவிதமாய்த் தங்களை எழுதிக்காட்டுவோம் எனப் பெண்களும் எழுதுகிறார்கள். இந்தத் தன்முனைப்பின் தேவை என்னவாக இருக்கும்? எழுதும் பெண்களின் கதைகளுக்குள் நுழைந்து பார்க்கலாம்.

இங்கே வரிசைப்படுத்தப்பட்ட கட்டுரைகள் சிறுகதைகளைப் பெண்ணிய நோக்கில் வாசிப்பதைச் செய்முறைத் திறனாய்வாக நிகழ்த்திக்காட்டியுள்ளன. அதற்காகப் பெண்ணியக் கோட்பாட்டையும் அதன் வகைப்பாடுகளையும் முன்வைத்து இலக்கியப் பனுவல்களைப் பின்னுக்குத் தள்ளும் வாசிப்பாக இருக்க வேண்டும் என்று நினைக்கவில்லை. பெண்ணியம் என்னும் கருத்தியல் உருவாகி வளர்ந்த சூழலோடு வரலாற்றோடு இணைந்து நவீனத் தமிழ் இலக்கியம் கவிதையாக, நாடகமாக, நாவலாக, சிறுகதைகளாக வளர்ச்சி அடைந்துள்ளன. அதனை அதனதன் வடிவத்திற்குள் நின்று விளக்கவேண்டும்; விவாதிக்கவேண்டும்; விமரிசனம் செய்யவேண்டும். சிறுகதை என்னும் வடிவத்திற்குள் நின்று விவாதங்களையும் விமரிசனக்குறிப்புகளையும் வைத்துள்ளன இக்கட்டுரைகள். இவ்வகை வாசிப்புகள் புதிதாக எழுத நினைக்கும் எழுத்தாளர்களுக்குச் சிறுகதையின் உள்ளடுக்குகளைக் கற்பித்துப் படைப்பாக்கத்தைத் தூண்டும் என்ற நம்பிக்கை எனக்குண்டு.

தமிழ்ச் சிறுகதை வடிவத்தில் பங்களித்து வந்துள்ள / வரும் 26 பெண்களின் கதைகள் வாசித்துக் காட்டப்பட்டுள்ளன. 26 பேரில் இந்திய / தமிழ்நாட்டுப் பெண் எழுத்தாளர்கள் மட்டுமல்லாமல் இலங்கை / புலம்பெயர்ப் பெண் எழுத்தாளர்களும் (தமிழ்க்கவி, தமிழ்நதி, லறீனா, மஜீதா, கறுப்பு சுமதி, ஈழவாணி, பிரமிளா பிரதீபன்) சிங்கப்பூர் (ஹேமா, அழகுநிலா, சுஜா செல்லப்பன்), மலேசியா (பாவை) எழுத்தாளர்களின் சிறுகதைகளும் கவனத்தில் கொள்ளப்பட்டுள்ளன. சமகாலத்தமிழ் இலக்கியம் உலகத்தமிழ் இலக்கியப்பரப்பாக மாறிக்கொண்டிருக்கிறது என்பதைச் சுட்டிக்காட்டும் நோக்கம் அதன் பின்னணியில் உள்ளது. பெண் எழுத்துகளை வாசித்து விவாதிக்கும் திறனாய்வுப்பார்வையை பெண்ணியத்திறனாய்வு அணுகுமுறையைத் தமிழில் வளர்த்தெடுக்கும் பணியை இக்கட்டுரைகள் செய்யும் என்ற நம்பிக்கையோடு எழுதப்பட்ட பெண்களையும் எழுதும் பெண்களையும் வாசிக்கலாம்.

2. குடும்பப் பெண்கள் பாடசாலைகள்:
கு.ப. சேது அம்மாளின் குலவதி

1947, ஆகஸ்டு - 15 விடுதலையைத் தேச விடுதலை நாள் எனக் குறிக்கின்றோம். அதற்காக நடந்த போராட்டத்திற்கு 1857 சிப்பாய்க் கலகத்தைத் தொடக்கமாகச் சொல்கின்றன வரலாற்று நூல்கள். இவ்விரு ஆண்டுகளுக்கும் இடையிலான 90 ஆண்டுக்கால இந்தியப் போராட்ட வரலாறு வெறும் தேச விடுதலைக்கான வரலாறு மட்டுமல்ல. ஐரோப்பாவிலிருந்து வந்த ஆங்கிலேயர்கள் நம்மை ஆள்கிறார்கள்; அவர்கள் விரட்டப்பட வேண்டும் என்பது முதன்மை நோக்கமாக இருந்தபோதிலும் வேறுசில காரணங்களுக்காகவும் பல்வேறு போராட்டங்கள் தேசிய அளவிலும் மாநிலங்கள் அளவிலும் மாவட்டங்கள் அளவிலும் நடந்தன. போராட்டங்களின் அடையாளங்களாக நிலவியல் பிரிவுகள் மட்டுமே இருந்தன என்பதற்கும் மேலாகச் சமூகக் குழுக்களின் பிரிவுகளும் பால், இன, மொழி போன்ற அடையாளங்களும் இருந்தன.

சுதந்திரப் போராட்ட காலத்தில் நாட்டு விடுதலைக்காகப் போராடிய அரசியல் ஆளுமைகளை விடவும் சமூகத்தில் நடக்கவேண்டிய மாற்றங்களுக்காகவும் பேசிய பன்முக ஆளுமைகளே இன்றளவும் நினைக்கப்படுகின்றனர்; கொண்டாடப்படுகின்றனர் என்பதைக் கவனித்தால், இந்திய விடுதலைப் போராட்டத்தின்

பன்முகத்தன்மை புரியலாம். இந்தியாவின் தந்தையாக - விடுதலைப் போராட்டத்தின் முகமாக அறியப்படும் மோகன் தாஸ் கரம்சந்த் காந்தி, தேசவிடுதலையோடு பெண்களின் நிலையில், தீண்டத் தகாதவர்களாக அறியப்பட்ட ஒடுக்கப்பட்ட மனிதர்களின் நிலையில், முழு உடலையும் மறைப்பதற்கான ஆடைகள் இல்லாமல் காடுகளிலும் வயல்களிலும் தோட்டங்களிலும் உழைக்கும் விவசாயிகளின் நிலையில் அக்கறை கொண்டவராக இருந்தார். அந்த வகையில் அவர் சாதியமைப்புக்கெதிராக நின்ற அம்பேத்கரை உள்வாங்க முயன்றார். பொதுவுடைமைக் கட்சிகளின் இடத்தைத் தனதாக்கினார். கைம்பெண் நிலை, பால்யவிவாகம், பெண்களுக்குக் கல்வி போன்றவற்றைச் சொல்லாடலாக்கிய ராஜாராம் மோகன்ராயை உள்வாங்கிக் கொண்டார்.

தேசியத்தை உள்வாங்கிப் பாடிய பாரதியிடம் கூட இந்தப் பன்முக அடையாளத்தைப் பார்க்க முடியும். காந்தி, பாரதி போன்ற பன்முக வெளிப்பாட்டு ஆளுமைகள் தேசவிடுதலை என்னும் முதன்மையான இலக்குக்குப் பின்னர் எந்தவிதச் சிக்கலும் இல்லாமல் சாதியவேறுபாடு, மொழிப்பிரச்சினைகள், பெண்களின் விடுதலை போன்றன சாத்தியமாகிவிடும் என்று நம்பினர். அந்த நம்பிக்கை பொய்த்துப் போன நிலையில் தான் ஒவ்வொரு மொழியிலும் தோன்றிய புதுவகை எழுத்துகள் தொடர்ந்து அவ்வகையான சிக்கல்களைப் பேசுவதைத் தொடர்ந்தன. பேசும் முறையில் விதம்விதமான பார்வைகளை முன்வைத்தன. இலக்கிய வகையின் வெளிப்பாட்டு நிலைக்கும் நோக்கத்திற்கும் ஏற்பப் பேச நினைத்ததைக் கவனப்படுத்தின.

இந்திய விடுதலைப்போராட்ட காலத்தில் ராஜாராம் மோகன்ராய், சகோதரி நிவேதிதா போன்றவர்களால் முன்னெடுக்கப்பட்ட பெண்கள் உரிமைகள் மற்றும் விடுதலைக்கான குரல்கள் ஒவ்வொரு மொழியிலும் ஒவ்வொரு விதமாக வெளிப்பட்டன. தமிழ்க்கவிதையின் அதன் ஆகப்பெரும் வெடிப்பு பாரதியின் பெண் விடுதலைக் கவிதைகள். அவரைத் தொடர்ந்து பாரதிதாசனின் பெண்ணுலகு. கவிதை வடிவம், பேச நினைப்பதை உணர்ச்சியின் வடிகாலாய்ப் பட்டென்று சொல்லி வெடித்துவிடும் வடிவம். ஆனால் புனைகதை வடிவம் அப்படியானதல்ல. பேச நினைக்கும் - விவாதிக்கும் உரிப்பொருளுக்குக் காலமும் வெளியும் உருவாக்கித் தர்க்கங்களை அடுக்கிக் காட்ட வேண்டிய வடிவம். அவ்வடிவம்

கைவரப்பெற்ற பல ஆண்கள் - வ.வே.சு. அய்யர் தொடங்கி வ.ரா., சி.என்.அண்ணாதுரை, புதுமைப்பித்தன், போன்ற பலரும் பெண்களை எழுதிக்காட்டினார்கள். தங்களின் புனைகதைகளில் பெண்களை ஆண்களின் பாணியிலிருந்தும் நிலையிலிருந்தும் எழுதினார்கள். ஆனால் மாறுபட விரும்பிய பெண்களின் தன்னுணர்வுடன் எழுதவில்லை. அந்த மாறுபாட்டை எழுதப் பெண்கள் முன்வந்தார்கள். அப்படி எழுதிய பெண் புனைகதையாளர்களில் முக்கியமானவர் கு.ப. சேது அம்மாள்.

தமிழ்ப்புனைகதை வரலாற்றில் பெண்ணெழுத்து என்ற வகைப்பாட்டை உருவாக்கிப் பேசும் ஒரு நூலில் கட்டாயம் இடம்பெற வேண்டிய பெயர் இது. நாவல்கள், திரைப்படத்திற்கு வசனம் எழுதுதல் எனச் செயல்பட்ட கு.ப.சேது அம்மாளின் சிறுகதைகள் வடிவச் செம்மையும் தூக்கலாக எதையும் முன்வைக்காமல் உரையாடல்கள் வழி நடப்பதைக் காட்டிவிட்டு ஒதுங்கிக் கொள்ளும் உத்தியையும் கொண்டவை. இந்தப் போக்கு அவரது சகோதரரான கு.ப.ராஜகோபாலனிடமும் வெளிப்படும் ஒன்று.

பெண்களை எழுதுதல் என்ற தன்னுணர்வு பெற்ற பெண்ணெழுத்தாளர்கள் வரிசையில் கு.ப.சேது அம்மாளின் குலவதி என்னும் கதையை வாசிப்பதின் வழியாக அவரது முன்வைப்புகளின் அழுத்தத்தையும் நிதானத்தையும் நாம் வாசிக்க முடியும். இரண்டு தோழிகளை அறிமுகப்படுத்தும் விதமாகக் கதையை இப்படித் தொடங்குகிறார்:

> புக்ககம் போன பெண் முதல்முறையாக பிறந்தகம் வருவதை மறுவீடு என்று குறிப்பிட்டு வழங்குவது சம்பிரதாயங்களில் ஒன்று.

> அந்தச் சம்பிரதாயப்படி இன்று சுந்தா பிறந்தகம் வந்திருக்கிறாள். கமலா அவளுடைய பிராண சிநேகிதை. அவளுடைய புக்கக அனுபவங்களை அறிய ஆவலுள்ளவளாய் அவளைக் காண்பதற்காக வந்தாள்.

இருவரும் என்ன பேசினார்கள்; என்ன நடந்தது என விவரித்து விட்டுக் கதையை ஒரு கேள்வியோடு முடிக்கிறார்

> "குலபதியாட்டமா நாட்டுப் பெண் வந்தா; பெண்களும்

பிள்ளைகளும் நாட்டுப் பெண்களும். பெரிய சுமங்கலியா மாமியாருமாக் குடித்தனம் கோகுலம் ஆட்டமாயிருக்கு! கொட்டில் நிறைஞ்ச மாடுகளும், தொட்டில் நிறைஞ்ச குழந்தைகளுமாகக் கிளி கொஞ்சுறது பார்த்தால்" - இதே பேச்சு. இதே ஓர் உபமானமாகக் கூடப் பிரசித்தி பெற்றது, சிவராம் ஐயர் குடும்பம். போவோரும் வருவோரும் வாழ்த்துவது பொருத்தம்தான். ஆமாம் குலவதி தான் சுந்தா. ஊருக்கு உயர்ந்த குடியாக அது பிரபலம் அடைந்தது அவளால்தானே?

நகரத்தில் பிறந்து, படித்து வளர்ந்த பெண்களைக் குடும்ப அமைப்பு எவ்வாறு குலவதியாக ஆக்குகிறது என்பதைச் சொல்வதே கதையின் நோக்கம். இந்தியக் குடும்ப அமைப்பும் அதன் அதிகாரத்துவப் படிநிலைகளை உருவாக்கும் உறுப்பினர்களும் புதிதாக நுழையும் ஒரு பெண்ணை - நாட்டுப்பெண்ணைத் தங்களின் கீழ் வாழும் ஓர் உயிரியாக கட்டளைகளை ஏற்று வாழும் ஓர் அடிமையாக மாற்றுகிறார்கள் என்பதைப் படிப்படியாகச் சொல்லி நகர்த்துகிறது சேது அம்மாளின் கதை.

"... அது கிடக்கு, உன் புக்கக நிலை உன் தன்மைக்கு ஒத்திருக்கிறதா? பொய் சொல்லாமல் சொல்லு."

"ஒவ்வாமை என்ன? ஆனால் பயந்துகொண்டேதான் போனேன். அங்கே போனதும் ஒன்றும் சிரமமாக இல்லை. நீ கவலைப்பட்டாயோ..." என்று சுந்தா அருமையாகக் கேட்டாள்.

"சந்தேகமில்லாமல்! புத்தகப் புழுவாக சதா படித்துக் கொண்டு கிடப்பாயே என்ன செய்கிறாயோ என்று ஓயாத நினைப்பு உன் வழக்கத்திற்கு முழுதும் அனுமதியும் கிடைக்கின்றனவோ?"

"கமலா சொல்லுகிறேன் கேள். ஆணோ பெண்ணோ ஒரே ரீதியாக மாறுதல் இல்லாமல் வாழ நினைப்பது நடக்காது காரியம். மாறுதல் தான் நியதி. என் மாறுதல் இப்போது சத்தியமாக எனக்கு திருப்திதான்..."

தன்னை இணையாக நடத்துவான் என நம்பி வரும் மனைவியாகிய பெண்ணை, கணவன் என்னும் ஆண் நேரடியாக ஈடுபடுவது

தெரியாமல் தனது அதிகாரத்தை நிலைநாட்டும் படலம் தான் குடும்பம் நடத்துதல் என்னும் வினையாக இருக்கிறது. இந்த விமரிசனத்தைத் தூக்கலான சொற்களால் அல்லாமல், நிகழ்வுகளாலேயே நடத்திச் செல்கிறார் ஆசிரியர். குடும்பத்தின் அதிகாரப்படியில் மேலே இருப்பவர்கள் மாமனார், கணவன் என்ற ஆண்களாக இருந்தபோதிலும் அவர்களின் தளபதிகளாகச் செயல்படுபவர்கள் பெண்களே என்பது கு.ப.சேது அம்மாளின் கவனக்குவிப்பு:

> இது என்ன கேள்வி கமலா? ஆமாம். வேலை செய்யாமல் முடியுமா? தவிர மாமியாரும் நாத்தனார்கள் இருவரும் பாய்ந்து பாய்ந்து காரியம் செய்யும்போது நானென்ன ஜடமா? எனக்கு வெட்கமாயிராதா? இல்லை படித்துக் கொண்டு உட்காருவதா? நாத்தனார்கள் இருவரும் காரியத்திலும், கிராமிய விளையாட்டிலும் கெட்டிக்காரிகள். அவர்களோடு சேர்ந்து நானும் செய்வேன் படிப்பெல்லாம் ராத்திரியில்தான்."

> கமலா! அப்புறம் சமையல். மாமியார் கிட்ட இருந்து சொல்லிக் கொடுப்பாள். சாதம் மட்டும் என்னை வடிக்கச் சொல்ல மாட்டார்கள். வழக்கம் இல்லை என்று அவர்களில் யாராவது வடிப்பார்கள், அதிலும் என் சின்ன நாத்தனார் ரொம்ப வேடிக்கை மனுஷி. சதா கேலிதான். சமையலில் ஏதும் தெரியா விட்டால் அவளைத் தான் கேட்பேன். எனக்கு ஒத்தாசையாக பரிமாறுவாள் பிற்பாடு நாங்கள் இருவரும் சாப்பாடு"

"சாப்பாடு இரண்டு மணிக்கா?"

"இல்லை. பன்னெண்டு மணிக்கு ஆகிவிடும்.

அம்மா, சகோதரிகள் என்ற பெண்களின் வழியாகவும் தந்தை என்னும் அதிகாரம் மிக்க நபரின் மரியாதையை-குடும்பத்தின் பெருமையைக் காப்பாற்றுதல் என்னும் கருத்தியல் வழியாகவும் மருமகளைக் குலவதியாக ஆக்குகிறது குடும்பம் என்னும் பாடசாலை.

> "காலையில் எழுந்ததும் ஆற்றுநீரில் ஸ்நானம் செய்துவிட்டு

அடுப்பை மூட்டுவேன். காபி, பலகாரம் செய்து கொண்டே சுவாமி பூஜைக்கு கோலம் போட்டு, விளக்கேற்றி வைத்து சந்தனம் அரைத்து வைத்தால், மாமனார் ஸ்நானம் செய்து விட்டு பூஜைக்கு வருவார். பூஜையானபிறகு ஆகாரம். இதெல்லாம் என் மனசுக்கு ரொம்ப ரம்மியமாயிருக்கிறது.

எல்லாவற்றையும் ஏற்கும் மனநிலைக்கு மாறும் மாட்டுப் பெண் அந்தக் குடும்பத்தின் குலவதியாக மாறிப்போவதோடு அந்தக் குடும்பத்தை உருவாக்குபவளாகவும் மாறிப்போகிறாள். அந்த மாற்றம் அவளைப் போலவே இன்னொரு பெண்ணை மாட்டுப்பெண்ணாக குலவதியாக ஆக்குவதாகவே இருக்கிறது. கமலா எழுப்பும் பின்வரும் வினாவுக்கு

"எல்லாருக்கும் உன் போலவே புக்ககத்தார்கள் வாய்ப்பார்களா? கிராம வாசம் நரகமாக தோன்றக்கூடிய கோட்டான்களாக இருந்தால் என்ன செய்வது மாற்றக் கூடிய காரியமா இது?"

சுந்தாவிடம் பதில் இல்லை. என்றாலும் தன்னைப் போலவே கமலாவும் அந்தக் கிராமத்திற்கு வாழ்க்கைப்பட்டு வரவேண்டும்; அந்தக் குடும்பத்தின் உறுப்பினராக இன்னொரு வேலைக்காரியாக ஆகவேண்டும் என்றே நினைக்கிறாள். தன்னைப் போலவே ஆகாமல் வேறொரு வாழ்க்கையை முயற்சி செய்து பார்க்கும்படி ஆலோசனை கூறாமல் குடும்பப் பெண்ணாக குலவதியாக இருப்பதின் பெருமைகளையே முன்வைக்கிறாள்.

சுந்தா, இப்போது தனது சிநேகிதியைத் தன் உறவுக்காரப் பெண்ணாக்கி - கொழுந்தனுக்கு மனைவியாக்கி விடும் அதிகாரத்தைக் கையில் எடுப்பவளாக மாறும் வேதிவினையை - அதிகாரத்தைக் குடும்பம் அவளுக்குத் தருகிறது. அந்தப் பொறுப்பைப் பெருமையுடன் செய்கிறாள் சுந்தா.

"சந்தேகமே இல்லை. பட்டிக்காட்டானுக்கு வாழ்க்கை பட மாட்டேன் என்ற புத்திசாலி இந்தப் பெண்தான்; சரி அவளை உட்கார வைத்துவிட்டு வந்திருக்கிறாயே போ" என்றான்.

கமலாவுக்கு தனக்குமாக இரண்டு டம்ளர் காபி எடுத்துக் கொண்டே, "கமலா அடுத்த மாசத்துக்குள் உனக்கு

கல்யாணம்" என்றாள்.

"அப்பாடா பார்டியம்மா!"

இந்தியக் குடும்ப அமைப்பு என்னும் பாடசாலை, பெண்களுக்கு வேறுவிதமான வாழ்க்கை முறைகளும் இருக்கிறது என்ற சிந்தனையைத் தராமல் மாட்டுப்பெண், நாத்தனார், மாமியார் என்ற கதாபாத்திரங்களையே வழங்கிப் பெருமைப்படுத்துகிறது. அதன் வழியாக ஆண்களின் அதிகாரத்தைத் திணிக்கிறது. அந்தத் திணிப்புக்குத் தரும் பட்டமே குலவதி என்பது என்கிற விமரிசனத்தைக் கவனமாக வைத்துள்ளார் கு.ப.சேது அம்மாள்.

3. மகளிரியலின் துன்பியல் சித்திரம்: பாவையின் திறவி

நிகழ்காலத்தில் பெண்ணியம் என்னும் கலைச்சொல் முழுமையான அரசியல் கலைச்சொல்லாக மாறிவிட்டது. இப்படியொரு அரசியல் கலைச்சொல்லை உருவாக்கித் தங்களின் விடுதலை அரசியலைப் பேசுவதற்குப் பெண்ணிய இயக்கங்கள் கடந்து வந்த நடைமுறைத் தடைகளும் கருத்தியல் முரண்பாடுகளும் பற்பல. மனிதத் தன்னிலையின் அடையாளமாக- பரிமாணங்களாகச் சொல்லப்படும் உடலியல், சமூகவியல், உளவியல் கூறுகள் ஒவ்வொன்றிலும் முன்வைக்கப்பட்ட விவாதங்களை வென்றே பெண்கள் கடந்து வந்துள்ளார்கள். உலகிலுள்ள எல்லாப் பெண்களுமா? அப்படிக் கடந்துவந்துவிட்டார்கள் என்று தடாலடியாக ஒருவர் மறுக்கலாம். ஆனால் பெண்களால் முடியாத பரப்புகள் இருக்கின்றன எனச் சொல்லப்பட்ட ஒவ்வொன்றிலும் தங்களை அடையாளப்படுத்திக் கொண்ட முன்மாதிரிப் பெண்களை உலகம் பரவலாகக் கண்டுவிட்டது.

'கனரக வாகனங்களை நீண்ட தூரம் ஓட்டிச்செல்லும் ஓட்டுநர் போன்ற வேலைகளை உடல் வலிமையால் மட்டுமே செய்துகாட்ட முடியும்; அதையெல்லாம் செய்துவிடக்கூடிய உடல் வலிமை பெண்களுக்கில்லை' என ஒதுக்கிய வேலைகளைப் போட்டியிட்டுக் கேட்டுப்பெற்று தங்களை நிலைநிறுத்தியிருக்கிறார்கள் பெண்கள். இப்போதும் பெரும் எடைகள் கொண்ட வாகனங்களை ஓட்டிச்செல்லும் வாகன ஓட்டிகள் போட்டியில் இருக்கிறார்கள்.

புத்திசாலித்தனம் தேவைப்படும் உயிரி தொழில்நுட்பவியல், வானியல், கடலியல் ஆய்வுகளை மேற்கொள்ளும் அறிவியல் ஆய்வுக்கூடங்களில் பெண்கள் நிரம்பியிருக்கிறார்கள். அண்மையில் சந்திரனின் பரப்பில் இறக்குவதற்காக விக்ரம் லாண்டர் என்னும் எந்திர மனிதனைச் செலுத்திய சந்திரயான் திட்டத்தில் ஆண்களுக்கு இணையாகப் பங்களிப்பு செய்த பெண்களை நாமறிவோம்.

மேலாண்மையியல் கல்வியில் தேர்ச்சிபெற்றுப் பன்னாட்டுக் குழுமங்களின் இயக்குநர்களாகவும் தலைவர்களாகவும் இருக்கும் பெண்களையும் நிகழ்காலம் காட்டிக் கொண்டிருக்கிறது. திரைப்படம், தொலைக்காட்சி, அரங்கியல், இலக்கியம் எனக் கலை இலக்கியத் துறைகளில் பெண்களோடு ஆண்கள் தான் போட்டிபோட வேண்டிய நெருக்கடியை உருவாக்கியிருக்கிறார்கள். நிகழ்கால அரசியல், சமூகவியல் தளங்களில் தலைமைப் பொறுப்புகளை ஏற்று நடத்தும் பெண்களுக்கும் எடுத்துக்காட்டுகளைத் தேடும் காலம் முடிந்து பல பத்தாண்டுகள் ஆகிவிட்டன.

இந்தச் சாதனைகளைச் செய்ததின் பின்னணியில் பெண்ணியம் என்னும் அரசியல் கலைச்சொல் இருந்தது என்பதே பெண்ணிய இயக்கவரலாறு. எதிலும் பெண்கள் தனித்தியங்கும் சாத்தியங்களோடு இருக்கிறார்கள் என்பதை முன்வைத்த புரட்சிகரப் பெண்ணியம் (Radical Feminism) அண்மைக்காலச் சொல்லாட்சி. அதற்கு முன்னால், ஆண்களோடு சமத்துவ நிலைக்காகப் போராடிய காலகட்டம் ஒன்றிருந்தது. ஒரே வேலைக்குச் சமநிலையான சம்பளம் என்னும் கோரிக்கையைப் பொதுத்தளத்தில் வலியுறுத்திய போக்கு அது. பணியிடங்களில் பெண்களுக்கான சிறப்பு விடுமுறைகள், சிறப்பு வெளிகள் போன்றவற்றிற்கான கோரிக்கைகளை வைத்துப் போராடிய சமநிலைப் பெண்ணியவாதிகள், குடும்பவெளிக்குள் கணவன்மார்கள் மனைவிகளைச் சமமானவர்களாக நடத்தவேண்டும் என்று கோரினார்கள். வீட்டுப்பணிகளைப் பங்கிட்டுக்கொள்ள வேண்டுமென வலியுறுத்தினார்கள். சமத்துவப் பெண்ணியம் (Socialist Feminism) இப்போதும் அதன் பணிகளைச் செய்துகொண்டே இருக்கிறது.

சமநிலைக்கான கோரிக்கைகளுக்கு முன்னால் பெண்ணின் இருப்பை உணர்த்தும் கோரிக்கைகள் இருந்தன. அன்றாட வாழ்வின் நிகழ்வுகள் ஒவ்வொன்றிலும் பெண்கள் இருக்கிறார்கள் என்பதை உணரவேண்டும்; அந்த இருப்பை அங்கீகரிக்கவேண்டும்

என்று வலியுறுத்தினார்கள். தாராளவாதப் பெண்ணியம் *(Liberal Feminism)* என்ற கலைச்சொல்லால் குறிக்கப்பட்ட கால கட்டம் இது. பெண்ணியத்தின் பல்வேறு கட்டங்களும் தோன்றி நகர்ந்திருக்கின்றன என்று சொல்வதால், அவை ஒவ்வொன்றும் முடிந்து, இன்னொன்று தொடங்கி விட்டது என்பது பொருள் அல்ல. ஒவ்வொரு கருத்தியலும், அதனதன் அளவில் மக்களிடையே செல்வாக்குடன் இயங்கிக் கொண்டே இருக்கும் என்பதும் உண்மை.

தாராளவாதப் பெண்ணியத்தை உள்வாங்கிய பெண்ணெழுத்துகள், எழுத்துப் பரப்புக்குள் பெண் *x* ஆண் என்ற எதிர்வுகளை உருவாக்காமல் தனியாகவே பெண்களின் பாடுகளைத் துயரம் தோய்ந்த சித்திரிப்புகளால் எழுதிக்காட்டின. பெண்கள் தாங்கும் மகள், மருமகள்,மனைவி, தாய் என்பதான ஒவ்வொரு கதாபாத்திரத்திலும் எதிர்கொள்ளும் வலிகளையும் வேதனைகளையும் மனச்சுமைகளையும் மீளாத்துயரங்களாக எழுதிக்காட்டுவதை அழகியலாக - வெறும் துன்பியல் அழகியல் வெளிப்பாடுகளாக எழுதிக் காட்டின. ஆண்களால் எழுதிக் காட்டப்பெற்ற பெண் பாத்திரங்களே அப்படியான துன்பியல் பிம்பங்களாக உலக இலக்கியங்கள் பலவற்றிலும் பதிவாகியிருக்கின்றன என்பதை வாசித்திருக்கிறோம்.

பத்தினித் தன்மை, தியாகம், இழப்பின் கணதி போன்றவற்றின் வெளிப்பாடுகளாகப் புராண, காவிய, தொன்மங்களின் நாயகிகளை ஆண்கள் எழுதிக் காட்டியிருக்கிறார்கள். காளிதாசனால் உருவாக்கப்பெற்ற சாகுந்தலை ஒருவித துன்பியல் நாயகி. அவளின் பிந்திய வாழ்க்கை முழுவதும் துயரச்சித்திரங்களே. அசோகவனத்துச் சீதையைக் குறித்த விவரிப்புகளும், கோவலனைப் பிரிந்திருந்த காவிரிப் பூம்பட்டினத்துக் கண்ணகியும், பெற்ற பிள்ளைகளைத் தூக்கிக் கிணற்றில் எறிந்துவிட்டுத் தற்கொலைக்குத் தயாரான நல்லதங்காளும் துயரம் எழுதிய சித்திரங்கள் அல்லாமல் வேறில்லை. இத்தகைய துயரப் பாத்திரங்களைப் பேசும் காலகட்டத்தைப் பெண்ணிய வரலாறு மகளிரியல் *(Women Studies)* காலகட்டம் என வரையறைப்படுத்துகிறது.

தமிழ்ப் புனைகதைகளின் தொடக்க நிலையில் ஆண்கள் எழுதிய கதைகள் பலவற்றில் இப்படியான பெண் சோகச் சித்திரங்களை வாசிக்கமுடியும். ராஜம் அய்யரின் கமலாம்பாளும்

புதுமைப்பித்தனின் மருதியும்(துன்பக்கேணி) எடுத்துக்காட்டுகள். இவ்வெடுத்துக்காட்டுகளைத் தாண்டி அறியாமையினாலும், அவர்களுக்கெதிராக நிற்கும் இன்னொரு பெண் பாத்திரங்களின் திட்டமிட்ட கொடுமைகளாலும் பெரும்பாலும் மருமகள்களை வதைக்கும் மாமியார்கள் துயருற்ற வகைமாதிரிகளை எழுதிக்காட்டினார்கள். இந்தப் போக்கைப் பெண்கள் எழுத வந்த நிலையில் மாற்றிக்கட்டமைத்தார்கள். பெரும்பாலும் அத்தகைய சோகச் சித்திரங்களைத் தவிர்த்தனர். ஏதாவது ஒரு புள்ளியில் பெண்கள் விழிப்புணர்வுகொண்டவர்களாகவே எழுதப்பெற்றனர். இதற்குமாறாக மலேசியத் தமிழ்ப் புனைகதைகளில் பெண்களின் நுழைவு மகளிரியலின் வெளிப்பாடுகளாக இருந்தன/ இருக்கின்றன என்பது குறிப்பிட்டுச் சொல்ல வேண்டிய ஒன்று. தொடக்க நிலையில் தமிழ்நாட்டுப் பெண் எழுத்துகளும், இலங்கைப் பெண் எழுத்துகளும் விலக்காக இல்லை என்பதைப் பெண்மையச் சிறுகதைகளின் தொகுப்புகள் காட்டுகின்றன. சாகித்திய அகாடெமிக்காக இரா. பிரேமா தொகுத்துள்ள தொகுப்பில் உள்ள கதைகள் பலவற்றில் இதனை வாசிக்கலாம். அண்மையில் காப்பு என்ற இலங்கைப் பெண்களின் பெருந்தொகை ஒன்றிற்கு முன்னுரை எழுதும் நோக்கத்தில் வாசித்தபோதும் தொடக்ககாலப் பெண் எழுத்துகளின் மகளிரியல் வெளிப்பாடுகளை வாசிக்க முடிந்தது.

மகளிரியலை எழுதும் போக்கின் ஒருமாதிரியை மலேசியப் பெண் எழுத்தாளர் பாவையின் கதைகளில் காணலாம். மலேசியாவின் கெடா மாநிலத்தைச் சேர்ந்த பாவை, 1965- கள் தொடங்கி இன்றளவும் கதைகள் எழுதிவருபவர். வானொலி நாடகங்கள், குறுநாவல்கள், சிறுகதைகள் மூலம் தனது இலக்கிய அடையாளத்தை உருவாக்கியுள்ள பாவை, மலேசியப் பெண் எழுத்தாளர்களில் விருதுகள் பல பெற்றுக் கௌரவம் பெற்றவர்.

இரண்டாம் உலகப்பெரும்போரின் குடும்ப உறவுகளையும் சுற்றியிருந்தவர்களையும் இழந்த துயரத்தை மறக்க முடியாத நினைவுகளாகக் கொண்ட ஒரு பெண்ணின் நினைவு தப்பிய முதுமையைத் துயரத்தின் கவித்துவத்தோடு எழுதிக்காட்டும் கதையாக இருக்கிறது அவரது திறவி. திறப்பு தொலைந்துபோன வீட்டிற்குள் நுழையமுடியாமல் தவிக்கும் ஒருவர், உள்ளே நுழைவதற்குப் பல வழிகளில் முயற்சி செய்வார். உடைத்தாவது

நுழைந்துதான் ஆகவேண்டும் என்ற நெருக்கடிகள் ஏற்படும்போது அதைச் செய்ய மற்றவர்களின் துணையை நாடுவர். பருண்மையான வீடு, கதவு, சாவி என்றால் அப்படி உடைத்துக் கொண்டு நுழைந்துவிடலாம். பிறகு புதியவைகளைக் கொண்டு சரிசெய்துவிடலாம். ஆனால் இலக்கியப்பனுவல், மனித உறவுகள் என்னும் வீட்டுச் சுவர்களையும் உணர்வுகள் திறப்புகளையும் பேசுபவை. அதனால் உடைத்துத் திறப்பதைப் பற்றிப் பேசாமல், தானாகவே திறக்கும் திறவிக்காகக் காத்திருக்கும் கணங்களையும் திறந்துகொண்ட போது கிடைக்கும் உணர்வு வெளிப்பாடுகளையும் பேசும். பாவையின் திறவி கதை இப்படி ஆரம்பிக்கிறது:

> ஆச்சியம்மாவின் குரல் விட்டுவிட்டுக் கேட்டுக்கொண்டே இருந்தது. மெதுவாக மிக மெதுவாக - ரகசியம் பேசுவது மாதிரி - கிசு கிசுப்பாக - சில வேளைகளில் யாருடனோ சண்டை போடுவது மாதிரி உரத்தகுரலில்... பிறகு அழுவது சிரிப்பது என்று ரகம் ரகமாக அந்தக் குரலின் தொனி மாறிமாறிப் பேச்சுச் சத்தம் அறுந்து விடாமல் கேட்டுக் கொண்டே இருந்தது.

> ஆச்சியம்மாவின் அறையை எட்டிப்பார்க்காமல், அவளின் பேச்சுக்குரலை மட்டும் கேட்பவர்கள் அவள் யார் கூடவோ பேசிக் கொண்டு - அல்லது திட்டிக்கொண்டு - சண்டை போட்டுக் கொண்டோ இருக்கிறாள் என்றுதான் நினைப்பார்கள். ஆனால், அறைக்குள் போய்ப் பார்த்தால்தான் தெரியும், அவள் அறையின் சுவரைப் பார்த்தபடியோ அல்லது மேசை நாற்காலி - கட்டிலைப் பார்த்தபடியோ தான் பேசிக்கொண்டிருக்கிறாள் என்று.

நிகழ்காலத்தை மறத்தல் என்பது மனிதர்கள் சந்திக்கும் பெரும் வியாதி. அப்படி மறப்பவர்களையே சுற்றியிருப்பவர்கள் பைத்தியக்காரர்கள் எனச் சொல்கின்றனர். உண்மையில் அவர்கள் நிகழ்காலத்திலிருந்து விலகிக் கடந்த காலத்திற்குள் பயணித்து அங்கேயே தங்கிவிடுகின்றனர் என்பதுதான் நடப்பது. இதை, நினைவு தப்பும் நோயாகப் பார்க்கும் மருத்துவ அறிவியல், பழைய நினைவுகளைக் கொண்டுவந்துவிட முடியும் என நம்பி மருத்துவ முறைகளைப் பரிந்துரைக்கின்றது. மருந்துகளையும் தருகிறது. அதற்கான வாய்ப்புகள் இல்லாத குடும்பத்தைச் சேர்ந்தவர்கள்,

அவர்களோடு உரையாடுவதின் மூலமாக பழையனவற்றை நினைவூட்டுவதன் மூலமாகக் கடந்த காலத்திலிருந்து நிகழ்காலத்திற்குக் கொண்டுவர முயல்கின்றனர். தனது தாய் ஆச்சியம்மாவின் நினைவுகளை நிகழ்காலத்திற்குக் கொண்டுவந்து அவளது அன்பையும் பாசத்தையும் மறுபடியும் பெற்றுவிடத் துடிக்கும் பாத்திரமான வள்ளி, அவளது முயற்சியில் வெற்றி பெற்றாள் என்பதாகக் கதை முடிகிறது. துன்பத்தின் அடர்த்தியில் தொடங்கும் கதை மகிழ்ச்சியின் தெறிப்பாக முடிகிறது. கதையின் முடிவு இது:

> "யார் கூப்பிட்டது...! அம்மாவா...! அவளா இவ்வளவு தெளிவாக என் பெயர் சொல்லிக் கூப்பிடுகிறாள்...? இவ்வளவு நாள் என்னைத் தெரியாத மாதிரிதானே, நீ யாரு... யாருன்னு கேட்டாள்... அம்மாவுக்கு... ஞாபகம் திரும்பிடுச்சா... கடவுளே..."

> வள்ளி, அதிர்ச்சியுடன் அவசரமாய்ப் படக்கென திரும்பியபோது, கையிலிருந்த குவளை தடால் ஓசையோடு எங்கோ போய் விழுந்தது.

> அம்மா... நீயா... கூப்பிட்ட...! என்னை யாருன்னு தெரியுதாம்மா..! சொல்லும்மா..! என்னைத் தெரியுதுன்னு சொல்லும்மா... அம்மா... வள்ளி, குரல் கசிய ஆச்சியம்மாவின் நடுங்கிய கைகளை ஆதரவாய்ப் பற்றியபோது...

> வள்ளி... வள்ளியென்று கரகரப்பாய் ஒலித்த ஆச்சியம்மாவின் குரல் தேய்ந்து மங்கியது. நடுங்கிய அந்த முதிய கரங்கள் நடுக்கத்தை நிறுத்தியிருந்தன!

கதையின் தொடக்கத்திற்கும் முடிவுக்கும் இடையே ஒரு இணைப்பை உருவாக்கி முடிக்கும் கதைபாணி தொடக்கநிலைச் செவ்வியல் பாணி. 'குதிரை கட்டப்பட்டிருந்தது' எனக் கதையைத் தொடங்கினால், கதை முடிவதற்குள் "குதிரை அவிழ்த்துவிடப்பட்டது" என்பதான சொற்றொடர் வரவேண்டும்; இடையில் வரவில்லையென்றாலும் முடிவிலாவது அந்தக் குதிரையைக் கதாசிரியர் அவிழ்த்துத் துரத்தியாக வேண்டுமெனச் சிறுகதையின் இலக்கணங்களை வரையறை செய்தவர்கள் சொல்லியிருக்கிறார்கள். குதிரைக்குப் பதிலாகத் துப்பாக்கியை மதிலில் தொங்கவிட்டு உதாரணம் காட்டும் வரையறைகளும் உண்டு.

பாவையின் கதைகள் சிலவற்றை வாசித்தபோது, சிறுகதையின் இலக்கணங்களுக்கு முதன்மை அளித்து வடிவச்செம்மையான கதைகளை எழுதியவர் என்பதாகத் தெரிகிறது.

திறவி கதையின் மையப்பாத்திரங்கள் இரண்டு. நினைவு தப்பிய ஆச்சியம்மாவும் அவளின் நினைவுகளைத் திருப்பிக் கொண்டுவர முயலும் மகள் வள்ளியுமே அவ்விருவரும். ஆச்சியம்மாவின் தப்பிய நினைவுகளைத் திரும்பக் கொண்டுவரப் பலவிதமான முயற்சிகளை மகள் வள்ளி செய்துகொண்டே இருந்தாள். உரையாடல்களாகவும், சிறுசிறு நிகழ்வுகளாகவும் செய்துபார்த்தாள்; ஆனால் வள்ளிக்குக் கிடைத்ததோ தோல்விதான் எனக் கதையை நகர்த்துகிறார் பாவை.

"அந்தக் காலத்தில ஜப்பான்காரன் குண்டு போட்டப்ப ஓடிப் போய்ப் பதுங்கு குழியில் பதுங்கிக்குவோம்... எங்க அப்பா - மாமா - பெரியப்பா எல்லாம் தண்டவாளம் போடப் போனவங்கதான் திரும்பி வரவே இல்ல... என்னா ஆனாங்களோ தெரியாது - போ. உன்னோட அண்ணனை, ஜப்பான்காரன் புடிச்சுட்டுப் போனானே... விட்டுட்டானா... சின்னத்தாயி? என்னா விடலையா.. அட பாவமே.." உள்ளறையில் ஆச்சியம்மா சுவரோடு பேசிக் கொண்டிருப்பது சத்தமாய்க் கேட்டது.

எதிரே கற்பனையாய்ச் சின்னத்தாயி பாட்டி சிக்கிக்கொண்டிருக்கிறாள் போலும். எத்தனையோ வருடங்களுக்கு முன் நடந்த கதைகள் - சேதிகள் இப்போது நடந்த மாதிரி சொல்லிக் கொண்டிருந்தாள். நிறுத்தி - நிறுத்திப் பேசினாள்.

"ஜப்பான்காரன் கையில சிக்கினா அம்புட்டுத்தானாம். குருவியைச் சுடுற மாதிரி சுட்டுப் போடுவானாம்... நம்ம ஜனம் எத்தனைபேரு, மலேரியா சீக்குலேயும் - சூடுபட்டும் செத்துப் போயிருக்கு. இன்னும் நெறையக் கதை சொல்லுவாங்க. உனக்கும் அதெல்லாம் தெரிஞ்ச கதைதானே சின்னத்தாயி... இந்தா ஒரு வாய் வெத்தலை போட்டுக்கடி.." கொஞ்ச நேரம் சத்தமே காணோம்..!

இடைவிடாத பேச்சுகளின் தொடர்ச்சியில், இப்படித்தான் சின்னதாய் மௌனம் நிழலாடும். ஓடிப்போய்ப் பார்த்தால், ஆச்சியம்மா அப்படியே சிறுபிள்ளையாய்த் தூங்கிப்

போயிருப்பாள்.

ஆச்சியம்மா கடந்த காலத்திலிருந்து நிகழ்காலத்திற்கு வராமல் தன் மகளை அலைக்கழித்தாள் என்பதை வாசகர்களுக்குச் சொல்லும் உணர்ச்சி மிக்க கதைப்பகுதி இது. இப்படிச் சில உணர்ச்சிகரமான கதைநிகழ்வுகளைத் தரும் பாவை, ஆச்சியம்மாவின் நினைவு திரும்பியதற்கான காரணத்தை வலிமையாகச் சொல்லாமல் சட்டென்று முடித்திருப்பது ஆச்சரியமாக இருக்கிறது. அவளது நினைவு தப்பியதற்குப் போர்க்காலமும் மனிதர்கள் குண்டுபோட்டுக் கொல்லப்பட்டதும் காரணங்களாக இருக்கக் கூடும் என்பதைக் குறிப்பாகத் தருகிறார். அப்படிக் குறிப்பாகச் சொல்லியிருக்கிறார் எனச் சொல்வதுகூட வலிந்து கூறும் ஒன்றாகவே தோன்றலாம். அப்படித்தோன்றாமல், நினைவு தப்பியதற்கான காரணத்தை மகளின் எண்ண ஓட்டங்களாகவோ, இதுவாக இருக்குமா? அதுவாக இருக்குமா? என்ற ஐயங்களோடு அவள் செய்யும் செயல்கள் வழியாகக் காட்டியிருக்கலாம். அப்படியான குறிப்புகளைக் கதை கொண்டிருக்கவில்லை. நினைவு தப்பியதற்கான வலுவான காரணம் சொல்லப்படாததாலேயே நினைவு திரும்பியதற்கான காரணத்தையும் வலுவாகச் சொல்லமுடியவில்லை. இத்தகையனவற்றை விமரிசனப் பார்வை மட்டுமே குறைகளாகச் சுட்டிக்காட்டும். வாசகர்களாக இருப்பவர்கள் கண்டுகொள்வதில்லை.

ஒரு கதை வழியாகச் சில மனிதர்களின் தவிப்பையும் உணர்ச்சிப் பெருக்கையும் வாசிக்க நினைக்கும் வாசகர்கள் வெகுமக்களாக இருக்கும் வாசகர்கள் இத்தகைய கதைகளையே தேடித்தேடிப் படிக்கிறார்கள். வாசிப்பவர்களின் இரக்கவுணர்வைத் தன்வசப்படுத்தும் சித்திரங்களும் உணர்வுகளும் திறவி கதையில் அடுக்கப்பட்டுத் திடீரென்று நினைவு திரும்பிவிட்டது என்பதாக முடிக்கப்பட்டிருக்கிறது. இந்த அழகியல், ஒருவிதத்தில் மகளிரியலின் அழகியல். மகளிரியல் எப்போதும் துன்பங்களை எழுதுவதையே தனது அழகியலாக நினைக்கிறது. மலேசியப்பெண் எழுத்தாளர் பாவை மகளிரியலின் துன்ப அழகியலை எழுதுவதில் கைதேர்ந்தவர் என்பதை அவரது கதைகளை வாசிப்பவர்கள் உணரக்கூடும்.

4. நம்பிக்கையூற்றுத் தேவைப்படும் பெண்கள்: லட்சுமியின் ஏன் இந்த வேகம்

பெண்ணெழுத்து பல தளங்களில் விரிந்துள்ளது. தமிழ்ப் புனைகதையில் பல கட்டங்களைக் கடந்துள்ளது. பெண்களை எழுத வேண்டும் என்பதற்காகவே பெண்கள் எழுதத் தொடங்கினார்கள் எனச் சொல்ல முடியாது. ஆண்கள் செய்யும் வினைகளைப் போலவே பெண்களும் ஆற்றமுடியும் என்று காட்டுவதற்காகப் பெண்களும் எழுதத் தொடங்கினார்கள். இருபாலாரின் எழுத்திலும் வரும் ஆண்களும் பெண்களும் ஒன்றுபோல் எழுதப்படவில்லை என்ற உணர்வு தலை தூக்கிய நிலையில் பெண்ணெழுத்து - பெண்கள் எழுதிய பெண்ணெழுத்து உருவாகியிருக்கிறது.

மொத்தமாகவே தமிழ்ப் புனைகதையின் தொடக்கக்கவனம் பெண்களை எழுதுவதிலேயே குவிந்திருந்தது. பாரதியின் சந்திரிகையும் வேதநாயகம் பிள்ளையின் ஞானாம்பாளும் ராஜம் அய்யரின் கமலாம்பாளும் மாதவைய்யாவின் பத்மாவதியும் சரித்திரங்களாக்கப்பட்டனர். விரிவான நாவல் வடிவம் மட்டுமல்ல. சிறுகதையின் தொடக்க நிலை கூட மங்கையர்க்கரசியின் காதலையும் குளத்தங்கரையில் சந்தித்துக் கொண்ட பெண்ணின் கதையையும் தான் சொல்ல முயன்றன. ஆனால் இந்தப் பெண்கள் எல்லாம் லட்சியவாதமும் நல்லொழுக்கமும் தியாகத்தின் வடிவமும் கொண்டவர்கள். அவர்கள் அவ்வாறு இருப்பதற்கான

காரணங்களை அறியாதவர்கள். அறிய விரும்பாதவர்கள். அவர்கள் அவ்வாறு இருப்பதற்காகப் படைக்கப்பட்டவர்கள் அல்லது அனுப்பப்பட்டவர்கள் என்பதாகக் கதையெழுதிய ஆண்கள் எழுதிக் காட்டினார்கள். ஆண்கள் எழுதியதைப் போலவே தொடக்ககாலப் பெண்களும் எழுதிக் காட்டினார்கள்.

இந்தப் புனைவுகளில் இருக்கும் பெண்கள் சமூகத்தின் நடப்பில் இருக்கும் பெண்கள் அல்ல என்ற பார்வை உருவானபோது நடப்பியலில் உலவும் பெண்களை எழுத வேண்டும் என்ற எண்ணம் உருவானது. தன் தவறுகளாலும், உருவாக்கப்பட்ட கருத்தியல் நடைமுறைகளாலும், சமூகத்தின் நெருக்கடிகளாலும் தன்னை அழித்துக் கொள்வதையும், தன் வாழ்க்கைக்கு அர்த்தம் இல்லை என்று முடிவு செய்வதையும் நோக்கிப் பெண்கள் நகர்ந்தார்கள் அல்லது நகர்த்தப்பட்டார்கள் என்பதைப் புனைகதைகள் சொல்லத் தொடங்கின. தமிழ்ப் புனைகதைப் பரப்பில் வஞ்சிக்கப்பட்ட பெண்களை ஆண்களும் எழுதினார்கள் என்றாலும் அவற்றில் பெண்களைத் தண்டித்துவிடும் ஆண்நோக்கு வெளிப்பட்டது. பெண்கள் செய்த தவறுகள் அல்லது குற்றங்களை மன்னிக்கும் ஆண்களின் கருணையையும் இரக்கத்தையும் எதிர்பார்த்து நிற்கும் பெண்களையே ஆண்கள் அதிகம் எழுதிக் காட்டினர். ஆண்களின் கருணை அல்லது இரக்கத்தைத் தாண்டிப் பெண்கள் வாழவேண்டும் என்ற நம்பிக்கை ஊட்டும் எழுத்துகள் தேவையை ஆண்கள் உணரவில்லை. அதை உணரும் இடத்தில் ஆண்கள் இல்லை என்பதை உணர்ந்த நிலையில் தான் லட்சுமி போன்ற புனைகதை ஆசிரியர்களின் தோற்றம் தமிழில் நிகழ்ந்தது. ரத்த உறவுகள், குடும்ப உறுப்பினர்கள், சொந்த பந்தங்கள் என்ற எல்லைக்குள் நின்று அவர்கள் உருவாக்கும் நெருக்கடிக்குள் தனிமனிசியாகப் பெண்ணொருத்தி படும்பாடுகளை விரிவாகத் தனது நாவல்களிலும் சிறுகதைகளிலும் எழுதிக்காட்டியவர் லக்ஷ்மி.

டாக்டர் திரிபுரசுந்தரி என்னும் பெயர் கொண்ட மருத்துவரான லட்சுமி, படிப்புக்காகவே எழுதத் தொடங்கியவர். பெற்றோரின் துணையில்லாமல் பாட்டியின் அரவணைப்பில் வளர்ந்த லட்சுமி, சொந்த வாழ்க்கையில் தன் விருப்பம்போல முடிவுகள் எடுத்தவர். மருத்துவக் கல்விக்குப் பின் தென்னாப்பிரிக்கா சென்று பணிபுரிந்தபோது கலப்புத் திருமணம் செய்துகொண்டவர். இந்தியா திரும்பிய பின் பகுதிநேரத் தொழிலாக மருத்துவத்தைக்

கைக்கொண்ட அவர் முழுநேர எழுத்தாளராக இயங்கினார். அவரது கதைகளில் வரும் பெண்களில் அவரது சாயலை நாம் தேட முடியாது. லட்சுமியின் வாழ்க்கையை அவரது புனைகதைகளுக்குள் தேடினால் வாசிப்பவர்களுக்குக் கிடைப்பது ஏமாற்றமே. ஆனால் முடிவு எடுத்தல், தனித்து வாழ்தல், சார்பற்ற வாழ்க்கைக்குப் பெண்கள் தயாராதல் போன்றவற்றை முன்மொழியும் கதைகளின் வழியாகத் தன்னைக் கதைகளுக்குள் கொண்டுவந்தவர் அவர். அவரது ஒரு கதையை - ஏனிந்த வேகம் - என்னும் ஒருகதையை வாசிப்பதின் மூலம் அவர் முன்வைக்க நினைத்த வகைமாதிரிப் பெண்களை நாம் உணரலாம்.

> "வாழ்க்கை வாழ்வதற்காகத்தான் -சாவதற்கல்ல. உனக்கு எங்கள் பள்ளியில் மூலம் அறுவை சிகிச்சைக்கு ஏற்பாடுகள் செய்யத் திட்டமிட்டிருக்கிறோம். இது ஊனமுற்றோர் ஆண்டல்லவா.. ஒருவருக்கு உடம்பில் எந்த பாகத்தில் ஊனம் இருந்தாலும் அதைத் திருத்தியமைத்து அவர்களுக்கு மறுவாழ்வு கொடுக்க வேண்டியது.. சமூகத்தில் உள்ள ஒவ்வொரு நபரின் கடமையாகும்.
>
> பாவிகள் - புண்ணியம் செய்தவர்கள் என்று மனிதர்கள் மனிதர்களைக் கணிப்பு செய்ய முடியாது. ஆண்டவனின் கருணைக்கு முன்னால் தீர்மானிக்கப்பட வேண்டிய விஷயம் அது.

பாதிக்கப்படுதலும் பாதிக்கப்பட்டதிலிருந்து விடுபடுதலும் மனிதர்களுக்குத் தேவையான ஒன்று. இதில் ஆண் பெண் பாகுபாடுகள் தேவையில்லை. ஆனால் இந்திய சமூகம் தொடர்ச்சியாகப் பெண்களுக்குப் பாகுபாடுகள் காட்டுவதையே தனது நிலைபாடாகக் கொண்டுள்ளது. பாகுபாடுகள் காட்டுவதை அந்நியர்களே செய்கிறார்கள் என்பதில்லை. குடும்ப கௌரவம், சமூகச் சூழல் போன்றவற்றை முன்வைத்துப் பெண்ணின் இருப்பு எப்போதும் கேள்விக்குள்ளாக்கப்பட்டுக் கொண்டே இருக்கிறது. இத்தகைய சூழலில் பெண்ணுக்கு நம்பிக்கை ஊட்டும் ஒரு குரல் அல்லது கைப்பிடித்து உதவும் ஒரு கரம் தேவைப்படுகிறது என்பதைச் சொல்லும் எழுத்தும் பெண்ணெழுத்தின் பாற்பட்டதாகவே அமையும்.

தாரணி என்னும் பெண்ணுக்கு உதவும் கரமாகவும் அவள் வாழ

வேண்டியவள் என்பதைச் சொல்லும் மனமாகவும் அமைப்பாகவும் இருக்கும் அவள் முன்பு வேலை பார்த்த பள்ளியையும் அதன் முதல்வரையும் முன்வைக்கிறார் லட்சுமி. பெண்கள் மற்றும் பாதிக்கப்படுவோர் நலனில் அக்கறை கொண்ட உலகமாக மாறிக் கொண்டிருந்த மனிதநேய உலகமாக மாறிக் கொண்டிருந்த உலகம் 1980 -களின் உலகம். உலகப் பெண்கள் ஆண்டைப் போலவே ஊனமுற்றோர் மறுவாழ்வுக்கான ஆண்டொன்றை முன்வைத்து அமைப்புகளும் கொடையாளிகளும் பலருக்கும் உதவினார்கள். அப்படியான உதவியைத் தாரணிக்கு வழங்க முன்வந்தது அந்தப் பள்ளி. அதனால் தாரணி மறுவாழ்வு பெற்றாள் எனக் கதையை அமைத்துள்ளார். இதற்காகவே இதனை முன்வைக்கவே கதை நிகழ்வுகளை அமைத்திருந்தால் அது கதையாக இல்லாமல் ஒரு கட்டுரையாகவோ, உண்மைச் சம்பவ விவரிப்பாகவோ முடிந்து போயிருக்கும். அதை உணர்ந்த புனைகதையாளரான லட்சுமி தாரணி ஏன் பாதிக்கப்பட்டாள்; எப்படிப்பாதிக்கப்பட்டாள்; பாதிக்கப்பட்டதில் அவருடைய பங்களிப்பு என்ன? மற்றவர்களின் நோக்கங்கள் என்ன என்பதை எழுதுவதின் மூலமே புனைகதையின் நுட்பங்களைத் தருகிறவராக மாறுகிறார். கதை தாரணியின் அன்றாடப் பாடுகளை முன் வைப்பதாகத் தொடங்குகிறது:

> *ஒரு மூட்டைத் துணி. அப்பா, அம்மா, பெரிய அண்ணன், சின்ன அண்ணன், அண்ணி அத்தனை பேரும் காலைக் குளியலுக்குப் பின்னர் களைந்து போட்டுவிட்டுப் போன அழுக்கு துணிகள்.*
>
> *சோப்புத் தூள் போட்டு இரும்பு வாளிகளில் நனைத்து நனைத்து வைத்துவிட்டு வீட்டைப் பெருக்கி, துடைத்து எல்லோருக்கும் மதிய உணவு தயாரித்து விட்டு கிணற்றடியில் தோய்க்கத் போனவள்... அவைகளைத் தோட்டத்து வேப்ப மரங்களுக்கிடையே கட்டப்பட்டு இருந்த கொடியில் பிரித்து உலர்த்திவிட்டு உள்ளே வருவதற்குள் பொழுது உச்சியை எட்டி விட்டிருந்தது. தாகம் நாக்கை விரட்டியது.*

இந்தப்பாடுகள் படும் தாரணி அந்த வீட்டின் வேலைக்காரியோ வீட்டிற்கு மருமகளாகவோ வந்தவள் அல்ல. அந்த வீட்டிலேயே பிறந்து வளர்ந்து திருமணத்திற்குக் காத்திருந்தவள். அவள் உடலில் கடுமையான வேலைகளைச் செய்வதைத் தடுக்கும்

இதய நோய் இருந்தது. அதனாலேயே வீட்டு உறுப்பினர்களின் வெறுப்புக்கு ஆளானவளாக ஆகியிருந்தாள். அத்தோடு அந்த நோய் காரணமாகவே அவள் மனம் தவறான முடிவொன்றை எடுத்தது. தனது நோயினால் இறந்துவிடக்கூடும் என்ற அச்சத்தில் அவள் திருமணமான ஒருவனோடு நட்பு கொள்கிறாள். நட்பாகப் பழகியவளைத் தன் இச்சைக்குப் பயன்படுத்துகிறான் அந்த ஆண். அது வெளிப்படும்போது இனி எதற்காக வாழவேண்டும் என்ற கேள்வி அவள் முன் நிற்கிறது இந்நிகழ்வுகளை அவளது நினைவோட்டமாகச் சொல்லும் லக்ஷ்மியின் கதைகூறல் முறை வாசிப்புச் சுவையுடையதாக இருக்கிறது:

> "நான் செய்தது தவறுதான் அதுக்காக வீடே கூடி எனக்கு தானே சாவு வரும் முன் மரண தண்டனை வழங்கிட்டீங்களே? மாசம் என் செலவுக்குன்னு கொஞ்சம் உதவி வந்த சம்பளத்தில் மண்ணைப் போட்டு- அந்தப் பள்ளிக்கூடத்து வேலையிலிருந்து என்னை நிறுத்தி... இப்படி வீட்டில் அடைச்சு வெச்சிருக்கீங்களே..? நான் யார் கிட்ட போய் முறையிட முடியும்.
>
> சிட்டுக் குருவிக்கும்- காற்றில் தலையசைக்கும் போகன்வில்லா விற்கும் நீண்ட காலம் வாழ உரிமை இருந்தது. அவளுக்கு..?
>
> மேலே பொங்கி வழிந்த கண்ணீரைத் துடைத்துக் கொண்டு உணவுப் பாத்திரங்களை மேசை மீது வைத்து விட்டு வந்து ஒதுங்கிக் கொண்டாள்.

அவள் விரும்பிய கேசவனும் அவளை விரும்பிய கேசவனும் ஒருநிலைப்பட்டவன் அல்ல. இவள் விரும்பிய கேசவன் கவிஞன்; ஆங்கிலப்புலமையில் வசீகரம் கொண்டவன். ஆனால் அவளை விரும்பிய கேசவன் காமத்தை உடலை நோக்கிய வசீகரம் கொண்டவன் என்பதையும் தாரணியின் சொற்களாலேயே முன்வைக்கிறார்

> கேசவன் தோற்றத்தில் மட்டும் வசீகரமானவன் அல்ல. மனதைக் கவரும் வகையில் பேசும் அளவுக்கு கெட்டிக்காரன்கூட என்பதை சில தினங்களிலேயே புரிந்து கொண்டு விட்டிருந்தாள். அந்தத் தனியார் பள்ளியில் வேலை செய்ததாலோ என்னவோ அவளுள் ஒரு பலவீனம் உருவாகிவிட்டிருந்தது.

ஆங்கில மொழி மீது அபார மோகம்! யாராவது அதை அழகாகப் பேசுவதை கேட்டால் போதும் அவர்கள் வாயையே பார்த்துக் கொண்டிருப்பாள் தாரணி

“இதய நோயாளி. விரைவில் சாகப் போகிறவள். மனதுக்கு பிடித்தவனைக் காதலித்தால் என்ன மோசம் வந்துவிடப் போகிறது என்று தனக்குள்ளேயே சமாதானம்.

வேறுபட்ட இருவரது வசீகரமும் மோதிக்கொண்டதின் விளைவு? அவள் உயிர் வாழ வேண்டியவள்தானா? என்ற கேள்வியை எழுப்புவதாக முன் நிற்கிறது. அவன் மீது கொண்ட நட்பும் வசீகரமும் உண்மையானது என நம்பி அவள் எழுதிய நாட்குறிப்புகளைப் பறித்துக் கொண்டு அவன் பேசிய பேரம் அருவெறுப்பானது.

இரகசியமான சந்திப்புகள்.. பேச்சுக்கள்.. மனதைக் கவர அவன் புனைந்த கவிதைகள். இவைகள் அவள் மறக்க விரும்பவில்லை.

கேசவன் ஒரு கவிஞன் அல்ல. பெண்களை ஏமாற்றும் கயவன் என்பது பின்னர்தான் முழுவதும் புரிந்தது

“என்னை தனியே சந்தித்தால் தான் திருப்பித் தருவேன். இல்லாவிடில் உன் அப்பாவிடம் கொடுத்து விடுவேன்” என்று அவன் பயமுறுத்தியதும்.. உண்மையில் தாரணி பயந்துவிட்டாள்.

பயம் உண்டாக்கிய தடுமாற்றம் அவளை அவனிடம் ஒப்படைத்துவிட்டது. அவன் அவளைப் பயன்படுத்திக் கொண்டான். பயன்படுத்திக் கொண்டதோடு முடியாமல் அவனது மனைவி மூலம் பெரிய அவதூறும் பரவி விடுகிறது. தற்செயலாகச் சென்னைக்குச் சென்ற பயணத்தைக் கருவைக் கலைப்பதற்கான பயணமாக மாற்றி விடுகிறது. அந்த அவதூறே அவளைத் தற்கொலைக்கு அருகில் நிறுத்துகிறது. தற்கொலைக்கு அருகில் இருந்தவளுக்கு வந்த ஆறுதலே பள்ளியின் முடிவு. ஊனமுற்றோர் ஆண்டிற்காக ஒருவருக்கு உதவு என்ற முடிவின் படி அவளைத் தேர்ந்தெடுத்து அவள் நோய்க்கு இதயநோய்க்கு வைத்தியம் செய்வதாகச் சொல்கிறார். அந்த முயற்சி, தனது மனதில் இருக்கும் தவறான எண்ண ஓட்டங்களுக்கும் மருத்துவம்

பார்த்துப் புது வாழ்வை வழங்கும் என்ற நம்பிக்கையில் பள்ளியின் முதல்வரிடம் அனைத்தையும் கூறி மன்னிப்பு கிடைக்குமா? என்று கேட்டு ஏங்குகிறாள். அந்தச் சந்திப்பை ஆறுதலும் நம்பிக்கையும் தரும் அந்தச் சந்திப்பை இப்படி எழுதுகிறார்:

> தாரணி மட்டுமே தனியே வீட்டிலிருந்தாள். கதவு லேசாக தட்டப்பட்டது. திறந்த போது அந்த தனியார் பள்ளியின் தலைவி வந்து கொண்டிருந்தாள்.
>
> "அம்மா! தாயினும் மேலான அன்பைக் காட்டும் தங்களிடம் சொல்லுகிறேன் நான் கருச்சிதைவு செய்து கொள்ளவில்லை. ஆனால் கேசவனிடம் பெண்மை அழிந்து போனவள்.
>
> தலைவி செல்லம்மாள் அவளைத் தன் மார்போடு அணைத்துக் கொண்டு ஆறுதல் கூறிவிட்டு அகன்றார்.

பள்ளித் தலைவியின் ஆறுதலும் நம்பிக்கை ஊட்டும் செயல்களும் மறு உயிர்ப்பைத் தருகின்றன. திரும்பவும் வாழ்வேன் என்று முடிவு செய்துவிட்டாள் என்பதைக் கதாபாத்திரக் கூற்றாகச் சொல்லாமல் ஆசிரியர் கூற்றாகச் சொல்கிறார் முடிவில்:

> அவள் அறுவை சிகிச்சை செய்துகொண்டு நீண்டகாலம் ஒரு நல்லவனின் மனைவியாக வாழப்போகிறாள்
>
> தாரணி! நீ நம்பிக்கையை இழக்காதே!

இந்திய சமூகத்தில் ஆண்கள் செய்யும் தவறுகளும் குற்றங்களும் கண்டுகொள்ளாமல் தவிர்க்கப்படுகின்றன. அவர்களே கூட எளிதில் மறந்துவிட்டு இன்னொன்றில் நுழைந்துவிடுகின்றனர். ஆனால் பெண்கள் தாங்கள் அறியாமல் செய்த சிறு தவறுக்கும் அறிந்த நிலையில் சூழலால் நேரும் விபத்துகளுக்கும் தண்டனையாகத் தற்கொலை முடிவுகளை எடுக்கின்றனர். தற்கொலைகளும் மரணங்களும் பிறப்புக்கு எதிரானது. பிறந்து வளர்ந்தவர்கள் வாழ்ந்துதான் ஆகவேண்டும் எனச் சொல்லவேண்டியதும் நம்பிக்கையை ஊட்ட வேண்டியதும் இலக்கியத்தின் வேலை. அதிலும் பெண்களுக்கு தேவையான நேரத்தில் நம்பிக்கை ஊட்டுதல் முக்கியமானது. அந்த வேலையைச் செய்த எழுத்தாக லட்சுமியின் எழுத்துகளை வகைப்படுத்துவதின் மூலமாகவே தமிழ்ப் புனைகதைப் பரப்பில் அவரது இடத்தை உறுதி செய்ய முடியும்.

5. நெருங்குதலும் விலகுதலும்:
ஆர். சூடாமணியின் அந்நியர்கள்

ஒரு பெண் தனது குடும்பத்தில் இருக்கிறாள். திருமணத்திற்குப் பின் இன்னொரு குடும்பத்தில் நுழைகிறாள். குடும்பத்தில் இருக்கும்போது அவளது பாத்திரப் பெயர் மகள். நுழைந்தபின் அந்தப் பாத்திரத்தின் பெயர்கள் இரண்டு. மருமகள்- மனைவி. பிறந்தகத்து மகள்கள் புக்ககத்தில் மருமகள்களாக/மனைவிகளாக மாறுகிறார்கள். பிறந்தகங்கள் எப்போதும் தந்தையின் குடும்பமாக அறியப்பட்டு 'அவரின்' மகளாக அறியப்படுகிறாள். புகுந்தவீடு தனிக்குடும்பமாக ஆகாதவரை மாமனாரின் மருமகளாக அறியப்படுகிறார்கள் கூட்டுக்குடும்பமாக இருக்கும் பிறந்தகத்தில் இரு மகள்கள் இருந்தால் சகோதரிகள்; உடன் பிறப்புகள். அவர்களிடையே இருக்கும் வேறுபாடுகளுக்குப் பெற்றோரின் வளர்ப்பே காரணம். வேறுபாடுகள் காட்டப்படாமல் வளர்க்கப்பட்ட மகள்கள் புக்ககம் போனபின்பு அடையும் மாற்றங்களுக்கு யார் காரணமாக ஆவார்கள்?

பெண்ணெழுத்தின் நிகழ்வெளிகளில் முதன்மையானது குடும்பவெளி. பாலினம் சார்ந்த ஒடுக்குமுறை நிலவும் நுண் அமைப்பாக இருப்பது குடும்பவெளிதான் என்ற அடிப்படையில் குடும்ப அமைப்பே தொடர்ந்து விவாதப்பொருளாகப் பெண்களால் முன்னெடுக்கப்படுகின்றன. குடும்ப வெளிக்குள் பெண் x ஆண்

என்ற பாலின முரண்பாட்டைக் கட்டமைத்து எதிர்நிலைச் சொல்லாடல்களால் ஆணின் இருப்பும் இயக்கமும் பெண்ணை இரண்டாவதாக உணரச் செய்கிறது என்ற முடிவை நோக்கி நகர்த்திச் செல்வது எளிது என்பதால் கூடக் குடும்பவெளியைக் கதைப்பரப்பாகத் தெரிவுசெய்வது முதன்மை பெற்றிருக்கலாம்.

இப்படியொரு கேள்வியை நேரடியாக எழுப்பிக் கொண்டு விடைதேடும் விதமாக கதையொன்றை ஒருவர் எழுதியிருக்கலாம். நான் இன்னும் வாசிக்கவில்லை. அதற்குப் பதிலாக அந்நியர்கள் என்ற தலைப்பில் ஆர்.சூடாமணி. எழுதிய கதையில் இரண்டு சகோதரிகளை முன்வைக்கிறார். இருவரும் பிறந்தகத்தில் வேறுபாடு காட்டப்படாமல் வளர்க்கப்பட்டவர்கள். திருமணத்திற்குப் பின் அவர்களின் சிந்தனை, செயல் ஆகியன எதிரெதிராக இருக்கின்றன எனக் காட்டுகிறார். இவ்விருவரில் யாரை ஏற்பது? யாரை நிராகரிப்பது? என்பதான கேள்விகளை நேரடியாக எழுப்பாமல் வாசிப்பு மனத்திற்குள் விவாதம் எழும் விதமாக உரையாடல்களையும் மனவோட்டங்களையும் எழுதிக் காட்டுகிறார். விவாதம் இருக்கிறது என்பதை வாசிப்பவர்கள் உணரும்போது அந்தக் கதை வெறும் பெண்ணெழுத்து அல்ல பெண்ணிய எழுத்து என உணர முடியும்.

மகள்களாக இருந்த சகோதரிகள் நீண்ட இடைவெளிக்குப் பின் சந்தித்துக் கொள்வதாகவும் குறுகிய காலத்திற்கு இருவரும் நெருங்கி இருக்கப்போகிறார்கள் என்பதான கதைச் சூழலை உருவாக்குவதற்காக ஓய்வு தேவைப்பட்ட ஸௌமியா(தங்கை) பம்பாயிலிருந்து சென்னைக்கு ஸவிதாவின் (அக்கா) வீட்டிற்கு வந்திறங்குவதில் கதையைத் தொடங்குகிறார் சூடாமணி.

சகோதரிகளாக வாழ்ந்த காலத்தில் ஸௌமியாவும் ஸவிதாவும் என்னென்ன விதங்களில் ஒத்தவர்களாக ஒன்றுபோல் இருந்தார்கள் என்பதையும் மனைவிகளாக மாறியபின் என்னவிதங்களிலெல்லாம் வேறுபட்டவர்களாக ஆகிவிட்டார்கள் என்பதையும் அடுக்கிக் காட்டுவதுதான் கதையின் கட்டமைப்பு. ஸவிதாவின் வருகை நடந்த முதல் நாள் இரவைப் பற்றிய விவரிப்பு இது:

> *மற்றவர்களுக்கு உறைப்புச் சமையலைப் பரிமாறிவிட்டுத் தானும் தங்கையும் மட்டும் காரமில்லாத சாம்பாரை உட்கொள்ளும்போது அந்த ஒத்த ருசி இன்னும் ஆழ்ந்த*

ஒற்றுமைகளின் சிறு அடையாளமாய்த் தோன்றியது. அவ்விருவருக்கும் காபியில் ஒரே அளவு இனிப்பு வேண்டும். இருவருக்கும் அகலக் கரை போட்ட புடைவைதான் பிடிக்கும். மாலை உலாவலைவிட விடியற்காலையில் நடந்துவிட்டு வருவதில்தான் இருவருக்கும் அதிக இஷ்டம். உறக்கத்தினிடை இரவு இரண்டு மணிக்குச் சிறிது நேரம் கண்விழித்து நீர் அருந்திவிட்டு, மறுபடி தூங்கப் போகும் வழக்கம் இருவருக்கும் பொது. இப்படி எத்தனையோ! ஒரே வேரில் பிறந்த சின்னச் சின்ன இணக்கங்கள். ஒவ்வொன்றுமே ஒவ்வோர் இனிமை. ஸவிதா நாற்பது வயதாகப் போகிறது. ஸௌம்யா அவளைவிட மூன்றரை வயது இளையவள். ஆனால் அந்த இனிமைக்குச் சிரஞ்சீவி யௌவனம். ஏனென்றால் அவர்கள் இருவரும் ஒன்று.

உணவுப்பழக்கங்கள் மாறவில்லை. உடைத்தெரிவுகள் மாறவில்லை. காலை நடை, இரவுத் தூக்கத்தினிடையே எழுந்து தண்ணீர் குடித்துவிட்டுத் திரும்பவும் படுக்கும் பழக்கம் எனச் சின்னச்சின்ன நடவடிக்கைகள் எதுவுமே மாறவில்லை என்பதைத் தொடக்கத்தில் சொல்லிவிட்டு, செயல்கள் மாறவில்லை; கருத்துகள் மாறியிருக்கின்றன என்பதைக் காட்டுவதற்காக கதையின் நிகழ்வுகளை அடுக்கிறார். செயல்பாடுகளில் பெரிதாக அவர்கள் இருவரும் மாறவில்லை என்பதில் இருவருக்கும் ஏற்பட்ட திருப்தியை சொல்லும் விவரிப்பை ஆசிரியர் கூற்றாகவே சொல்கிறார்:

"இத்தனை வருஷம் ஆனாப்பலேயே தோணலே. ஸவி தலை கொஞ்சம் நரைக்க ஆரம்பிச்சிருக்கு. வேறெதும் வித்தியாசமில்லே" என்றாள்.

நரை! ஸவிதா லேசாய்ச் சிரித்துக் கொண்டாள். 'காலம் செய்யக்கூடியதெல்லாம் அவ்வளவுதான். பாவம் வருஷங்கள்!' என்று சொல்வதுபோல் இருந்தது. அந்தச் சிரிப்பு.

பழக்கவழக்கங்களில் சகோதரிகள் இருவரிடையேயும் வேறுபாடுகளோ வித்தியாசங்களோ காணப்படவில்லை எனக் காட்டும் சூடாமணி, அவர்களின் பார்வைகள் -குறிப்பாகத் தன்னைத் தவிர்த்து மற்றவர்களைப் பற்றிய பார்வைகளும்

கருத்தியல் சார்ந்த நம்பிக்கைகளும் மாறிப்போய் விட்டன என்பதைக் காட்ட ஒவ்வொரு நிகழ்வாக ஸௌமியாவின் முன்னால் நிகழ்த்திக்காட்டுகிறார். அந்நிகழ்வுகளின் மீதான இருவரின் பார்வைகளும் வேறுவேறாக இருக்கின்றன. இதைப் புரியவைப்பதற்காக நிகழ்ச்சிகளை எழுதிக்காட்டாமல் பாத்திரங்களின் கூற்றாக உரையாடல்களை எழுதிக்காட்டுகிறார்.

முதல் நிகழ்வு ஸவிதாவின் மகன் நண்பர்களோடு ஒரு இரவு தங்குவதற்கு அனுமதிப்பது.

> "அம்மா, நாளைக்கு எங்க காலேஜில் எம்.எஸ்ஸி. முடிச்சுட்டுப்போற ஸ்டூடண்ட்ஸுக்கெல்லாம் 'ப்ரேக் அப்' பார்ட்டி நடக்கிறது. நான் நாளைக்குச் சாயங்காலம் வீட்டுக்கு வரமாட்டேன். ராத்திரி தங்கிட்டு அடுத்த நாள்தான் வருவேன்" என்றான்.
>
> "சரி" என்றாள் ஸவிதா. ஸௌம்யா அவனை ஏறிட்டுப் பார்த்தாள்.

இப்படி அனுமதிப்பதை ஸௌம்யாவால் ஏற்கமுடியவில்லை. அக்காவிடம் தன் நிலைபாட்டைச் சொல்லியே விடுகிறாள்.

> *"இப்படியெல்லாம் வீட்டை விட்டு வெளியே தங்க ஆரம்பிச்சுதான் இந்தநாள் பசங்க எல்லா வழக்கங்களையும் கத்துக்கறா. இல்லையா? சுருட்டு, கஞ்சா, குடி அப்புறம் கோ-எட் வேற.. நான் இப்ப ராஜுவை ஏதும் பர்சனலாய்ச் சொல்லலே."*
>
> *"புரிகிறது ஸௌமி. ஆனா காலம் மாறரதை நாம் தடுத்து நிறுத்திட முடியுமா?"*
>
> *"குழந்தைகளை நாம் தடுத்துக் காப்பத்தலாமே?"*
>
> *"உலகம்னா இப்படியெல்லாம் இருக்குன்னு தெரிஞ்சுண்டுதான் இந்த நாள் பசங்க வாழ்ந்தாகணும். அதுக்குமேல ஒழுங்காகவோ ஒழுக்கங்கெட்டோ நடந்துக்கறது அவா கையில இருக்கு."*

எல்லாவிதத்திலும் ஒன்றுபோல இருப்பதாக நம்பும் சகோதரிக்குப் பிள்ளை வளர்ப்பில் வேறுவிதமான பார்வை இருக்கிறது என்பது முதல் இடறல். அவளுக்கு மேலும் இடறல்களையும்

வேறுபாடுகளையும் காட்டுவனவாக இருப்பன கலை, இலக்கியம் பற்றிய பார்வைகள். குறிப்பாகச் சினிமா, பத்திரிகைகள், அவற்றில் வரும் கதைகள் போன்றவற்றில் ஆண் -பெண் உடல்கள், உறவுகள் குறித்த பார்வைகளில் வேறுபடுகிறார்கள்.

தங்கை ஸௌமியா, தான் எழுதிய கதையை அக்கா பாராட்டுவாள் என எதிர்பார்த்து அவளிடம் தருகிறாள். கதையை அதன் மொழிநடைக்காக ரசித்துப் பாராட்டும் அக்கா, அதன் விஷயம் பற்றிக் கேட்டபோது,

> *"ரொம்ப அருமையாய் எழுதியிருக்கே ஸௌமி! நீ காலேஜில் இங்கிலீஷ்லே மெடலிஸ்ட்னு ஒவ்வொரு வரியும் சொல்றது. அற்புதமான நடை."*
>
> *"நடை கிடக்கட்டும். விஷயம் எப்படி?"*
>
> *ஸவிதா ஒரு கணம் தயங்கினாள். பிறகு, "நல்ல கதைதான், ஆனா... நவீன ஃபேரி டேல்ஸ் மாதிரி இருக்கு" என்றாள்.*
>
> *"நம்மைச் சுத்தி எங்கே பார்த்தாலும் ஆபாசமும் பயங்கரமும் இருக்கறதனால எழுத்திலேயாவது நல்லதையும் தூய்மையையும் காட்டணுங்கிறது என் லட்சியம்."*
>
> *இருவரும் மௌனமானார்கள். அந்த மௌனம் ஸவிதாவின் நெஞ்சில் உறுத்தியது.*

என எழுதுகிறார் சூடாமணி. வாசிக்கும் பத்திரிகைகளில் கூடத் தீவிரத்தை எதிர்பார்க்கிறாள் தங்கை. ஆனால் எல்லாவற்றையும் வாசித்துவிட்டுக் கடந்துவிட வேண்டுமென நினைப்பவளாக இருக்கிறாள் அக்கா. அது வெளிப்படும் நிகழ்வாக அவர்கள் பார்த்த சினிமாவைப் பற்றிய உரையாடல் எழுதப்பெற்றுள்ளது:

> *"இப்படிப் பச்சையாய் எடுத்தால்தான் நல்ல படம்னு அர்த்தமா? இப்போதெல்லாம் சினிமா, இலக்கியம் எல்லாத்திலேயும் இந்தப் பச்சைத்தனம் ரொம்ப அதிகமாகி அசிங்கமாயிண்டு வரது. உனக்கு அப்படித் தோணலே?" என்றாள்.*
>
> *"நாம அசிங்கத்தை விட்டுட்டு அதிலெல்லாம் இருக்கக்கூடிய கதை, கலை முதலான நல்ல அம்சங்களை மட்டும் எடுத்துண்டு ரசிப்போம்."*

சினிமாவைப் பற்றிய பார்வையில் வேறுபாடுகள் வெளிப்படுவதுபோலவே சமூக நடப்பில் தனிமனிதர்கள் எடுக்கவேண்டிய பொறுப்புகள் குறித்தும் இருவரும் வேறுபட்டவர்களாக இருக்கிறார்கள் என்பதை வீட்டிற்கு வெளியே நடக்கும் நிகழ்வொன்றின் மூலம் காட்டுகிறார். அக்காள் உறுப்பினராக இருக்கும் மகளிர் சங்கத்தின் - லேடீஸ் கிளப்பின் நிகழ்ச்சி நிரல் அது. அங்கே நடந்ததில் இருவரின் மனங்களும் விரிசலாக இருப்பதைச் சகோதரிகள் உணர்கிறார்கள்.

மன்றத் தலைவி ஸவிதாவிடம் அருகாமையில் உறைந்த ஓர் ஏழைப் பையனைப் பற்றி அன்று கூறினாள். கால் விளங்காத அவனைக் குடும்பத்தார் கைவிட்டார்களாம். பையன் படிக்க வேண்டும். அதைவிட முக்கியமாய்ச் சாப்பிட்டாக வேண்டும். அருகிலிருந்த ஒரு பள்ளிக்கூடக் காம்பவுண்டுக்குள் நாலைந்து நாட்களாகப் படுத்துக்கொண்டு அங்கிருந்து நகரமாட்டேனென்று அடம்பிடிக்கிறான். அவனது உடனடி விமோசனத்துக்காக மன்றத்தலைவி நிதி திரட்டிக் கொண்டிருந்தாள். "உங்களாலானதைக் கொடுங்க" என்று அவள் கேட்டபோது ஸவிதா பத்து ரூபாயை எடுத்துக் கொடுத்தாள். "நீங்க...?" என்று அப்பெண்மணி ஸௌம்யாவைப் பார்த்துக் குரலை நீட்டினாள். கணநேரம் தாமதித்த ஸௌம்யா ஒருதரம் சகோதரியை ஏறிட்டு விட்டுத் தன் பங்காக ஐந்து ரூபாயைக் கொடுத்தாள்.

வீடு திரும்பும் வழியில் ஸவிதா, "பாவம், இல்லே அந்தப் பையன்?" என்றபோது ஸௌம்யா உடனே பதில் சொல்லவில்லை.

"என்ன ஸௌமி பேசாமலிருக்கே?"

"என்ன பேசறது? பாவம். எனக்கு மட்டும் வருத்தமாயில்லேன்னு நினைக்கிறியா? ஆனா.."

"ஆனா...?"

"இதெல்லாம் பெரிய பெரிய நிறுவன அடிப்படையில் சமாளிக்க வேண்டிய பிரச்சினை. தனி மனுஷா உதவியில் என்ன ஆகும்? நம்ம நாட்டில் வறுமை ஒரு அடியில்லாத பள்ளம். அதில் எத்தனை போட்டாலும் நிரம்பாது.

அதனால், போட்டு என்ன பிரயோசனம்?"

"அடியில்லாத பள்ளந்தான். போட்டு நிரம்பாதுதான். அதனால் போட்டவரைக்கும் பிரயோசனம்."

சட்டென்று பேச்சு தொய்ந்தது. இருவரும் மௌனமாகவே வீடு வந்து சேர்ந்தனர்.

இந்த விரிசலின் உச்சமாகத் தங்கை நினைத்தது அக்காவிற்குக் கடவுள் நம்பிக்கை இல்லாமல் போய்விட்டது என்பதை அறிந்தபோதுதான்.

"ஆனா இங்கே பூஜை அறையே இல்லையே?" என்றாள் தொடர்ந்து.

"இல்லாட்டா என்ன? மனசிலேயே வேண்டிக்கோயேன். நம்பிக்கை இருந்தால் அது போதாதா?"

"நம்பிக்கை இருந்தால்னா? உன் நம்பிக்கை அந்த மாதிரின்னு சொல்றயா?" திடீரென்று ஸௌம்யாவின் முகம் மாறியது. "அல்லது உனக்கு நம்பிக்கையே இல்லைன்னு அர்த்தமா?"

"நான்... நான் அதைப்பத்தி ஏதும் யோசிச்சுப் பார்த்தது கிடையாது" ஸவிதாவுக்கு சங்கடம் மேலோங்கியது. "இப்போ எதுக்கு விவாதம் ஸௌமி, ஊருக்குக் கிளம்பற சமயத்திலே?"

"என்ன ஸவி இது! இவ்வளவு பெரிய விஷயத்தைப் பத்தி உனக்கு ஏதும் தீர்மானமான அபிப்ராயம் இல்லையா?"

கடவுளின் தேவை மற்றும் இருப்பு பற்றிய அக்காவின் தீர்மானமில்லாத போக்குக்கு முன்னால் அப்பாவின் மீது கொண்டிருந்த பற்றும் உணர்ச்சிகரமான பிடிமானமும் தங்கைக்கு ஆச்சரியம் ஊட்டுகிறது. அதனை வெளிப்படுத்தும் கருவியாக இருவருக்கும் கிடைத்த கட்ஜாடி இருக்கிறது.

சகோதரிகள் இருவரும் அவர்களின் அப்பாவை அப்பாவின் நினைவை எப்படிப் பார்க்கிறார்கள் என்ற பார்வையோடு தொடர்புடையது அந்தக் கட்ஜாடி மீது கொண்ட பிடிமானம். மகள்கள் இருவரும் அப்பா வாங்கிவைத்திருந்த ஒரு ஜோடி கட்கிளாஸ் ஜாடிகளை ஆளுக்கொன்றாய் எடுத்துச் சென்று அவரின் ஞாபகமாய் வைத்துக் கொள்வது என்ற முடிவில்

பிரித்திருந்தார்கள். அதனை ஸவிதா பாதுகாப்பாக அலமாரியின் மேல் வைத்திருந்தாள். அதைக் கீழே விழுந்துவிடும் விதமாகத் தன் மகன் மோதிவிட்டபோது பதறிப்போகிறாள். ஜாடி விழுந்து நொறுங்கியிருந்தாள் தனது உயிரே போனதாக நினைத்திருப்பேன் என்கிறாள். ஆனால் இதற்கு மாறாக ஸௌமியா அந்த ஜாடியை அழகாக இருக்கிறது என்று சொன்ன மாடிவீட்டுக்காரிக்கு அன்பளிப்பாகக் கொடுத்துவிட்டேன் என்கிறாள்.

உணவு, உடை, உறக்கம் எனப் பழக்கவழக்கங்கள் எதிலும் வேறுபாடுகள் இல்லாமல் வளர்க்கப்பட்ட இரண்டு பெண்கள் சகோதரிகள் பிறந்த வீட்டிலிருந்து புகுந்த வீட்டிற்குப் போன பின்பு வேறுவேறாய் ஆகிப்போனார்கள் என்பதை நுட்பமாக எழுதிக் காட்டச் சின்னச் சின்ன நிகழ்ச்சிகளையும் அதனையொட்டி நடக்கும் உரையாடல்களையும் பயன்படுத்தும் சூடாமணி தனது சார்பு ஏதாவதொரு பாத்திரத்தின் பக்கம் இருக்கிறது என்பதாகக் காட்டிவிடவும் கூடாது என்பதிலும் கவனம் செலுத்தியிருக்கிறார்.

> *ஒன்றாய்ப் பிறந்து வளர்ந்தவர்கள்தான். ஒரே மரபினாலும் ஒரே வகையான பராமரிப்பாலும் உருவானவைதான் அவர்களுடைய எண்ணங்களும், கண்ணோட்டங்களும், மதிப்புகளும்! ஆனால் வளர வளர அவற்றில் எவ்வளவு மாறுபாடு? ஒவ்வொரு மனித உயிரும் ஓர் அலாதியா? அதன் தனிப்பட்ட தன்மையை ஒட்டித்தான் வாழ்க்கை எழுப்பும் எதிரொலிகள் அமைகின்றனவா? ஒருவரையொருவர் தெரியும் புரியும் என்று சொல்வதெல்லாம் எத்தனை அறிவீனம்? எவ்வளவு நெருங்கிய உறவாயிருந்தாலும் ஒவ்வொரு முறையும் ஒவ்வொருத்தரையும் ஒரு புதிய இருப்பாகத்தான் கண்டு அறிமுகம் செய்துகொள்ள வேண்டியிருக்கிறது. காலம் கொண்டுவரும் மாற்றம் வெறும் நரை மட்டுமல்ல...*

அன்பு... அது அடியிழை, உள்ளுயிர்ப்பு. அது இருப்பதாலேயே, வேறுபாடுகளினால் அழிவு நேர்ந்துவிடாதிருக்கத் தான் அது இருக்கிறது

கதைசொல்லியான ஆசிரியர் கூற்றில் இப்படியொரு பத்தியை அவர் எழுதினாலும் சூடாமணியின் சார்பும் பார்வைக்கோணமும் எல்லாவற்றையும் அதன் போக்கில் ஏற்றுக் கொள்ளும் அக்காவின்

பார்வையோடு நெருக்கம் கொண்டது என்பதைக் கதையை வாசிக்கும் ஒவ்வொருவரும் புரிந்துகொள்ள முடியும். ஏனென்றால் தனது செயல் மறுபரிசீலனைக்குரியது என்ற கோணத்தில் அக்கா ஸவிதா எதனையும் நினைத்துக்கொள்வதில்லை. ஆனால் தங்கை ஸௌமியா ஒவ்வொரு நிகழ்வின் பின்னும் அப்படியான மறுபரிசீலனைகளை மனதிற்குள் உருட்டிக்கொண்டே இருக்கிறாள்.

யாருடைய பார்வைக்கோணம் மறுபரிசீலனைக்குரியதாகவும் மாற்றம் செய்ய வேண்டியதாகவும் இருக்கிறது எனப் புனைவில் காட்டுவதில் வேறுபடுத்தி எழுதுவதில் வெளிப்படுகிறது பெண்ணியப்பார்வை. இத்தகைய நிலைப்பாடுகளின் வழி ஆரவாரமில்லாமல் பெண்ணியச் சார்பு மேற்கொண்டவர் சூடாமணி என்பது அவரின் பல கதைகளில் வெளிப்பட்டிருக்கிறது.

6. கடந்த காலத்தின் பெண்கள்:
எம்.ஏ.சுசிலாவின் ஊர்மிளை

மனித வாழ்க்கை என்பது ஒற்றைநிலை கொண்டதல்ல. அதற்குள் முதன்மையாக இரட்டைநிலை உருவாக்கப்படுகிறது. இரட்டைநிலை உருவாக்கம் என்பது மனித உயிரியின் பெருக்கமும் விரிவாக்கமும் மட்டுமல்ல. அனைத்துவகை உயிரினங்களும் பெண் - ஆண் என்னும் பாலியல் இரட்டை வழியாகவே நிகழ்கின்றன. உயிரியல் அறிவாக நாம் விளங்கியிருக்கும் இவ்விரட்டையின் ஒவ்வொரு பக்கமும் இன்னும் இன்னுமாய் இரட்டைகளை உருவாக்கிப் பலநிலைகளை உருவாக்குவதன் மூலம் எண்ணிக்கையில் விரிகிறது.

பெண் - ஆண் என்னும் பொதுச்சொற்களைக் குறிப்பான வெளிகளே பாத்திரங்களாக ஆக்குகின்றன. முதன்மையாக வாழிடம் என்னும் குறிப்பான வெளியே தாய், தந்தை, மனைவி, கணவன், மகள், மகன், சகோதரி, சகோதரன், பேத்தி, பேத்தி, சித்தப்பா, சித்தி, அத்தை, மாமா என்னும் ரத்த உறவுப் பாத்திரங்களையும் உருவாக்குகிறது. ரத்த உறவுப் பாத்திரங்களோடு கொள்ளும் உறவின் வழியாகக் கிளைவழிப்பாத்திரங்கள் உருவாகின்றன. வாழிடம் வழியாக உருவாகும் இந்த உருவாக்கம் காரணமாகவே குடும்பம் என்னும் அமைப்பு அடிப்படை அமைப்பாகவும் அதிக அதிகாரத்துவம் கொண்ட அமைப்பாகவும் விளங்குகிறது. அதன் நேர்மறைக்

கூறுகளும் எதிர்மறைக்கூறுகளும் எல்லாச் சமூகங்களிலும் உணரப்பட்டுள்ளன. குடும்பத்திற்குள் நுழைபவர்களாகவும் வெளியேறுபவர்களாகவும் மருமகன், மருமகள், அண்ணி, கொழுந்தி, மைத்துனன் போன்ற பாத்திரங்களைக் கொண்டிருக்கிறது. குடும்ப வெளி என்னும் குறிப்பான வெளிகளிலிருந்து வெளியேறிப் பணியிடம், பொழுதுபோக்கிடம், கற்றல் வளாகம், சாதனைக்கூடம் எனப் பொதுவெளிகளில் நுழையும்போது உருவாகும் பாத்திரங்களோ இரட்டைநிலைகளை அழித்தும் வேறுவகை இரட்டைநிலை உருவாக்கியும் பெருக்கங்களை உருவாக்குகின்றன. உருவாக்கப்பட்ட இரட்டைகளை அழிப்பதின் வழியாக ஒன்றோடொன்று கலந்து இன்னொன்றாக மாறும் விதிகளே சமூக அறிவியலாகப் புரிந்து கொண்டுள்ளோம்.

நடைமுறை வாழ்க்கையில் இருக்கும் இந்த இயங்கியல் விதிகளே புனைவு வாழ்க்கையின் அடிப்படைகளாக இருக்கின்றன என்பதுதான் கலையின் - இலக்கியத்தின் விநோதம். இதனை உள்வாங்கியப் பெண்ணியக் கோட்பாடு தொடர்ச்சியாக முதலில் குடும்பத்தையே கேள்விக்குட்படுத்துகிறது. சிறுகுடும்ப அமைப்புகள், பெருங்குடும்ப அமைப்புகளாகவும் கூட்டுக்குடும்ப அமைப்புகளாகவும் மாறிய காலகட்டம் உலகம் முழுவதும் நிலவுடைமையை அடிப்படையாகக் கொண்ட வேளாண்மைச் சமூகக் காலகட்டமே. வேளாண்மைச் சமூகத்தின் குடும்ப அமைப்பிலிருந்து நிகழ்காலக் குடும்ப அமைப்பு முற்றிலும் வேறானது. அதேபோல் வேளாண்மைச் சமூகத்திற்கு முந்திய நாடோடி வாழ்க்கைக் காலத்திலும் வேட்டைச் சமூகக் காலத்திலும் குடும்ப அமைப்பு வேறாகவே இருந்திருக்கும். குடும்ப அமைப்பு வெவ்வேறு காலகட்டத்தில் தொடர்ச்சியான மாற்றங்களை அடைந்திருந்தபோதிலும் பெண்களுக்கான தனி வெளிகளைக் கட்டுப்படுத்தும் அமைப்பாகவே இருந்துவந்துள்ளது என்பது பெண்ணியவாதிகள் வைக்கும் விமரிசனம். அவ்விமரிசனத்திற்கு அரண்செய்யும் விதமாகப் பழைய இலக்கியங்களில் பெண் பாத்திரங்கள் எவ்வாறு எழுதப்பெற்றன என்பதை எடுத்துக்காட்டிப் பேசுகின்றனர். பழைய இலக்கியங்கள் எனப் பொத்தாம் பொதுவாகச் சொன்னாலும் ஒரு மொழியில் அல்லது நாடு என்னும் பெருவெளியில் அதிகம் தாக்கம் செய்த இலக்கியங்களை மறுபார்வைக்கு உட்படுத்தவேண்டுமெனக் கேட்டுக் கொள்கின்றது.

பெண்ணியத் திறனாய்வு முன்வைக்கும் இக்கோரிக்கையை உள்வாங்கிய பெண்ணெழுத்தாளர்கள் -குறிப்பாகப் பெண்ணியத்தை உள்வாங்கிய கவிகளும் புனைகதையாளர்களும் மரபிலக்கியக் கதாபாத்திரங்களைக் குறியீடுகளாக்கிப் புதிய கேள்விகளை எழுப்புகின்றனர். பெண் சார்பில் நின்று ஆண் எழுத்தாளர்களும்கூட இந்தக் குறியீடுகளைத் தங்கள் எழுத்துக்கான கருவிகளாகக் கொண்டிருக்கின்றனர். நவீனக் கவிதைகளும் நாடகங்களும் சிறுகதைகளும் இத்தகைய எழுத்துகளை அவ்வப்போது வாசிக்கத் தந்துகொண்டே இருக்கின்றன.

நவீனத் தமிழின் இலக்கியப்பரப்பில் அதிகமும் குறியீடுகளாக ஆக்கப்பட்ட பனுவல்களாக இருப்பவை ராமாயணம், மகாபாரதம் போன்ற இதிகாசங்களே. அடுத்த நிலையில் சிலப்பதிகாரம், மணிமேகலை, நளவெண்பா, அரிச்சந்திர புராணம் போன்றனவும் பெரிய எழுத்துக் கதைப் புத்தகங்களும் இருக்கின்றன. ஏனெனில் இவற்றின் மையப்பாத்திரங்களின் வழி கட்டமைக்கப்பட்ட சமூக வாழ்வியலில் பெண்களின் பாத்திரங்களும் திணறிக் கொண்டிருக்கின்றன. புதுமைப்பித்தனின் சாப விமோசனம், அகல்யா போன்றன அனைவரும் அறிந்த கதைகள். அசோகவனத்துச் சீதை என்னும் பிம்பமும், பேசா மடந்தையாய் இருந்த கண்ணகி, நீதியைத் தட்டிக்கேட்ட கண்ணகி போன்ற பிம்பங்களும் திரும்பவும் நினைவூட்டப்பட்டுள்ளன. மணிமேகலை, நளாயினி, சந்திரமதி, அகல்யா போன்ற பாத்திரங்கள் திரும்பத் திரும்ப எழுதப்பெற்ற பாத்திரங்கள். பழைய இலக்கியங்களான புராணங்களையும் தொன்மங்களையும் காப்பியங்களையும் மறுவிளக்கம் செய்தல் என்பது கோட்பாட்டு இலக்கியத்தின் பணியாக உலகம் முழுவதும் - வளர்ச்சியடைந்த மொழிகள் பலவற்றிலும் இருக்கும் போக்காகும். மையப் பாத்திரங்களாக இல்லாத நிலையிலும் சில பாத்திரங்கள் புனைவு வழியாக மறுவிளக்கங்கள் பெற்றுள்ளன. இங்கே ஊர்மிளை என்னும் துணைப் பாத்திரத்தின் வழியாக உருவாக்கப்பெற்ற கதையொன்று பெற்றுள்ள மறுவிளக்கத்தைப் பார்க்கலாம்.

தொடர்ச்சியாக உலக இலக்கியங்களைத் தமிழுக்கு மொழிபெயர்ப்புச் செய்யும் தமிழ்ப் பேராசிரியர் எம்.எ.சுசிலா மதுரையின் புகழ்பெற்ற பாத்திமா கல்லூரியில் பணியாற்றி ஓய்வுபெற்றவர். மொழிபெயர்ப்பில் ஈடுபடுவதற்கு முன்பே

பெண்ணியத்தை உள்வாங்கிய புனைகதை ஆசிரியராகவும் விளங்கியவர். யாதுமாகி என்றொரு நாவலையும் (2014)தேவந்தி(2011), தடை ஓட்டங்கள்(2001), புதிய பிரவேசங்கள் (1994), பருவங்கள் மாறும்(1985) சிறுகதைத் தொகுப்புகளையும் வெளியிட்டுள்ளார்.

2012, ஆம் ஆண்டு தினமணிக்கதிரில் வெளியான கதை ஊர்மிளை. அக்கதையை எழுதிய எம்.ஏ. சுசிலா,

> *இருள் பிரியாத புலர் காலைப்பொழுதில் கிளம்புவதற்கான ஆயத்தங்களுடன் அரண்மனை முகப்பில் அந்தத் தேர் நின்றுகொண்டிருந்தது. சீதையின் வரவை எதிர்நோக்கியபடி சாரதிக்கு அருகே இறுகிய முகத்தோடு இலட்சுமணன்.*

எனத்தொடங்கி,

> *தேர்த்தட்டில் இலட்சுமணனின் பயணம் தொடங்கியபோது செம்பிழம்பாய் இருந்த மாலைச் சூரியன், வானத்துக் கருமேகங்களுக்குள் தன்னை ஒளித்துக் கொள்ள முயன்று கொண்டிருந்தான்.*

என முடிக்கிறார். இந்தத் தொடக்கத்திற்கும் முடிவுக்கும் இடையில் உருவாக்கப்படும் புனைவுகள் அனைத்தும் புதியன அல்ல. வான்மீகி அல்லது கம்பன் உருவாக்கித் தந்த அதே புனைவு வெளியே மாற்றப்படுகின்றன.

சீதையை அழைத்துச் செல்வதற்காகத் தயாராக இருக்கும் இலட்சுமணன் ஏன் வெளியே செல்கிறோம் என்பதைக் கூடச் சொல்லாமல் அவளை அழைத்துச் செல்கிறான். அப்படி அழைத்துச் செல்லவேண்டும் என்பது இராமனின் உத்தரவு. போகும் வழியில்கூடக் காரணத்தைச் சொல்லவேண்டும் என்பதில்லை. போய்ச் சேரவேண்டிய இடமான வால்மீகியின் ஆஸ்ரமத்தை அடைந்தபின் அரசன் இராமனின் அரசநீதிக்கு இப்படியொரு சிக்கல் வந்துள்ளது; அதனால் திரும்பவும் தன் மனைவியான சீதையைக் காட்டிற்கு அனுப்பி வைத்துள்ளார் என்பதைச் சொன்னால் போதும் என்பதாகப் பழைய ராமாயண நிகழ்வை மாற்றி எழுதும் கதாசிரியர், ராமாயணத்தில் அதிகமும் பேசாதிருந்த பாத்திரமான ஊர்மிளையை இலட்சுமணனின் மனைவியான ஊர்மிளையைப் பேசவைப்பதின் மூலம் பெண்களின் மன உணர்வினையும் விருப்பங்களையும் நிலைப்பாடுகளையும் முன்வைக்கிறார்.

"இந்தக் காரியத்தை நான் என் உள்நெஞ்சின் ஒப்புதலோடு செய்து கொண்டிருப்பதாகத்தான் நீயும் கூட நினைக்கிறாயா தம்பி" தழுதழுத்துத் தள்ளாடும் இராமனின் சொற்களை அதற்குமேல் பொறுத்துக் கொள்ள ஆற்றாமல் வெடித்துச் சிதறுகிறான் இலட்சுமணன்.

"மணிமகுடம் என்ற முள் கிரீடத்தைத் தரித்துக் கொண்டிருப்பவர்கள், உள் நெஞ்சின் வழிகாட்டுதலோடு மட்டுமே எப்போதும் இயங்கிவிட முடிவதில்லை இலட்சுமணா! ஆயிரம் திசைகளை நோக்கி நீளும் ஆயிரம் வழிகாட்டும் நெறிகள் அவர்களுக்காகக் காத்துக் கொண்டிருக்கின்றன. இந்த பாரத்தை அன்றே பரதன் ஏற்றுத் தொடர்ந்திருந்தால் என் உள்ளம் சொல்வதை மட்டுமே நான் கேட்கும் வாழ்வு எனக்கு வாய்த்திருக்கும்"

அரச நீதியின் பெயரால், தன் மனைவியைத் திரும்பவும் காட்டுக்கு அனுப்பும் உத்தரவைத் தம்பிக்குச் சொல்லிவிட்டுப் பொய்யாக விடைபெற்றுச் சென்றவன் ராமன். அதனை எப்படி நிறைவேற்றுவது எனத் தவிக்கும் இலட்சுமணனின் மனதைப் புரிந்துகொள்ளும் பக்குவம் கொண்டவளாக இருந்தாள் ஊர்மிளை. ஆனால் இலட்சுமணனுக்குத்தான் அவளைப் புரிந்துகொள்ளும் ஆர்வம் இல்லை. ஆர்வம் இல்லை என்பதைவிட, அண்ணன் மீது கொண்ட பக்தியால் அப்படி இருக்கிறான் என்பதைச் சுட்டிக்காட்டுகிறார் கதாசிரியர்.

உணவு பரிமாறும் வேளையில் அவனது முகக் குறிப்பிலிருந்தே அவன் நெஞ்சின் நெருடலை இனம் கண்டுவிட்ட ஊர்மிளை அவன் தலையை ஆதரவாய்க் கோதியபடியே இவ்வாறு கேட்கிறாள், "இன்று உங்கள் அண்ணா...என்ன சுமையை உங்கள் தலையில் ஏற்றி வைத்திருக்கிறார்?"

இந்தக் கேள்வி இலட்சுமணனை எரிச்சலூட்டி மெல்லிதான ஒரு கோபத்தையும் அவனுள் படரவிட்டபோதும் தன் உள்ளத்தை இத்தனை துல்லியமாக அவளால் படிக்க முடிந்திருப்பது அவனுக்கு வியப்பூட்டுகிறது. அந்த வியப்பினூடே சிறு மகிழ்ச்சியும்கூட! திருமணமாகிச் சில நாட்களிலேயே அவளை விட்டுப்பிரிந்து போய் அகழி போல் நீண்ட கால இடைவெளி அவர்களுக்கிடையே

திரையிட்டிருந்தபோதும் தங்கள் மனங்கள் இன்னும் முற்றாக விலகி விட்டிருக்கவில்லை என்பது அவனுக்கு இலேசான ஆறுதலை அளிக்கிறது.

சிறிய உலாவாக வெளியே கிளம்பிப்போகிறோம் என்று சொல்லிச் சீதையை அழைத்துச் செல்லும் இலட்சுமணனின் மனம் குழம்பி நிற்கிறது. ஏனென்றால் அப்படிச் சொல்லி அழைத்துச் செல்வது பொய்யென்பது அவன் மனதுக்குத் தெரியும். அந்தக் கலக்கத்தோடுதான் அவனது செயல்கள் இருக்கின்றன. அண்ணனின் உத்தரவை ஏற்றுச் செயல்படுத்துவதற்காக அண்ணியை அழைத்து வருகிறான். அவள் வந்து ஏறுகிறாள். அவளோடு ஊர்மிளையும் வருகிறாள் என்ற காட்சியை தொடக்கக் காட்சியாக வைக்கிறார்.

அந்தப்புர அடைசலிலிருந்து விடுபட்டு வெளிக்காற்றின் சுவாசத்தை மீண்டும் நுகரவிருக்கும் பரிசுத்தமான ஆனந்தம் ஒன்று மட்டுமே அவளுக்குள் நிரம்பித் தளும்பிக் கொண்டிருக்கிறது.

அவளோடு இயல்பாகப் பேச முடியாமல் தயங்கித் தடுமாறும் இலட்சுமணன்,

"பார்த்து ஏறுங்கள் அண்ணி" என்று மட்டுமே மெல்லிய குரலில் முனகுகிறான்.

மீண்டும் ஒரு சிறிய சலசலப்புக் கேட்கிறது. சற்றும் எதிர்பாராத ஒரு தருணத்தில் ஊர்மிளையும் அங்கே வந்து சேர்கிறாள். சலனமே காட்டாத இயல்பான பாவனைகளுடன் ஏதோ ஏற்கெனவே பேசி வைத்துக் கொண்டதைப் போல தேரில் ஏறிச் சீதையின் அருகே அமர்கிறாள். அதைக் கொஞ்சமும் எதிர்பார்த்திராத இலட்சுமணன், இலேசாகத் துணுக்குற்றுப் போகிறான். ஆனாலும் கூட இலேசான ஓர் ஆறுதலின் நிழல் அவனுள் படர்கிறது. சீதையின் முகத்தை நேருக்கு நேராகப் பார்த்துக்கொண்டே தனியாகப் பயணம் செய்தாக வேண்டிய நிர்ப்பந்தம் இப்போது அவனுக்கில்லை...! ஒருக்கால் தன் தர்மசங்கடம் புரிந்துதான் தன் உதவிக்காக வந்திருக்கிறாளோ அவள்? நன்றி உணர்வோடு ஊர்மிளையை அவன் ஏறெடுத்துப் பார்த்தபோது சீதை அவளோடு ஏதோ பேசிக் கொண்டிருக்கிறாள்.

ஊர்மிளையும் சீதையும் பேசிக்கொண்டே வரும்போது இலட்சுமணன் அமைதியாகவே வருகிறான். என்றாலும் அவனது கண்களும் ஊர்மிளையின் கண்களும் அடிக்கடி சந்தித்துக் கொள்கின்றன. அதைக் கண்டுபிடித்துவிட்ட சீதை, அதை மனதில் வரவேற்றுப் பேசுகிறாள்:

"......இராவணனின் கையில் சிக்கும் வரை எந்தக் குறுக்கீடும், எவரது இடையீடும் இல்லாமல், வினாடி நேரம் கூட அவரை விட்டுப் பிரியாமல் வாழ்வது எனக்கு வாய்த்திருக்குமா என்ன?"

-வாய் மூடாமல் பேசிக்கொண்டிருந்த சீதைக்கு இந்தக் கட்டத்தில் தன் பேச்சில் ஏதோ ஓர் அபசுரம் தட்டுவது புலனாக, சற்றே இடைவெளி விடுகிறாள். இலக்குவனுக்கும் ஊர்மிளைக்கும் கண்கள் வழி நடந்தேறும் கருத்துப் பரிமாற்றம் அவளைத் தர்ம சங்கடத்துக்கு ஆளாக்கிவிடுகிறது.

"பதினான்கு ஆண்டுகள் ஐயாயிரத்துக்கும் மேலாக நீண்ட பகல்களும் இரவுகளும்...! எப்படித்தான் அந்தப் பிரிவைத் தாங்கிக்கொண்டாய் ஊர்மிளை...? அசோக வனத்து நாட்களே என்னை ஆட்டி வைத்துவிட்டன...! ஆனால் அத்தனை நாளும் இவன் தூக்கத்தையும் சேர்த்து நீ தூங்கியதாகத்தான் ஊரார் பேசிக் கொள்கிறார்களாம்...! பேசுபவர்களுக்கு என்ன? தங்களுக்கென்று வந்தால்தானே எந்த நோவின் வலியும் தெரியும்"

இப்போது போகும் பயணம் எதற்காக? எப்படி முடியப்போகிறது என்பதை அறிந்தவள் ஊர்மிளை. அதனை ஒட்டி அவளும் ஒரு முடிவோடு வருகிறாள். அதனை இலட்சுமணன் அறிய மாட்டான். அந்நிலையில் அவளது பேச்சுகளும் மனவோட்டங்களும் திட்டமிட்டவனவாக இருக்கின்றன. ராமனின் விருப்பங்களைத் தொடர்ந்து நிறைவேற்றும் இலட்சுமணனுக்கு ஓர் அதிர்ச்சியைத் தரவேண்டும் என முந்திய இரவே அவள் முடிவு எடுத்துவிட்ட தாகக் கதாசிரியர் சொல்கிறார்.

அந்தப் பேதை உள்ளம் போட்டு வைத்திருக்கும் கணக்கு இலட்சுமணனின் உள்ளச் சுமையை இன்னும் கூட்டுகிறது.

அதை இறக்கி வைக்கும் தவிப்புடனும் தாகத்துடனும் அவன் ஊர்மிளையை நிமிர்ந்து நோக்கியபோது அவள் கண்களின் வெறுமையான பார்வையும், அவற்றில் பொதிந்து கிடக்கும் மர்மமான ஏதோ ஒரு புதிரும் அவனுக்குள் கலவரத்தைக் கிளர்த்துகின்றன. சீதையின் பேச்சை ஆர்வமுடன் கேட்பதுபோல அவள் காட்டிக் கொள்வதும் கூட ஒரு பாவனை போலவே அவனுக்குப்படுகிறது.

நேற்றைய இரவின் கணங்கள் அவனுக்குள் ஊர்ந்து நெளிகின்றன.

தொடரும் பயணத்தில் பேச்சு மட்டுமில்லாமல் இயற்கைக் காட்சிகளையும் கண்டுகளித்தபடியே செல்கின்றனர் சீதாவும் ஊர்மிளையும். அதை எழுதும்போது முன்பு நிகழ்ந்த கொடும் நிகழ்வை நினைவூட்டும் பொன்மான் காட்சியைத் திரும்பவும் கொண்டுவருகிறது கதை.

"அந்த மானைப் பார்த்தாயா தம்பி...? முன்பு வந்த பொன்மானைப் போலவே இருக்கிறதல்லவா? பயந்து விடாதே, அதைத் தொடர்ந்து போகச் சொல்லி நான் ஒன்றும் உன்னை அனுப்பிவிட மாட்டேன்"

"அதை வலுவில் சென்று பிடிக்க வேண்டிய தேவையே இல்லை அண்ணி. இங்கே அருகிலிருக்கும் வால்மீகி முனிவரின் ஆசிரமத்தைச் சுற்றித்தான் இங்குள்ள மான்கள் எப்போதும் வலம் வந்து கொண்டிருக்கும்"

"என்ன...வால்மீகி மாமுனியா? ஊர்மிளை! நாம் போய் அவரைத் தரிசித்துவிட்டு வந்தாலென்ன?"

"தரிசிப்பதற்கென்று தனியாகப் போக வேண்டியதில்லை அண்ணி. இனிமேல் நீங்கள் தங்கப் போகும் இடமே அதுதான்... இது... அண்ணனின் விருப்பம்..."

எந்த உணர்வையும் இம்மியளவு கூடக் கலந்துவிடாமல் பசையற்ற இயந்திரத் தொனியில், உயிரின் சக்தி அனைத்தையும் ஒன்று கூட்டித் தயக்கத்தோடு இதைச் சொல்லி முடித்தபோது இலட்சுமணனின் உயிரே உலர்ந்து போய்விட்டது.

நச்சுப் பாம்பின் கொடும் விஷப் பல்லொன்று உக்கிரமாய்த் தீண்டியதைப் போல வினாடிக்கும் குறைவான நேரம் துடித்துப் போகும் சீதை அடுத்த கணமே நிதானத்துடன் நிமிர்கிறாள்."இது...இப்படி...நிகழாமல் இருந்திருந்தால் மட்டுமே நான் ஆச்சரியப்பட்டிருப்பேன். அவர் முகத்தில் மண்டியிருந்த இருளுக்கான காரணம் இப்போது புரிகிறது! உடன் வந்து ஆசிரமம் வழியைக் காட்டவாவது அண்ணாவின் அனுமதி உனக்கிருக்கிறதா இல்லையா இலட்சுமணா?"

இந்தப் பொன்மானும் இன்னொரு கொடும் நிகழ்வின் - மறுகானகப் பிரவேசமாக அமைந்துவிடுகிறது. அவளை அங்கேயே விட்டுவிட்டு ஊர்மிளையுடன் ஊர் திரும்பலாம் என நினைத்த இலட்சுமணனுக்குப் பேரதிர்ச்சியைத் தருகிறாள் ஊர்மிளை.

"நீங்கள் எனக்காக காத்திருக்க வேண்டாம். நான் சீதைக்குத் துணையாக இங்கேயே தங்கிவிட முடிவு செய்திருக்கிறேன்" என்று சொல்லிவிட்டு அவனது எந்த மறுமொழிக்கும் காத்துக் கொண்டிருக்காமல், சீதையின் கரத்தை இறுகப் பற்றியபடி வால்மீகியின் ஆசிரமத்துக்குள் நுழைகிறாள் ஊர்மிளை.

இங்கேயே கதை முடிந்துவிடுகிறது. ஊர்மிளையில்லாமல் தனியாகத் திரும்புகிறான் என்ற வரிகளை எழுதிக் கதையை முடிக்கிறார் கதாசிரியர். சிலவகை விடுதலையை முன்வைத்துக் கோட்பாடுகள் உருவாக்கப்படுகின்றன. அக்கோட்பாடுகள் இலக்கியத்திற்குள் நுழைந்து மறுவிளக்க இலக்கியங்களை உருவாக்குகின்றன. அப்படி உருவாக்கப்படும் மறுவிளக்க இலக்கியங்கள், பழைய இலக்கியங்கள் உருவாக்கித் தரும் வெளி, காலம், நிகழ்வுகள் மற்றும் பாத்திரங்கள் என்பனவற்றை மறுதலிப்பதில்லை. அப்படியே பயன்படுத்திக் கொள்கின்றன. ஆனால் பாத்திரங்களின் மனவோட்டங்களையும் அதன் வழி எடுக்கும் முடிவுகளையும் மாற்றம் செய்கின்றன. மனவோட்டங்களையும் முடிவுகளையும் தீர்மானிக்கும் இடத்தில் புதிதாக வரும் கோட்பாடுகள் வினையாற்றுகின்றன. அதன் வழியாகப் பெண் எழுத்தாளர்களின் தன்னிலை உருவாகின்றது. எம்.ஏ. எழுதியுள்ள ஊர்மிளை என்னும் கதை, பேசாதவளாக இருந்த ஊர்மிளையைப் பேசுபவளாகவும், எல்லாவற்றையும்

புரிந்துகொண்டு சமூகத்தின் போக்கோடு இயைந்து வாழ்ந்தவளாகவும் காட்டுவதோடு, தன்னை விட்டுப்பிரிந்திருந்த இலட்சுமணனைப் பிரிந்துவாழும் முடிவைத் தன்னிச்சையாக எடுக்கும் பாத்திரமாகவும் மாற்றுகின்றது. இந்த ஊர்மிளை வான்மீகியின் கம்பனின் ஊர்மிளை அல்ல; எம்.எ.சுசிலாவின் ஊர்மிளை.

7. மணவிலக்கமென்னும் கருத்தியல்:
ஜோதிர்லதா கிரிஜாவின் தலைமுறை இடைவெளிகள்

மனிதச் சிந்தனை என்பது எப்போதும் மனித மைய நோக்கம் கொண்டதாக இருக்கிறது. நிலம், நீர், வளி, ஒளி, வானம் என ஐந்து பரப்புகளும் இணைந்திருப்பதும், அவ்விணைவுக்குள் தாவரங்கள் -அவற்றின் உட்பிரிவுகளான செடிகள், கொடிகள், மரங்கள் என்பனவும், விலங்குகள் அதற்குள் நடப்பன, ஊர்வன, பறப்பன, நீந்துவன என்பனவும் முக்கியமானவை என்றாலும் மனிதர்கள் இவையெல்லாம் தங்களுக்காக உருவாக்கப்பட்டவை என்றே நினைக்கின்றனர். அவர்கள் உருவாக்கும் சொற்கள் எப்போதும் மனிதர்களை மையமிட்டே பொருளை அர்த்தத்தை உற்பத்தி செய்கின்றன. உலகம் என்ற சொல்லை மனிதர்களின் வெளியாகவே புரிந்து வைத்திருக்கிறது மனித மனம்.

'உலகம் கெட்டுப்போச்சு' என்ற சொல்லை உபயோகிக்கும்போது நதிநீர் சாக்கடையாகி விட்டதையும், நிலம் துளையிடப்பட்டு அடியாழத்தில் இருக்கும் வளிச் சேர்மானங்களையும் நீர்நிலைச் சேர்மங்களையும் வெளிக்கொண்டுவந்து பயன்படுத்துவதையும், மணல்படுகைகள் வெட்டி எடுக்கப்பட்டு விற்பனைப் பொருட்களாக மாறுவதையும் காடுகள் அழிக்கப்படுவதையும் பற்றி நினைப்பதில்லை. உலகம் இருக்கிறது என்பதை உணரவேண்டும்

என்றால், மனிதர்கள் இருந்துகொண்டே இருக்கவேண்டும். ஐந்து மண்டலங்களால் ஆன இந்த பூமியின் இருப்பு இயற்கைப் பொருட்களால் ஆனது மட்டுமல்ல. செயற்கைப் பொருட்களாலும் நிரப்பப்பட்டதே. செயற்கைப் பொருட்களைச் செய்வதற்கு மனிதர்கள் தேவை. ஒருவிதத்தில் மனிதர்களே செயற்கைப் பொருட்கள் தான். அறிவியலின் நிகழ்வுதகழ்வுப்படி ஓர் ஆணும் ஒரு பெண்ணும் சேர்ந்து உருவாக்கும் பண்டமாகவும் பிண்டமாகவும் உயிரியாகவும் மனிதர்கள் இருக்கிறார்கள்.

மனிதர்களை உருவாக்கும் தொழிற்சாலை குடும்பவெளி. அக்குடும்பவெளியை நிர்வகிக்க உருவாக்கப்படும் நடைமுறைகளே அறங்கள். குடும்ப அறங்களை உருவாக்கியது தனிமனிதர்களின் தேவைகளும் நெருக்கடிகளுமே என்பது மானிடவியல் என்னும் அறிவுப்புலப்பார்வை. ஆனால் சமயப்பார்வைகள் இதற்கு மாறானவை. குடும்ப வெளிக்குள் ஒருத்தியோ ஒருவனோ உறுப்பினராக ஆவதைத் தீர்மானித்தது கடவுளின் செயல் என்கின்றன சமயங்கள். சொர்க்கத்தில் நிச்சயிக்கப்படுகின்றன திருமணங்கள் என்ற புகழ்பெற்ற சொற்றொடரின் மாற்றுவடிவங்களை ஒவ்வொரு சமய நடவடிக்கைகளும் முன்வைக்கின்றன. அதன் காரணமாகவே குடும்ப அமைப்பு புனிதமானது என்றும், அதன் உறுப்பினர்களாக இருப்பவர்கள் சமய நடவடிக்கைகளுக்குக் கட்டுப்பட வேண்டுமென்றும் சொல்கின்றன.

நவீனத்துவம் எல்லா வகையிலும் மரபுக்கு எதிரானது. மரபான குடும்ப வாழ்க்கைமுறை பிணைப்பையும் மேல்கீழ் என்ற அதிகாரத்துவ அடுக்கை ஏற்பதையும், மேல் நிலையில் இருப்பவர்களின் ஆணைக்கு அடங்கி நடப்பதையும் வலியுறுத்திய நிலையில் நவீனக் குடும்ப அமைப்பு தனிமனிதர்களின் சுதந்திரத்தையும் விடுதலையையும் முன்வைத்து மரபோடு முரண்பட்டது. ஆணை அதிகாரம் மிக்கவனாகவும் பெண்ணை அவனைச் சார்ந்து இருக்கவேண்டியவளாகவும் நம்பவைப்பதற்கான சடங்குகளைக் கொண்ட மரபான திருமண முறைகளை நிராகரிப்பதிலிருந்து நவீனத் திருமணம் வடிவம் கொள்கிறது. மதச்சடங்களை முன்வைக்கும் புரோகிதர்களை குருமார்களை விலக்குவதிலிருந்தும் கோயில்களைக் கைவிட்டு மண்டபங்களையும் அரசாங்கத் திருமணப் பதிவு நிலையங்களையும் மணம் நடக்கும்

வெளிகளாக ஆக்கியதிலிருந்து குடும்ப அமைப்பின் மாறுதல்கள் தொடங்கின.

ஆணையும் பெண்ணையும் பிரித்துப் பார்க்க அனுமதிக்காத குடும்ப அமைப்பைக் கேள்விக்குட்படுத்துவன நவீன அரசுகள் உருவாக்கும் குடும்பச் சட்டங்கள். குடும்ப அமைப்பைச் சமய நடவடிக்கைகளின் பகுதியிலிருந்து பிரித்து அரசின் சட்ட வெளிக்குள் கொண்டுவரும் நடவடிக்கை என்ற வகையில் திருமணச்சட்டங்கள் அல்லது குடும்பச் சட்டங்கள் என்பன வரவேற்கத்தக்கன. இந்தியாவில் குடும்ப அமைப்பைக் கட்டுப்படுத்தும் பொதுச் சட்டம் 1956-இல் கொண்டுவரப்பட்டது. அதன் பிறகு விவாகரத்து உரிமைகள் சட்டப்படி வழங்கப்பட்டன. ஆனால் அதற்கு முன்பே ஒவ்வொரு சமயவாழ்க்கையும் வெவ்வேறு வகையிலான பிரிவுகளையும் திருமண நடைமுறைகளையும் பின்பற்றி வந்தன. அவற்றில் நெருக்கடிகளும் முரண்பாடுகளும் ஏற்பட்டபோது தனித்தனியாகச் சட்டங்களும் இயற்றப் பெற்றன.

காலனி ஆட்சியாளர்களின் சமயமாகக் கருதப்படும் கிறித்தவ சமயம் இந்தியாவில் விவாகரத்தை அனுமதித்த முதல் சமயம். பிரித்தானியர்கள் காலத்தில்- 1869 இல் உருவாக்கப்பட்ட கிறித்தவக் குடும்ப நடைமுறைச் சட்டம் மணவிலக்கத்தை கிறித்தவர்களுக்கு மட்டும் அனுமதித்துள்ளது. அதன்பிறகு 1936 பார்சி சமூகமும் 1939 இசுலாமிய சமூகமும் விவாகரத்தை அங்கீகரித்து சட்டம் இயற்றும் நெருக்கடியை உருவாக்கியுள்ளன. இதில் கடைசியாகச் சேர்ந்த சமயம் இந்துசமயம். இந்திய விடுதலைக்குப் பின்னர் 1955இல் கொண்டுவரப்பட்ட விவாகரத்துச் சட்டத்தின் வழியாகவே இந்துசமயத்தைச் சேர்ந்தவர்களின் குடும்ப வாழ்க்கை, அரசின் சட்ட வளையத்திற்குள் வந்தது. இந்து சமயத்திலிருந்து தங்களைப் பெரிதாகப் பிரித்துப் பார்க்காத தன்மைக் கொண்ட, சீக்கிய, ஜைன, புத்த மதத்தைச் சேர்ந்தவர்களும் அதே சட்டவரைவின்படி இழுத்துக் கொள்ளப்பட்டனர். மூன்றுமுறை தலாக் என்ற சொல்லைச் சொன்னால் போதும் மணவிலக்கம் தரப்பட்டதாக ஆகிவிடும் என்ற நடைமுறைக்கெதிராகப் புதிய முத்தலாக் சட்டம் இப்போது (2019) இயற்றப்பட்டுள்ளது. மணவாழ்க்கை சார்ந்து இசுலாமியப் பெண்களுக்கு கூடுதல் உரிமைகள் வழங்கும் நோக்கம் இருப்பதாகச் சொல்லப்படுகிறது. அதன் சாதக பாதகங்கள் இனிமேல்தான் வெளிப்படும்.

அரசின் கவனத்திற்குள் வருவதின் வெளிப்பாடு, எல்லாவற்றையும் அதன் பேரேடுகளில் பதிவு செய்தலே ஆகும். இந்தியத் திருமணங்கள் 1956 முதல் முறைப்படி பதிவுசெய்யப்படும் ஒன்றாக மாறின. எல்லாவற்றிலும் சட்டத்தை மதிக்காத இந்திய மனோபாவம் திருமணப்பதிவுச் சட்டத்திலும் வெளிப்படுகிறது. இன்றும்கூட பதிவுபெறாத குடும்பங்கள் இருக்கவே செய்கின்றன. திருமணங்களைப் பதிவுசெய்ய வேண்டும் எனச் சொன்னதின் மறுதலையாகப் பிரிதல் என்னும் நிகழ்வு ஏற்கப்பட்டது. மணவிலக்கல், விவாகரத்து என்ற சொல்லின் ஆட்சி பிணைப்பும் சேர்ந்து வாழ்தலும் தரும் வலியையும் பாரத்தையும் தூக்கி எறியும் மனத்தைரியத்தின் அடையாளம். பன்னெடுங்காலச் சமய வாழ்க்கையின் வழியாக உருவாக்கப்பட்ட குடும்ப அமைப்பில் பெரும் உடைப்பாக அமைந்தது மணவிலக்கம். குடும்ப வாழ்க்கையில் அதற்கு முன்னும் உடைப்புகள் இருந்தன. துறவு வாழ்க்கை என்பது ஒருவித உடைப்பே. இல்லறத்தின் மாற்றாகத் துறவறம் பேசப்பட்ட வரலாறு நமக்குத் தெரியும்.

குடும்பப் பாரம் சுமக்க விரும்பாதவர்களின் வழிமுறைதான் துறவறம். துறவிகளும் துறவு வாழ்க்கை முறையும் சமய வாழ்க்கையின் ஏற்கத்தக்கதாகவும் கொண்டாடப்படுவதாகவும் இருக்கின்றன. அத்துறவு திருமணத்திற்கு முன்பு நடக்கும் நிலையிலேயே கொண்டாடப்படுகின்றன. புனிதமானதாகக் கருதப்படுகின்றன. மணிமேகலையின் துறவும் சேவைகளும் கதைதழுவிய நெடுங்கவிதையின் உரிப்பொருளாகியிருக்கின்றது. நம்காலத்துப் புனிதப் பெண்ணாக அன்னை தெரேசா கொண்டாடப்பட்டாள். பண்டைக்கால ஆண் துறவிகள் முனிவர்களாகவும் ரிஷிகளாகவும் புனிதப் பேருருக்களாக வலம் வந்தனர். அண்மைக்காலத் துறவி ஒருவரை - அப்துல் கலாமை - அன்பின் குறியீடாக்கி, அதிகாரத்தைக் கையளித்துப் பார்த்தது இந்தியச் சமூகம்.

திருமணத்திற்குப் பின்னான துறவு குற்ற மனத்தின் வெளிப்பாடு. அதனைச் சமயங்கள் கொண்டாடுவதில்லை; பரிந்துரைப்பதுமில்லை. பரிந்துரைத்தாலும் ஆண்களுக்கு மட்டுமே ஏற்கத்தக்க ஒன்றாக இருக்கின்றன. குடும்பத்திற்குள் நுழைந்துவிட்ட பெண்ணொருத்தியின் துறவைப் பெருமையாகச் சொன்ன இலக்கியங்கள் எதுவும் வாசிக்கக் கிடைக்கவில்லை. மணவிலக்கம்

அல்லது விவாகரத்து என்னும் சொல்லாடல் ஒருவிதத்தில் துறவின் நீட்சி என்றாலும் அதில் இருக்கும் குற்றமனத்தை நீக்கிய விடுதலை என்பதுதான் இதன் சிறப்பு. துறவுக்குப் பின் இல்லறம் நினைத்துப் பார்க்கக் கூடாத ஒன்று. ஆனால் மணவிலக்கலுக்குப் பின்னான மறுமணம் தனியொருவரின் விருப்பத்தை முன்வைக்கும் நகர்வு.

மனைமாட்சியைப் போற்றிய மரபிலக்கியத்திற்கு மாற்றாக மணவிலக்கத்தை முன்வைத்த பனுவல்களை நவீனத் தமிழ் இலக்கியம் எழுதியது. தனது கற்பை அக்னியில் இறங்கி நிரூபித்த சீதைக்கே, ராமனைவிட்டுப் பிரிந்துபோவதற்கான காரணங்கள் இருந்தன எனப் புனைகதையில் சொன்னார் புதுமைப்பித்தன். நோயும் குழந்தையின்மையும் ஒத்த கல்வியின்மையும் நடைமுறையைப் புரிந்துகொள்ளாத மனநிலையும் கொண்ட பெண்களிடமிருந்து ஆண்கள் விவாகரத்துக் கோரிய கதைகள் ஆண்களின் நியாயங்களைப் பேசின. அதன் தொடர்ச்சியாகப் பெண்களின் நியாயங்களைப் பேசும் எழுத்துகளும் வரத்தொடங்கின. ஆண் எழுத்தாளர்களே கூடப் பிரிந்து வாழ்தலுக்கான பெண்களின் நியாயங்களை முன்வைத்துக் கதைகள் எழுதினார்கள். அவர்கள் எழுதியதைவிடவும் பெண்கள் எழுதிய போது சொல்லப்பட்ட காரணங்களும் சூழலும் ஏற்கத் தக்கனவாக இருந்தன.

1979 இல் ஆனந்தவிகடனில் ஜோதிர்லதா கிரிஜா எழுதிய தலைமுறை இடைவெளிகள் கதை, விவாகரத்தை முன்வைத்து வாதங்களை அடுக்குகிறது. கதைக்குள் இருக்கும் முரண்பட்ட பாத்திரங்கள் ஆண் -பெண் அல்ல என்பது கவனிக்க வேண்டிய ஒன்று. தாயும் மகளும் முரண்பட்டு நிற்கும் தலைமுறை இடைவெளிப் புனைவாக்கி நம்பத்தக்க வாதங்களை உரையாடலாக ஆக்கியுள்ளார் ஜோதிர்லதா கிரிஜா. கதையின் தொடக்கமே மகளுக்கும் அம்மாவுக்குமான முரண்பாட்டை பளிச்சென்று முன்வைக்கும் விதமான உரையாடலில் தொடங்குகிறது:

> *"என்னடி பானு! என்ன எழுதிண்டிருக்கே..? என்று கவலையும் வேதனையும் வெளிப்பட்ட குரலில் வினவினாள் கமலம்.*
>
> *"லெட்டர்"*
>
> *"யாருக்கு...?"*

"வேற யாருக்கு எல்லாம் உன் மாப்பிள்ளைக்கு தான்"

"என்னன்னு..?"

"உன்கிட்ட சொல்லனுமா என்ன..?

"ஏண்டி பெத்த தாயார் கிட்ட பேசுற பேச்சாடா இது..?

அம்மாவின் முடிவுகளோடும் கருத்துகளோடும் ஒத்துப்போகாத மகள் எழுதிய கடிதம் எப்படித் தொடங்கியது எனச் சொல்வதின் வழியாகவே புதிய தலைமுறைப் பெண்ணான பானுமதியின் மனப்பாங்கைச் சொல்லிவிடுகிறார்.

"உங்கள் கடிதம் கிடைத்தது...? என்று மொட்டையாகத் தொடங்கப்பட்டு இருந்ததை பார்த்ததும் 'மரியாதை கெட்ட கழுதை' என்று மகளை மனசுக்குள் திட்டிவிட்டு அவள் அதை மேலே படிக்கலானாள்

... ஆறு ஆண்டுகளாக என்னை ஏறெடுத்துப் பார்க்காமல் இருந்த உங்களுக்கு திடீரென்று என் மேல் கரிசனம் ஏற்பட்டிருக்கும் காரணம் எனக்குப் புரியவே செய்கிறது. உங்கள் சுயநலம் ஈடேற நான் இடம்கொடுக்க மாட்டேன். உங்களால் ஆனதைப் பார்த்துக்கொள்ளுங்கள். கடந்து போனவற்றுக்காக நீங்கள் என்னிடம் மன்னிப்பு கேட்டு கடிதத்தில் எழுதியிருப்பவை எல்லாம் வெறும் பாசாங்கு என்பதைக்கூட புரிந்து கொள்ள முடியாத அளவுக்கு நான் ஒன்றும் அறிவு கெட்டவள் இல்லை. என் வாழ்க்கையில் இனிமேல் நீங்கள் குறுக்கிடுவதை நான் பொறுத்துக் கொள்ள மாட்டேன். உங்களிடம் இருந்து விவாகரத்து பெறுவதற்கு நான் தீர்மானித்திருக்கிறேன். அதற்கான வக்கீல் நோட்டீஸ் விரைவில் உங்களை வந்தடையும். அதுதான் என்னிடமிருந்து உங்களுக்கு வரவிருக்கும் அடுத்த தபாலாக இருக்கும்"

கணவனோடு சேர்ந்து வாழ்வதே பெண்ணின் அடையாளம் என நினைக்கும் அம்மாவிலிருந்து விலகப்போகும் பானுமதி, அம்மா அவளது அப்பாவைச் சார்ந்து வாழ நேர்ந்த சூழலைச் சரியான விதத்தில் முன்வைக்கிறாள். தன் வாழ்க்கைக்கான - உணவு, உடை, உறையுள் என்ற அன்றாடத்தேவைக்கான வழியில்லாத நிலையில்தான் ஒரு பெண், ஆணைச் சார்ந்து

வாழும்படி நெருக்கடிக்குள்ளாகிறாள். இல்லையென்றால் அவனது செயல்பாடுகளையும் முறையற்ற பாலுறவுத் தேடல்களையும் சகித்துக்கொள்ள மாட்டாள் எனச் சொல்கிறாள். அம்மாவுக்கும் மகளுக்கும் இடையே நடக்கும் உரையாடல் மொழி பெண்ணின் -மகளின் அறிவையும் நிகழ்கால நியாயங்களையும் பேசுகின்றன.

> *“உன்னை எட்டு வருஷம் தள்ளி வைத்துக் கொடுமைப் படுத்தின அப்பாவைத் தேடிண்டு போய் அவர் கால்லே விழுந்து வாழ்ந்தியே, எதுக்காக? வயித்துப் பிழைப்புக்கு வழி இல்லாததால் தானே? ஓட்டலில் வேலை செஞ்சுண்டிருந்த தாத்தா செத்துப் போனதும் நாளைய சோத்துக்கு என்ன வழின்னு தெரியாத நிலையில் அப்பாவைத் தேடிண்டு ஓடினே.. என்னத்துக்காக..?”*
>
> *“பானு! நீ கேக்கிற கேள்வி ரொம்ப நியாயமான கேள்வியாகவே இருக்கட்டும். ஆனா சோறு மட்டுமே வாழ்க்கையிலெ லட்சியம்கிறது சரியில்லே. ஒரு பொண்ணு தன் புருஷனோட வாழ்றதுதான் அவளுக்கு நல்லதுங்கிறது அனாதி காலம் தொட்டு இருந்துண்டிருக்கிற வழக்கம்…”*
>
> *“இருக்கட்டும்.. ஆனா புருஷன் புருஷனாய் இருக்கணும்; அட்லீஸ்ட் மனுசனாவாவது இருக்கணும்..”*
>
> *“அம்மா ஒண்ணு சொல்றேன் கேட்டுக்கோ, காலம் மாறிண்டிருக்கு .. நீ வாழ்ந்த காலம் வேற.. நாங்க வாழுற காலம் வேறு.. என் மாதிரி சில பெண்கள் தான் இப்படி தைரியமான முடிவுக்கு வரா.. மத்தவா மாறல்ல. பரம்பரை பரம்பரையா பெண்கள் கிட்ட உன் மாதிரி பெரியவா வளர்த்து வந்திருக்கிற பயம். கோழைத்தனம். சமூகத்தைப் பார்த்து நடுங்குகிறது. கணவனே தெய்வம்னு நினைக்கிறது. இது மாதிரியான குணங்கள்ளாம் இன்னும் நம்ம பெண்களை விட்டு போகல்லே.. அதுக்கு ரொம்ப நாள் ஆகும்.. ஆனா என்னை மாதிரியும் சில பேர் நடக்கத் தொடங்கி இருக்கா. என் மாதிரியான பெண்கள் தொகை அதிகமாகாமல் இருக்கணும்னா அதுக்கு ஒரே வழி ஆண்கள் திருந்தனும்..*

குடும்ப அமைப்புக்குள் நிலவும் ஏற்றத்தாழ்வுகளையும் பெண்ணுக்குக்

கிடைக்கும் அவமரியாதைகளையும் முன்வைக்கும் மகள், அந்த அமைப்பு ஒருவித்தில் ஆண்டான் - அடிமைத்தன்மையைக் கொண்டிருக்கிறது என்ற கடுமையான விமரிசனத்தையும் முன்வைக்கிறாள். இந்த உலகத்திற்குத் தேவை சின்னதான சமத்துவ வாழ்வு. வேறெங்கோ இருப்பதாகச் சொல்லப்படும் சொர்க்கம் என்பது எல்லாரையும் சமமாக ஏற்கும் நிகழ்கால வாழ்க்கையிலேயே கிடைக்கும். அதை நமது குடும்பத்திற்குள் ஏற்படுத்த வேண்டுமென்றால் கணவனும் மனைவியும் இடைவெளியை அதிகரிக்காத இணைகளாகத் திகழவேண்டும். என்னுடைய கணவனின் நோக்கம் சுயநலமானது. என்னுடைய அப்பா உன்னுடைய கணவர் உன்மேல் செலுத்தியது ஆதிக்கம். சுயநலமும் ஆதிக்கமும் இல்லாத மனிதர்களால் ஆன குடும்ப வாழ்க்கையை நான் வேண்டுகிறேன். அதை உருவாக்க நினைக்கும் இப்போது முதல் கட்டமாக மணவிலக்கத்தைக் கோரப் போகிறேன் எனச் சொல்கிறாள்.

> *“வயித்துப் பிழைப்புக்காக ஒருத்தரை அண்டி இன்னொருத்தர் வாழுறது என்கிற நிலைமையிலதான் அடிமைத்தனம்கிற கேவலமே உருவாறது.. எல்லாரும் சமம்கிற சின்ன நியாயத்தைப் பெரிய மனசோட ஏத்துண்டு எல்லாருமே வாழத்தொடங்கினா இந்த உலகம் சொர்க்கமாயிடும் சுருக்கமாச் சொன்னா, ஒவ்வொருத்தரும் அவா அவா சொந்தக் கால்களாலே நிக்க முடிஞ்சா இது மாதிரிக் கொடுமைகளை எதிர்க்கிற தைரியம் சிறுகச்சிறகாவது வரும். நீ உன் சொந்தக் கால்களாலெ நிக்க முடியாமத்தான் அப்பாவை தேடிண்டு உன் மதிப்பு மரியாதை கவுரவம் இதை எல்லாம் மூட்டை கட்டி வைச்சுட்டுப் போனேங்கிறத நினைச்சுப் பார்த்தா.. என் கோபம் உனக்கு புரியும்*

ஆதிக்கமனத்து ஆண்களிடமிருந்து விலகிவிடுவதே பெண்களின் லட்சியமாக இருக்கக் கூடாது; சமத்துவம் பேணும் ஆண்களைக் கண்டறிந்து அவர்களோடு இணைந்து உருவாக்கும் மறுமண வாழ்க்கையையும் கோடி காட்டுகிறது ஜோதிர்லதா கிரிஜாவின் கதை. என்னைத் தள்ளிவைத்த கணவனிடமிருந்து விவாகரத்துப் பெற்றபின் சந்திரனோடு புதுவாழ்வைத் தொடங்கப் போகிறேன் என்பதை அம்மாவிடம் சொல்லவில்லை என்றாலும் அவள்

அதைச் செய்யத்தான் போகிறாள். ஏனென்றால் சந்திரன் இவளைப் புதுவிதக் கருத்தியலை ஏற்கும் ஆண் என நம்புகிறாள். அதனை நினைவோட்டமாக எழுதுகிறார் கதாசிரியர்.

பெரும்பாலான ஆண்கள் இன்னமும் தங்கள் நியாயமில்லாத பழைய உரிமைகளை வைத்துக்கொண்டு பெண்களைப் படுத்திக் கொண்டிருக்கிற நிலையில் சந்திரனைப் போன்றவர்களும் சிறுகச் சிறுக தோன்றத் தொடங்கி இருப்பதையும் அவள் நினைத்துப் பார்த்தாள். இனி தன்னையொத்த பெண்களுடையவும் சந்திரனைப் போன்ற இளைஞர் உடையவும் எண்ணிக்கை கால ஓட்டத்தை ஒட்டி கொஞ்சமாக பெருகும் என்று எண்ணி அவள் தனக்குள் மகிழ்ச்சியுடன் சிரித்துக்கொண்டாள்

எனக்கதை முடிகிறது. விவாகரத்தை முன் நிபந்தனையாக்கித் தாயோடு வாதாடும் பானுமதியும் விவாகரத்துக்குப் பின்னான அவளின் வாழ்க்கையில் பங்கேற்கப் போகும் சந்திரனும் மரபு வாழ்க்கையிலிருந்து விலகிய நவீன வாழ்க்கையின் பிரதிநிதிகள். இவர்களைப் போன்றவர்களின் எண்ணிக்கைப் பெருக்கமே நவீனத்துவ வாழ்க்கையின் அடையாளங்கள்.

8. ஒடுக்குதலின் அழகியலும் விடுதலையும்: திலகவதியின் போன்சாய் பெண்கள்

உரிமை கோரிப்போராடும் அமைப்புகளாக வடிவம் கொண்ட பெண் அமைப்புகளின் தோற்றம் ஐரோப்பாவில் 18-ஆம் நூற்றாண்டின் கடைசிப்பத்தாண்டுகளில் துளிர்விட்டது. அடுத்த நூற்றாண்டில் அவை வேலை வாய்ப்பு, பொதுவெளி உரிமைகள், வாக்குரிமைகள் என நகர்ந்து இருபதாம் நூற்றாண்டில் இலக்கிய உருவாக்கத்திலும் விமரிசனத்திலும் தடம் பதித்தன. ஐரோப்பாவிலும் அமெரிக்காவிலும் ஓரளவுக்கு இருபதாம் நூற்றாண்டின் முன் பாதியில் பெண்ணிய இயக்கங்கள் தங்களை வலுவான தரப்பாக நிலைநிறுத்திக்கொண்டன . 1960-களில் முழுமை பெற்ற பெண்களின் செயல்பாடுகள் சார்ந்த இயக்கங்களின் நேரடி விளைவாகவே பெண்ணியத் திறனாய்வும் வலுப்பெற்றது.

திறனாய்வின் தொடக்க நிலையிலேயே பெண் *(female)*, பெண் நிலை *(Feminine)* பெண்ணியவாதி *(Feminist)* போன்ற கலைச்சொற்களுக்கிடையே உள்ள வேறுபாட்டை விளக்குவதின் வழியே பெண்ணியத்திறனாய்வு தனது அடையாளத்தை உருவாக்கிக் கொண்டது. பெண் என்பது அடிப்படையில் ஓர் உயிரியல் வரையறை *(Biological definition)* மட்டுமே என விளக்கிய பெண்ணியத்திறனாய்வு, பெண்நிலை என்பது

பண்பாட்டுக்கூறுகளால் வரையறுக்கப்பட்ட பாத்திரவார்ப்பு *(Culturally defined character)* என முன்வைத்தது. இப்படியான வரையறையை உருவாக்கியதில் பெண்களின் பங்களிப்பைவிட ஆண்களின் பங்களிப்பே அதிகம் என்பது அதன் வாதம். ஆனால் பெண்ணியவாதி என்பது இவ்விரண்டிலிருந்தும் வேறுபட்ட அரசியல் நிலைப்பாட்டுத் தன்மை *(Political stand)* என விளக்கம் தரப்பட்டுப் பனுவல்கள் விவாதிக்கப்பட்டன. ஆண்களைவிடவும் பெண்களின் பங்களிப்பு வழியாகவே பெண்ணியவாதி/ பெண்ணியவாதம் என்பன முன்வைக்கப்பட்டன.

இலக்கியப்பனுவல்களில் பெண்களுக்குப் பெண்பாத்திரங்களுக்குத் தரப்படும் பிரதிநிதித்துவத்தை ஆய்வு செய்யும்போது அவை எவ்வாறு சமூகவயமாக்கலுக்கு உள்ளாக்கப்பட்டதாக இருக்கின்றன எனப் பார்க்கவேண்டும் என பெண்ணியத்திறனாய்வால் வலியுறுத்தப்பட்டது. இருபதாம் நூற்றாண்டின் பின்பாதியில் ஆண்கள் எழுதிய எழுத்துகளில் - குறிப்பாகப் புனைகதைகளில் ஆடவரும் மகளிரும் எந்தவிகிதத்தில் எழுதப்பெற்றார்கள் என்பது தொடங்கி, மகளிர், பெண்கள் என்பவர்கள் எவ்வாறு கட்டமைக்கப்பட்டார்கள் எனவும் விளக்கப்பட்டது. எழுதப்பெற்ற பெண்களில் ஏற்கத்தக்க பெண்களாக முன்னிறுத்தப்பட்டவர்களின் இயல்புகளாக எவை சுட்டிக்காட்டப்பட்டன; ஏற்க முடியாத பெண்களின் இயல்புகளாக எவை முன்னிறுத்தப்பட்டன எனவும் தனித்தனியே பெண்ணியத்திறனாய்வு கவனம் செலுத்திச் சுட்டிக்காட்டியது.

இதுவரையிலான பெண்ணியத் திறனாய்வில் மூன்று கட்டங்களைப் பார்க்கமுடியும். முதல் கட்டத் திறனாய்வாளர்கள் இலக்கியப்பனுவல்களில் பெண்களுக்கு வழங்கப்பட்ட இடங்களைக் கண்டறிந்து காரணங்களை முன்வைத்தார்கள். ஆண்களின் பனுவல்கள் வழியாகப் பெண்கள் சமூக வயமாக்கப்பட்டதைக் கண்டறிந்து சொன்னார்கள். அத்தோடு தந்தைவழிச்சமூக அமைப்பின் வழியாக ஆண்மையவாதம் எவ்வாறு செயல்பட்டது என்பதையும் பேசினார்கள். இதற்காக இலக்கியம் குறித்த மார்க்சியப்பார்வை, அமைப்பியல் விவாதங்கள், மொழியியல் கோட்பாடுகள் போன்றவற்றையும் துணையாக வைத்துக் கொண்டார்கள். இரண்டாவதாக ஆண்களின் பிரதிகளில் வெளிப்பட்ட ஒதுக்குதல் மற்றும் ஒடுக்குதலை முன்வைத்துப்

பெண்களின் உலகமே எழுதப்படவில்லை; ஆண்கள் ஆண்களின் உலகத்தையே எழுதிக்காட்டியிருக்கிறார்கள் என்று வாதிட்டார்கள். இதன் தொடர்ச்சியாகவே பெண்களின் உலகத்தை எழுதிக்காட்டும் பெண் எழுத்துகளின் தேவை உணர்த்தப்பெற்றது. பெண்களின் எழுத்து வழியாகவே பெண்களின் உலகம் எழுதப்படும் என்றும், அதன் மூலம் பெண்களின் பார்வையில் வரலாறு மறு ஆக்கம் செய்யப்படவேண்டும் என்றும் வலியுறுத்தப்பெற்றது.

தமிழ்ப் புனைகதை வரலாற்றில் பெண்களின் உலகத்தை எழுதிக்காட்ட வேண்டும் என்ற சிந்தனைபூர்வமான உணர்வுடன் எழுத வந்த சூடாமணி, ராஜம் கிருஷ்ணன், அம்பை, திலகவதி, சிவகாமி போன்றவர்கள் தொடக்க நிலையில் ஆண்களின் உலகத்தில் பெண்கள் எவ்வாறு இருக்க வைக்கப்பட்டார்கள் என்பதை எழுதிக்காட்டிய பின்னரே பெண்களுக்கான வெளியையும் உணர்வையும் எழுதும் நிலைக்கு வந்தார்கள். சிறுகதை வடிவம் எப்போதுமே இலக்கியத்தின் அடிப்படைக் கூறுகளில் அளவுச் சுருக்கத்தை முன்னிறுத்தும் வடிவம். அதில் ஒரு நிலைபாடு, ஓர் உணர்வு வெளிப்பாடு அல்லது ஒருசில கதாமாந்தர்கள் என்பதாகச் சிறுகதை வடிவம் முடிந்துபோகக் கூடியது. இந்தக் கட்டுமான நெருக்கடி இருந்தபோதிலும் தேர்ந்த பனுவலாக்கக்காரர்கள் இரண்டு மூன்று நிலைகளையும் உணர்வுகளையும் ஒரே கதைக்குள் கொண்டுவரவும் முடியும் என்றும் காட்டியிருக்கிறார்கள்.

திலகவதியின் ஒரு கதையை வாசிப்பதின் மூலம் அவரது பனுவலாக்கத் திறனையும் பெண்ணிய நிலைபாட்டை முன்வைக்கும் பாங்கையும் விவாதிக்கலாம்: கதையின் தலைப்பு போன்சாய் பெண்கள். குடும்பவெளி என்ற கட்டமைப்பில் ஒரு பெண்ணையும் ஆணையும் -மனைவியையும் கணவனையும் எதிரெதிராக நிறுத்திக்காட்டி, பெண்ணை ஆண் அடக்கி விடுபவனாக முன்வைக்கிறார் திலகவதி. ஆனால் அதே கதையின் பின்பாதியில் கதைநிகழ்வை இன்னொரு இடத்திற்குப் பெண்களுக்கான நீதிமன்றத்திற்கு நகர்த்தி, பெண்களின் வலியைப் புரிந்துகொள்ளும் - ஏற்று மனம் மாறும் ஆணை எழுதிக்காட்டுகிறார். கதைக்குள் இருக்கும் இவ்விரு கட்டமைப்புத் தொடர்ச்சி மூலம் திலகவதி ஆண்களை முற்றிலும் ஒதுக்கிவைக்கும் பெண்ணிய நிலைப்பாட்டிற்குள் நகராமல் தவிர்க்கிறார்.

பெண்ணை ஒடுக்கப்படும் வர்க்கமாகவும் ஆணை ஒடுக்கும் வர்க்கமாகவும் காட்டும் எதிரிணைப் பார்வையை விலக்கிவிட்டு, ஆண்களுடன் நேசத்தை உருவாக்க முடியும் என்ற நம்பிக்கையை வெளிப்படுத்தியுள்ளார்.

குடும்ப வெளிக்குள் முரண்பட்ட கருத்தோட்டத்தோடு இயங்கும் ஆணும் பெண்ணும் விட்டுக் கொடுத்தலின் வழியாகவே அந்த அமைப்பை ஏற்கிறார்கள். இருவரும் விட்டுக்கொடுக்க வேண்டும் என்றாலும் பெண்களே அதிகம் விட்டுக் கொடுப்பவர்களாகவும் அடங்கிப்போகின்றவர்களாகவும் இருக்கிறார்கள் என்பது நடப்பு வாழ்க்கை உணர்த்தும் உண்மை. அடங்கிப்போகின்றேன் என்பதை உணர்ந்த ஒரு பெண்ணை எழுதிக்காட்டும் இந்தக் கதை இப்படித்தொடங்குகிறது:

> *ஒரு கைக்கு அடக்கமான புத்தகத்தின் அளவே இருந்த அந்தக் கண்ணாடிப் பெட்டிக்குள்ளிருந்த விளக்கை பார்த்துக்கொண்டே நின்றாள் கல்யாணி. அந்த விளக்கை அவள் கணவன் முகுந்தன் வீட்டுக்குக் கொண்டு வந்த அந்த தினத்தை நினைத்துக்கொண்டாள். அன்றைக்கும் அந்த விளக்கை மையமாக வைத்து வீட்டுக்குள் ஒரு பட்டிமன்றமே நடந்தது. விளக்கின் பயன் ஒளி தருவதே என்ற கட்சியில் கல்யாணியும், அவர்களுடைய ஒரே மகள் மகாலட்சுமியும் பேசினார்கள். எண்ணெய் போட்டு திரியேற்றி விளக்கை ஏற்றும் இந்த மின்சார யுகத்துக்கு தேவையில்லை என்பதும், ஒரு அழகுக்காகவும் வீட்டு அலங்காரத்திற்காகவும் வைக்கப்படும் கலைப் பொருள்களில் அதுவும் ஒன்றாகிவிட்டது என்பதுவும் முகுந்தனின் வாதங்கள்.*
>
> *முகுந்தன் சொன்ன விஷயங்கள் சரியானவையா இல்லையா என்பது முக்கியமல்ல. எப்போதும்போல முகுந்தனே இம்முறையும் வெற்றிக் கொடி நாட்டினான்.*

ஒவ்வொன்றிலும் வேறுபட்ட கருத்துகள் கொண்ட கணவன் - மனைவியாக முகுந்தனும் அவன் மனைவி கல்யாணியும் இருந்தார்கள் என்பதை உணர்த்துவதற்கான முன்வைப்பு இது. முன்வைப்பிற்குப் பின்னால் முகுந்தனின் போன்சாய் ஆர்வத்தைக் காட்டும் நிகழ்வை எழுதிக்காட்டுகிறார். அந்த நிகழ்வை

ஆலமரத்தைக் கொண்டு வந்த அவனது ஆர்வத்தை இப்படிச் சொல்கிறான்:

> *ஆவடி கிட்ட வர்ரப்ப இது கண்ல பட்டது ரோட்டோரமா இருந்த ஒரு பாழுங்கிணத்தில் உடைஞ்ச செங்களுக்குப் பக்கத்தில் தலையை நீட்டிக்கிட்டு நின்னுச்சு. அங்கேயே பஸ்ஸுல இருந்து குதிச்சுட்டு அங்கிருந்தவங்கிட்ட வெசார்ச்சு கிணத்துச் சொந்தக்காரர் யாரென்று தெரிஞ்சு அவர் கிட்டெ கேட்டு, இத எடுத்துகிட்டு வந்தேன். முகுந்தனின் முகத்தில் பெருமை கொப்பளித்தது.*
>
> *முகுந்தனுக்கு போன்சாய் தாவரங்களில் அப்படி ஒரு ஈடுபாடு வானளாவி வளரும் ஆலமரத்தையும் அரசமரத்தையும் இப்படி இரட்டை ஜானாகக்குறுக்குவது கொடுமை என்று கல்யாணி, கல்யாணம் ஆன புதிதில் அவனோடு வேறுபட்டதுண்டு.*
>
> *முகுந்தன் அவளுடைய பேச்சுக்கு மசிபவன் அல்ல. எந்தப் பயிரும் எந்த மரமும் வெட்டப்படுவதும், கத்தரிக்கப்படுவதும், அறுவடை செய்யப்படுவதும் தவிர்க்க முடியாதது என்பது அவன் கருத்து. “விளைந்து நிற்கிற பயிரை அறுவடை செய்வது மட்டும் கொடுமை இல்லையா. பூவையும் காயையும் கனியையும் பறிப்பது மட்டும் கொடுமையில்லையா” என்பான்.*
>
> *நீங்கதான் செடியை கொண்டாந்ததும், ஆணிவேர் எதுன்னு பார்த்து கத்தரிச்சிடறீங்களே. அப்புறம் என்ன பாக்க வேரைக் கூட கத்தரிச்தானே விடுறீங்க*

அழகியல்வாதம் *x* பயன்பாட்டுவாதம் என்பதுபோலக் கட்டமைத்து நகரும் கதை எல்லா நிலையிலும் முகுந்தனின் நிலைபாடே செல்லுபடியாகும் வெளியாகக் குடும்பவெளி இருக்கிறது எனக் காட்டிவிட்டு, தங்கள் பெண்பிள்ளையைப் படிக்க வைப்பதா? திருமணம் செய்து வைப்பதா? என்ற முரண்நிலையைக் கொண்டு வருகிறது. தனது கருத்தாக இல்லாமல், சுற்றியிருப்பவர்களும் நண்பர்களும் கேட்கிறார்கள் என்பதற்காகப் பெண்ணை வீட்டில் இருக்க வைத்துத் திருமணத்திற்குத் தயார்படுத்தும் முகுந்தனின் போக்கை ஏற்கமுடியாமல் தவிக்கும் கல்யாணியின் தவிப்பைச் சொல்லும் கூற்று இது:

"எத்தன தடவ சொல்றது அவ கூட படிச்ச பொண்ணுங்கள்ளாம் மேல படிக்குதுங்க. நீங்க மட்டும் கல்யாணம் கல்யாணங்கிறீங்க. அது அவளுக்குப் புடிக்கல இன்னைக்கு காலேஜில இருந்து லெட்டர் வேற வந்துச்சு.. அதப் பார்த்துட்டு ரொம்பக் கஷ்டப்பட்டுக்கிட்டிருந்தா…

இத்தவிப்பை அவனுக்குப் புரியவைக்க அவள் கையாண்ட உத்தியே அவளது தோழி சகுந்தலாவைச் சந்திக்க அழைத்துச் செல்வது. தனது தோழியின் அழைப்பை ஏற்று நீதிமன்றத்தை வேடிக்கை பார்க்கச் செல்வதாகக் கூறிக் கணவனையும் அழைத்துச் செல்கிறாள். சகுந்தலா கல்யாணியின் இளம் பருவத்து தோழி. வக்கீல் தொழிலில் கொடிகட்டிப் பறந்து கொண்டிருந்தாள். அவர்களை வரவேற்றுப் பேசிய சகுந்தலாவின் பேச்சும் நடைமுறைகளும் அதுவரை முகுந்தன் எதிர்கொள்ளாத பெண்ணின் நடவடிக்கைகளாகவும் பேச்சுகளாகவும் இருந்தன.

சிரிப்பு ஓய்ந்ததும் சகுந்தலா சொன்னாள் "இதுவும் சர்க்கஸ் தான். இங்கயும் நீங்க சொன்னதைவிட அதிசய சாகசங்களைச் செய்யற பொம்பளைங்க இருக்காங்க. நீங்களே பார்ப்பீங்க. இங்கேயும் கீசக வதம், பாஞ்சாலி சபதம், அர்ஜுனன் தபஸ் எல்லாம் உண்டு வாங்க"

தான் பணியாற்றும் நீதிமன்றத்தைப் பற்றிய புரிதலும் விமரிசனப்பார்வையும் கொண்ட சகுந்தலாவின் முன்னால் முகுந்தன் தனது விவாதத்திறனைக் கைவிட்டவனாய் மாறி நிற்கிறான். அந்த வெளியின் நிகழ்வுகள் ஒவ்வொன்றையும் வேடிக்கை பார்க்கும் ஒருவனாகவும், அந்நிகழ்வுகளுக்குப் பின்னே இருக்கும் மனிதர்களின் வலியையும் மனப்பாங்குகளையும் உணர்ந்து உள்வாங்குபவனாகவும் ஆகிவிடுகிறான். அந்த மாற்றத்தைத் திலகவதியின் சொற்களிலேயே காட்டலாம்:

முகுந்தனின் கண்கள் ஒவ்வொரு வழக்கும் வர வர விரிந்தன. மனிதர்கள் இவ்வளவு கொடியவர்களா? வாழ்க்கைத்துணை என்று ஏற்றுக் கொண்ட ஒருவர்மேல் இத்தனை சித்திரவதைகளை. ஏன் எப்படி சுமத்துகிறார்கள்?

வரதட்சணைக்காக எரிக்கப்பட்டு இறந்து போய்விட்ட ஒரு பெண்ணின் தாய் மகளின் நினைவில் முட்டிக்கொண்டு

> *அழுதாள். மனைவியின் வாய்க்குள் வலுக்கட்டாயமாக ஆசிட்டை ஊற்றி இருந்தான் ஒரு கணவன். கணவனுக்கும் சொந்தப் பிள்ளைகளுக்கும் சாப்பாட்டில் விஷங்கலந்து கொல்ல முயன்றிருந்தாள் ஒருத்தி. மின்சார விபத்தில் கணவன் இறந்து போக, குழந்தைகளைப் பிடுங்கிக் கொண்டு ஒருத்தியை மாமியார் வீட்டார் விரட்டிவிட்டிருந்தார்கள்.*
>
> *முகுந்தன் அரண்டு போனான். இது அவன் இவ்வளவு அருகில் இதுவரை தரிசிக்காத உலகம்.*
>
> *சகுந்தலா வழியெல்லாம் தான் கையாண்ட பலப்பல வழக்குகளைப் பற்றி சொல்லிக் கொண்டே வந்தாள்*

நீதிமன்ற வெளி, சகுந்தலாவோடு பேசிய பேச்சுகள், தங்கள் வாழ்க்கையைவிடவும் வேறான வாழ்க்கைக்குள் இருக்கும் மனிதர்கள், அவர்களின் வன்மம், குரூரம், ஆசைகள் என எல்லாம் சேர்ந்து அவனைத் திருப்பிப்போட்டுவிடுகின்றன. அதன் விளைவு என்ன என்பதையும் திலகவதி சொல்கிறார்:

> *நீண்ட யோசனைக்குப் பிறகு அன்று இரவு முகுந்தன் கல்யாணியிடம் சொன்னான். "நாளைக்கு காலையில நாம்ப ரெண்டு பேருமா போய் மகாலட்சுமியை காலேஜில சேர்த்துவிட்டு வருவோம்" என்றான்.*
>
> *கல்யாணி சகுந்தலாவுக்கு மானசீகமாக நன்றி செலுத்தினாள்.*

இப்படி முடிக்கப்பட்ட அந்தக் கதையைப் பெண்ணியப் பார்வையோடு வாசிக்காமல் நேரடியாக வாசிக்கும் ஒருவருக்கு இந்தக் கதையின் முன்பாதி நடப்பியல் சித்திரமாகவும், பின் பாதி நடப்பியல் அல்லாத திடீர் திருப்பமாகவும் தோன்றுவது தவிர்க்க இயலாத ஒன்று. ஆனால் பெண்ணெழுத்துகள் எப்போதும் பெண்ணியத்தை உள்வாங்கிய எழுத்துகளாக இருக்கின்றன என்பதை உணர்ந்தால் அப்படித்தோன்றாது. பெண்ணியத்தை உள்வாங்கிய எழுத்துகள், பெண்களின் இருப்பை அவர்களின் விழிப்புணர்வை அவர்களின் உலகத்தைப் புதிதாகக் கட்டமைக்க முயல்கின்றன. அந்த உலகத்தில் ஆண்களுக்கும் மாற்றத்தை ஏற்கும் முகுந்தன் போன்ற ஆண்களுக்கும் - இடமுண்டு என்பதே திலகவதியின் பார்வை.

9. பிள்ளை சுமத்தல் என்னும் பேரனுபவம்: ச.விசயலட்சுமியின் உயிர்ப்பு

கதை, கவிதை என்ற இரண்டைத் தாண்டி வேறெதுவும் தமிழுக்குத் தேவையில்லை என நினைக்கும் தமிழ் இலக்கியவாதிகளால் நிரம்பி வழிகிறது சமகாலத்தமிழ் இலக்கியம். அவர்களில் பெரும்பாலோர் பாராட்டு விரும்பிகள். அவர்கள் எழுதும் கதை, அல்லது கவிதைகளில் பாராட்டுவதற்கு ஏதாவது இருந்தால் அதை மட்டும் பிடித்துக் கொண்டு நல்ல விதமாய்ப் பேசும் பேச்சாளர்களைக் கொண்டு நூல் வெளியீட்டு விழாக்களை நடத்துவதோடு இலக்கியப்பணி முடிந்துவிடுவதாக நினைப்பது அண்மைக்காலமாக அதிகரித்து வருகிறது. அவ்விழாக்களையும் புத்தகச் சந்தைகளை ஒட்டி நடத்தினால் புத்தக விற்பனைக்கு உதவும் என்ற பார்வைப் பதிப்பகங்களுக்கும் இருக்கிறது.

நூல் வெளியீட்டு விழாக்களையும் விருது வழங்கும் விழாக்களையும் தாண்டி நடக்கும் விமரிசனப் பார்வையை முன்வைக்கும் அரங்க நிகழ்வுகளைக் காண முடியவில்லை. எதையும் பொத்தாம் பொதுவான இலக்கியப்பார்வைகளால் பேசும் -நயம்பாராட்டும் மேடைகளால் எதுவும் நிகழ்ந்துவிடப் போவதில்லை. பொத்தாம் பொதுவாகப் பேசும் மனோபாவம் குறிப்பான பார்வைகளை முன்வைக்கும் கோட்பாட்டுப் பார்வைகளை ஏற்பதில்லை.

இலக்கியம் என்றால் இலக்கியம் தான்; அதற்குள் எதற்கு தலித் இலக்கியம்? பெண் இலக்கியம்? என்ற குரல்களை எழுப்புவதின் நோக்கம் திரும்பத் திரும்பக் கேள்விக்குட்படுத்த வேண்டிய ஒன்று. மனிதர்கள் என்றால் மனிதர்கள் தான்; அவர்களுக்குள் வேறுபாடுகள் இல்லை என்பதை ஒத்துக்கொள்ள முடியுமா? அதுபோலத்தான் இலக்கியம் என்னும் பொதுவுக்குள் சிறப்பு அடையாளங்களோடு புதுவகை இலக்கியங்கள் தோன்றுகின்றன. அப்படித் தோன்றுவது காலத்தின் தேவை. சமூக வளர்ச்சியின் போக்கில் புதிதாக உருவாகும் சமூகக் குழு தனது இருப்பை அடையாளத்தை முன்வைக்க விரும்பும் நகர்வின் வெளிப்பாடு.

பொது இலக்கியப் பரப்பிற்குள் புதிதாக உருவாகும் இலக்கியப்பார்வையின் கோட்பாட்டின் வழியாக அடையாளப்படுத்தப்பட்டுப் பொதுப்பரப்பிற்குள் வந்தவர்களே பின்னர் அந்த அடையாளத்தை உதறவிரும்புகிறார்கள் என்பதும் நாம் பார்ப்பதுதான். ஒருவகையில் நகைமுரண்தான் அது. வட்டார இலக்கியம் என்ற ஒன்றை அடையாளப்படுத்தி, அதன் தோற்றக்காரணிகளை நிறுவிய பிறகு அதனால் அறியப்பட்ட ஒருவர் தனது வட்டார எழுத்தாளர் என்ற அடையாளத்தைத் துறக்க நினைக்கிறார். இதேபோல் தான் மார்க்சிய எழுத்தாளர், தனக்குப் பொதுப் பரப்பில் பொது அடையாளம் வேண்டுமென நகரப்பார்க்கிறார். இந்த நகர்வில் பளிச்செனத் தெரிவது தலித் எழுத்தாளர்களின் நகர்வும் பெண்ணெழுத்தாளர்களின் நகர்வும் என்பதைச் சுட்டிக்காட்டத்தான் வேண்டும். என்னைப் பெண் எழுத்தாளரென அடையாளப்படுத்துவதை விரும்பவில்லை என முந்திய தலைமுறைப் பெண்களான வாசந்தி, சிவசங்கரி தொடங்கி அம்பை வரை பேட்டிகளில் சொல்லியிருக்கிறார்கள். அதே போல் என்னைத் தலித் எழுத்தாளர் எனச் சொல்வதை ஏற்க முடியாது எனப் பூமணி, சோ.தர்மன் தொடங்கி இமையம் வரை பேசியிருக்கிறார்கள்.

கலை, இலக்கியப் பனுவல்களின் உருவாக்கம் பொதுநிலையில் மட்டுமே நிகழ்வதில்லை. பொதுநிலைப் பரப்பைப் பேசிவிட்டுப் போகும் பிரதி கவனிக்கப்படுவதுமில்லை. குறிப்பான நிகழ்வுகளைக் கண்டறிந்து, அந்நிகழ்வில் குறிப்பான மனிதர்கள்/ பாத்திரங்கள் என்ன வினையாற்றினார்கள் எனச் சொல்வதிலிருந்தே தீவிரமான இலக்கியப்பனுவல் உருவாகிறது. பொதுநிலைப் பார்வையிலிருந்து

தனித்த பாத்திரங்களை உருவாக்குவதற்குத் தேவை அனுபவங்கள் என்பதைப் பலரும் ஒத்துக்கொள்கின்றனர். முழுமையும் அறிந்திராத ஒரு வெளியையும் காலத்தையும் கற்பனை செய்துவிடலாம். ஆனால் அந்தக் கற்பனை வெளிக்குள்ளும் காலத்திற்குள்ளும் மனிதப் பொது அனுபவங்களையும் சிறப்பு அனுபவங்களையும் எழுதுவதில் தான் எழுத்தின் தீவிரம் கூடுகிறது. ஓர் ஆண் பெண்ணாக மாறிப் பொதுநிலை அனுபவங்களை எழுதிவிடமுடியும் என்றாலும் பெண்களுக்கே உரிய தனித்த அனுபவங்கள் உள்ளன. அவற்றை எழுதுவதில் ஆண்களைவிடவும் பெண்களே சிறப்பாகவும் நம்பும்படியும் சொல்ல முடியும் எனப் பெண்ணெழுத்தின் தேவையை வலியுறுத்துபவர்கள் சொல்கிறார்கள். இந்தக் கூற்றில் உண்மை இருப்பதாகவே தோன்றுகிறது.

மனித வாழ்வின் அனுபவங்களில் பொதுவான அனுபவங்களைப் பொது நிலைப்பார்வையில் எழுதுவதைத் தாண்டிப் பெண்ணெழுத்தாக முன்னிறுத்த விரும்புபவர்கள் பெண்ணுக்கே உரிய அனுபவங்களைத் தேடிக் கண்டடைந்து பதிவு செய்கிறார்கள். அப்படித் தேடிக் கண்டடைந்தில் முதன்மையாக இருப்பது பெண்ணின் உடல். பெண்ணின் உடல் ஆண்களால் விதம் விதமாக வருணிக்கப்பட்டும் புனையப்பட்டும் கவிதைகளாக்கப்பட்டுள்ளன. அப்புனைவுகளிலும் வருணனைகளிலும் முன்வைக்கப்பட்ட பெண் உடல் ரசிக்கத்தக்கதாகவும் மாயாஜாலங்கள் நிரம்பிய போதையூட்டும் ஒன்றாகவும் முன்வைக்கப்பட்டுள்ளன. அதனை மறுதலித்தே பெண்கவிகள் தங்களின் கவிதைகளில் பெண் உடலை வேறுவிதமாக மாற்றி முன்வைத்துக் கொண்டிருக்கிறார்கள். அதன் நீட்சியாகப் புனைகதைகளிலும் பெண் உடல் வேறுவிதமாக எழுதப்படுகிறது. அப்படி எழுதப்பெற்ற கதையாகச் ச.விசயலட்சுமியின் உயிர்ப்பு கதையைச் சொல்லலாம்.

பெண்ணுக்கே உரிய தனித்த அனுபவமாக அவர் தேர்வு செய்து முன்வைக்கும் வினை ஆணால் உணர முடியாத ஒன்று. இயல்பூக்கம் உள்ள ஒரு பெண்ணுடல் கருவைச் சுமப்பதையும், பிள்ளையாகப் பெற்றுக் கொள்வதையும் பெண்ணுக்கே உரிய அனுபவமாக வைக்க விரும்பும் ச.விசயலட்சுமி, கருவைத் தாங்கிய பெண்களின் இரவுகளை விரிவாக எழுதுகிறார். மற்ற நாட்களில் எல்லாருக்குமேயான இரவாக இருளும் வெளிச்சமும் கொண்ட இரவாக இருந்தைத் தாண்டிக் கருவைச் சுமக்கும்போது அது

தந்த அனுவங்களை எழுதும்போது இதுபோன்ற எழுத்தை ஆணொருவர் எழுத முடியாது என்பதை உறுதியாகச் சொல்ல முடிகிறது. ஆணொருவரால் எழுத முடியாத அந்த எழுத்தே பெண்ணெழுத்தின் சிறப்பு வெளிப்பாடு.

உயிர்ப்பு (காளி, 2018) என்ற தலைப்பிட்ட கதை இப்படி முடிகிறது. கருவில் சுமந்து பிள்ளையாகப் பெற்றெடுத்த அந்தப் பெண்ணின் கூற்றாக வரும் சொற்கள் இவை:

> *இது என் உடல். பெரும் அதிசயங்களை மாயாஜாலத்தோடு ஒப்பிட முடியாத, ஆற்றலைக் கொண்டு இருக்கிற உடல். இன்று பெருக்கெடுத்து நீர்மமாய் வழிந்து கொண்டிருக்கிறது*
>
> *இன்னும்.. இன்னும்... இன்னும்.. எனும் மருத்துவரின் குரலை இடையீடு செய்து வீலென அலறிய சத்தத்தோடு தூக்கிக் காட்டினர். ஆதங்கத்தோடு பார்த்தேன்.. அந்த இரவிலும் விடியலின் வெளிச்சம் குருதி வாசனையோடு மெல்ல பரவியது.*

பிள்ளையைச் சுமக்கும் நாட்கள் முழுவதும் இரவாகவே கதையில் எழுதப்பெற்றுள்ளன. கதையில் எழுதப்பெற்ற ஒரே பகல் அந்தக் குழந்தை பிறந்த அந்தத் தருணம் தான்.

> *மேடிட்ட என் வயிற்றில் வரியோடிக் கிடக்கிறது. அவ்வப்போது நமைச்சல் காணுகிறது. கொஞ்சம் எண்ணையை எடுத்து தேய்த்து ஆசுவாசப் படுத்திக் கொள்கிறேன். அம்மா பக்கத்தில் இருந்தால் நன்றாக இருக்கும். என்னைத் தவிர எல்லோரும் உறங்கிக் கொண்டிருக்கின்றனர். வயிற்றில் துள்ளிக்குதித்துக் கொண்டிருக்கிற குழந்தையை ஆறுதலாய் வருடிவிட, அமைதியாய் பூனைக் குட்டியைப் போல அடங்கிவிட்டது*
>
> *வயிற்றில் எடை கூடக்கூட உடம்பில் பெருத்த மாற்றம். ஆங்காங்கே சதை கூடிவிட்டது. நடந்தால் பெருமூச்சு விடுகிறேன். இரத்த அழுத்தம் சமீபமாய்க் குறைந்து இருக்கிறது. அடிக்கடி பசிக்கிறது என்பதை மீறி இரவு எனக்கும் என் குழந்தைக்குமான இணக்கத்தை ஏற்படுத்திக் கொண்டிருந்தது*

பிள்ளையைச் சுமக்கும் அந்த நாட்களின் ஒவ்வொரு நிகழ்வும்

குழந்தையோடானதாக மாறுவிடுவதுதான் தாய்மையை உணர்தல். தாய்மையை உணர்தல் என்பதைப் பாத்திரமாக உணர்தலாகக் கருதாமல், தாயாக இருக்கும் பெண்ணுடலை உணர்தலாகக் கருத வேண்டும். ஒரு மழைநாளை எழுதுகிறார். அதில் வெளிப்படும் மெல்லிய உணர்வுக்குள் பெரும் இழப்பும், இழப்புக்குப் பின் பெறப்போகும் பெரும் ஆர்ப்பரிப்பும் கொண்ட வரிகள் அவை:

> *மழை அவ்வப்போது பெய்து கொண்டிருந்தது. மழைக் காற்றின் ஈரப்பதம் தூக்கத்தை மிக இலகுவாக்கியது. இன்னும் கொஞ்சம் வேண்டும் வேண்டுமெனக் கண்கள் இறைஞ்சிக் கேட்கும்படியான தூக்கத்தை துறந்து நாட்கள் ஆகிவிட்டன.*
>
> *எனது இயலாமையை என் மீது செலுத்தும் வஞ்சகத்தை நினைவூட்டும் இரவுகள் வெறுப்பின் விளிம்புக்கே இட்டுச் சென்றுவிடும். தன்னைத்தானே வெறுக்கும் அவலத்தில் கடைசி விளிம்பு அது.. மீட்டுக்கொள்ளப் போராடிப் போராடி தன்னிடம் தானே தோற்கும் இரவது.*

பிள்ளையைச் சுமந்த காலத்திலிருந்து பெறும் காலத்திற்கு நகர்தலில் ஒருவித அச்சமும் பயமும் கலந்து கலவரங்கள் கூடிவிடும். அக்கலவர உணர்வை இதுவரை ஆண்களின் எழுத்தில் வாசித்ததில்லை. அதை ஆண்களால் எழுதிவிட முடியாது என்பதே காரணங்கள். பிள்ளைப்பேறை எழுதிய பலரும் மருத்துவமனையின் அவசரங்களையும் மற்றவர்களின் பதற்றங்களையுமே எழுதிக்காட்டியுள்ளனர். அதற்கு மாறாகப் பெண்ணின் பதற்றத்தை அதன் உணர்நிலையை எழுதும் வாக்கியங்களில் படிமங்களும் உருவகங்களும் தோன்றிக் காட்சிகளாக நகர்கின்றன ச.விசயலட்சுமியின் எழுத்தில்.

> *மனதை உடலை அனுபவங்களை அசைபோடத் தக்க தனிமையை படரவிட்டு இருக்கிற இருள். எனக்கு என்னை உணர்த்திக் கொண்டிருக்கிறது. மதகுகள் உடைபட்டுப் பேராறு உருவாகிக் கொண்டிருப்பது போல உணர்ந்தேன். காலிடுக்கில் தட்டுப்பட்ட ஈரப்பிசுக்கு அருவருப்பாக இருந்தாலும் வேறெதுவும் செய்துவிட முடியாதே எனத் தேற்றிக் கொண்டேன். வலியின் முனகலைக் கட்டுப்படுத்திக் கொள்ள உதடுகளை அழுந்தக் கடிப்பதும் கைக்கு*

> *அகப்பட்டவற்றை பலம் கொண்ட மட்டும் அழுத்திப் பிடிப்பதுமாக ஓடிக்கொண்டிருந்த வழியை பார்ப்பவர் மனங்களுக்குக் கடத்திக் கொண்டிருந்தேன்.*

ஒரே நேரத்தில் வலியாகவும் இன்பமாகவும் மாறும் பிரசவத்தின்போது முன் அனுபவங்கள் கொண்டவர்களின் பேச்சுத்துணையும் திசை திருப்பல்களும் பெண்ணின் உடலை ஆசுவாசப்படுத்துபவை. அதிலும் புரிதலும் உதவுதலும் கொண்ட மனத்தோடு அருகிருக்கும் பெண்களின் இருப்பு கூடுதல் சுகம். அப்படியான ஒரு பாட்டியின் அருகிருப்பைச் சொல்லும் வரிகளும் அதற்குப் பின்னான பிரசவமும் கதையின் போக்கில் இனம்புரியாத இன்பியல் நிகழ்வை வாசிக்கின்ற அனுபவங்களாகக் கதையில் விரிக்கப்பட்டுள்ளன.

> *இரவெல்லாம் தூங்காமல் நடந்தும் உட்கார்ந்தும் என்ன செய்வதெனப் புரியாமலும் அவளின் முந்தைய பிரசவங்களை நினைத்துக் கொண்டுமிருந்து பிறரைத் தொந்தரவு செய்யத் தயங்கிய அந்த இரவை விவரித்தாள் பாட்டி. எனக்கு வலி தோன்றும்போது நிறுத்திவிடுவதும் குறைந்ததும் கூறத் தொடங்குவதுமாக இருந்தாள் .*
>
> *சுகப்பிரசவம் என்று முன்பே கூறியிருந்தார்கள். நர்ஸ் வந்து எனிமா குடுக்கணும் என்றாள். மணி இரண்டை தொட்டுவிட்டது வலியில் உடனே பிறந்து விட்டால் நன்றாக இருக்கும். நேரமாக நேரமாகத் தாங்கிக் கொள்ள வேண்டிய வலி ஆயாசத்தை தந்தது.*

முழுக்கதையையும் பிள்ளையைச் சுமப்பதையும் பெறுவதையும் இரவின் நகர்வாக முன்வைக்கிறது. பெண் உடலோடு இரவுப்பொழுதுக்கு உள்ள உறவையும் அவ்விரவுகளில் பெண்ணுடல் அடையும் பாலியல் சார்ந்த இயல்பூக்கத்தையும், பாலியல் வேட்கையின் விளைவான கருத்தரிப்பையும் பிள்ளைப் பேற்றையும் எதிர்மறையாகப் பார்க்காமல் வாழ்க்கை தந்த பேறாகப் பார்க்கும் பெண்ணின் மனத்தை இந்தக் கதையில் வாசிக்க முடிகிறது. அந்த வாசிப்பு ஒருவிதத்தில் கொண்டாட்டமான பெண்ணுடலை வாசிப்பதாகவே இருக்கிறது.

10. வேலியிடப்பட்ட குடும்பங்கள்: பாமாவின் தாலியே வேலி

வேலி என்னும் சொல்லுக்குச் சொத்து, எல்லை, வரையறை, பாதுகாப்பு எனப் பருண்மையான பொருள்கள் உண்டு. நாலுவேலி நிலம், பயிரை மேயும் வேலிகள், வேலிதாண்டிய வெள்ளாடு எனச் சொற்கோவைகளை அன்றாட வாழ்க்கையில் பயன்படுத்திக்கொண்டே இருக்கிறோம். அப்படிப் பயன்படுத்தும் சொற்கோவைகள் பால் வேறுபாடின்றி இருபாலாருக்கும் பொதுவாகவே இருக்கின்றன. ஆனால் தாலியே வேலி எனச் சொல்லும்போது பாலடையாளம் பெற்று பெண்ணுக்குரியதாகச் சொற்கோவை மாறி நிற்கிறது. வேலியாக மாறும் தாலிதான் பெண்ணுக்குப் பெரிய பாதுகாப்பு என்பதை உறுதிப்படுத்தும் கருத்தியல் தோற்றத்தின்- பரப்பின்- இருப்பின் கருவியாக மாறிப் பெண்களைச் சுற்றி வலம் வருகிறது.

ஒரு பெண்ணின் கழுத்தில் தாலியை ஏற்றுக் கொள்ளும் சடங்கே திருமணம். தாலிக்குப் பதிலாக மோதிரம் அணிவதை வழக்கமாக ஒரு சமயம் பரிந்துரை செய்யலாம். பெரும் சடங்கின் வழியாக ஏறிய தாலியை/ மோதிரத்தை இடம் மாற்றம் செய்வதைப் பற்றிப் பெண்கள் நினைத்துப் பார்க்க முடியாத அளவுக்குக் கருத்தியல் திணிப்புகளும் நம்பிக்கைகளும் உருவாக்கப்பட்டுள்ளன. தாலியை ஏற்றுக் கொண்டதின் அடையாளம், தாலியின் வடிவங்கள், தாலியோடு இருப்பதன் பெருமைகள், தாலியைக் கழற்றுவதின்

காரணங்கள், தாலியறுத்தவள் நிலைகள், தாலியிழப்புக்குப் பின்னால் தொலைந்துபோன வாழ்க்கை என நம்பிக்கைகளும் இலக்கியங்களும் பேசி உருவாக்கி வைத்துள்ள கருத்துக்கள் ஏராளம். இக்கருத்துகளை ஏற்று வாழ்தல் என்பது குடும்பத்திற்குள் வாழ்தலின் இயங்குநிலை.

தாலியை/ குடும்பத்தைச் சுற்றி எழுப்பப்பட்டுள்ள கருத்துகளை அப்படியே ஏற்றுக் கொள்ள வேண்டியதில்லை என்ற நிலைப்பாடு பெண்ணியத்தின் தொடக்கம். இதனால் பெண்ணியம் முதன்மையாகக் குடும்ப அமைப்பை விசாரணைக்குரிய அமைப்பாகக் கருதுகிறது. அந்த விசாரணையில் பல கட்டங்கள் உண்டு. அக்கட்டங்களின் பார்வைக்கோணத்திற்கேற்பப் பெண்ணியத்தின் படிநிலைகளும் மாறுகின்றன. இப்போதுள்ள அதே இறுக்கத்துடன் குடும்ப அமைப்பை நீட்டிக்க வேண்டியதில்லை. பெண்களின் பாடுகளைப் புரிந்துகொண்டு அவளின் வேலைகளைப் பகிர்ந்துகொள்ளும் ஆண்கள் உள்ள குடும்பங்களில் அன்பும் நெகிழ்ச்சியும் நிலவும் எனப் பேசும் தாராளவாதம் அதன் முதல்படி. இந்த முதல் படியிலிருந்து நகர்ந்து கறாரான அளவுகோல்களைக் கொண்டு பால் வேறுபாடுகளற்றுப் பணிகளை குடும்ப வெளியிலும் புறவெளியிலும் மேற்கொள்ளுதலை வலியுறுத்தும் இரண்டாம் படி ஒருவிதச் சமத்துவத்தை முன்வைக்கும் படிநிலை. இதற்கும் மேலாகத் தனித்திருப்பதையும் தனியாகப் பெண்ணின் உலகத்தை அகவெளியாகவும் புறவெளியாகவும் பெண்களுக்கே ஆனதொரு உலகத்தை உருவாக்கிக் கொள்ள முடியும் என நம்புவது மூன்றாவது நிலை. இம்மூன்று நிலைகளுக்குள்ளே நிலவும் வண்ண வேறுபாடுகளே பெண்ணியச் சொல்லாடல்களாக ஓடிக்கொண்டிருக்கின்றன.

இந்தியப் பெண்ணெழுத்துகள் மட்டுமல்லாமல் உலகம் முழுவதும் பெண்ணெழுத்துகள் குடும்பத்தை விசாரணைக்குள்ளாக்குவதின் வழியாகவே தொடங்குகின்றன. அதற்கான காரணம் சமூக உருவாக்கம் குடும்ப உருவாக்கத்தின் பின் விளைவுகளாக இருந்தை முதல் காரணமாகச் சொல்லலாம். ஆணும் பெண்ணும் அவர்களின் வாரிசுகளும் என்பது குடும்ப அமைப்பின் மிகச்சிறிய அலகு. அச்சிறிய அலகின் பின்னால் உருவாக்கப்பட்டுள்ள புனிதங்களும் கருத்தியல்களும் பெண்ணுக்குப் பல பாத்திரவார்ப்புகளைத் தருகிறது. அதன் வழியாகப் பெண்ணுக்குப் புனிதங்கள்

வந்துசேருகின்றன என்பது குடும்ப அமைப்பின் ஆதரவாளர்களின் வாதம். ஆனால் குடும்ப அமைப்பு பெண்ணை ஒடுக்குகிறது எனவும் அவளது தனித்தன்மையைக் கட்டுப்படுத்துகிறது எனவும் பேசும் பெண்ணியவாதிகள் அதன் போதாமையையும் இருப்பையும் பலவிதமாகக் கேள்விக்குள்ளாக்குகிறார்கள்.

எல்லாவகையான கதைகளிலும் தனது நோக்கம் அல்லது ஆதரவு என்பதை நேரடியாகக் காட்டாத எழுத்துக்காரர் பாமா. முதல் நெடுங்கதையான கருக்கில் தன்னிலைக் கதைசொல்லல் வழியாகவும் இரண்டாவது நெடுங்கதையான சங்கதியில் முன்னிலைக் கதைக்கூற்று முறை மூலமும் ஏராளமான பெண்களின் இருப்பை முன்வைத்தவர். தனது சொந்த ஊரிலும் வாழுமிடங்களிலும் தான் பார்த்த பெண்களின் நிலையையும் வாழ்க்கை பற்றிய கோணத்தையும் முன்வைக்க விரும்பும் அவரது எழுத்து எப்போதும் முன்னிலைக் கதைசொல்லலை முதன்மையான கூற்று முறையாகக் கொள்கிறது. தொடர்ச்சியான உரையாடல் வழியாகப் பாத்திரங்களைப் பேச அனுமதித்துவிட்டு ஒன்றிரண்டு சொற்களின் மூலம் கதைசொல்லியின் இருப்பைக் காட்டும் எளிய உத்தி அவரது புனைகதை உத்தி. அதன் காரணமாகவே அவரது எழுத்துகள் மனதின் ஆழத்தைப் பேசாமல் மேல்நிலையில் இருக்கும் எண்ணங்களையே உரையாடல்களாக முன்வைக்கின்றன என்ற விமரிசனத்தைச் சந்திக்கின்றன். அமைப்புக்குள்ளும் தனிமனித நிலையிலும் மனிதர்களின் இருப்பு எப்படி இருக்கின்றது என்பதை முன்வைக்கும் நோக்கம் தனது கதைகளில் எளிய மனிதர்கள் அவர்களின் வாழ்க்கையை எப்படி எதிர்கொள்கிறார்கள் என்பதையே வாசிப்பவர்களின் முன்னால் வைக்கிறார். அந்த எளிமை காரணமாகவே கதைக்கான காலம், கதைநிகழும்வெளி என்ற இரண்டையும் தேடி வாசிப்பவர்கள் முன்பின்னாகச் செல்லவேண்டியதில்லை. ஒன்றில் தொடங்கி இரண்டு, மூன்று என நேர்கோட்டில் நகரும் நிகழ்வுகளால் ஆனது அவரது கதைகள். அந்த நேர்கோட்டுத்தன்மை வழியாகவே நடப்பின் குரூரத்தைப் பாமா வாசிப்பவர்களுக்குக் கடத்துகிறார் என்றால், அதற்கான காரணமாக இருப்பது அவரின் பாத்திரத் தெரிவுகளே. தனது கதைக்குள் உருவாக்கும் பாத்திரங்களைப் பாதிக்கப்பட்ட பாத்திரங்களாகத் தெரிவு செய்துவிட்டு, அந்தப் பாதிப்பை உருவாக்கும் மனிதர்கள் அல்லது அமைப்பு எப்படிப்பட்டதாக இருக்கிறது என்பதை உணரச் செய்கிறார்.

தாலியை மையமிட்ட திருமணம் என்னும் நிகழ்வு ஆண் -பெண் வாழ்க்கையில் தவிர்க்க முடியாத ஒன்று என நம்பப்படுகிறது. அந்நிகழ்வின் வழியாகப் பெண்ணுக்கும் ஆணுக்கும் உடல்சார் இன்பம் கிடைக்கிறது; அவ்வின்பத்தின் தொடர்ச்சியாகவே உலகத்தின் இருப்பை நீட்டிக்கும் மனித உற்பத்தி நடக்கிறது எனவும் சொல்லப்பட்டு நம்பவைக்கப்பட்டுள்ளது. மதிப்புமிக்க இச்செயலைக் கட்டுப்பாட்டுடன் தொடர்வதற்கான அமைப்பாகவே குடும்பம் இருக்கிறது எனச் சமய நூல்கள் வலியுறுத்துகின்றன. குடும்ப அமைப்பு, பெண்ணுக்குக் கூடுதலாகப் பாதுகாப்பையும் தருகிறது என்று பேசுகின்றன அறநூல்களும் அமைப்புகளும். ஆனால் இலக்கியங்கள் இந்த நம்பிக்கைகளின் மீது சந்தேகங்களை எழுப்புகின்றன. அதிலும் பெண்ணெழுத்துகள் இவை வெற்று நம்பிக்கைகள் என நிறுவ முயல்கின்றன என்பதோடு, பெண்ணுக்குக் கூடுதலாகப் பாதுகாப்பைக் குடும்ப அமைப்பு தருவதாகச் சொல்வது எவ்வளவு பெரிய மோசடி எனவும் கேட்கின்றன.

இரண்டு தொகுதிகளாகக் கிடைக்கும் பாமாவின் சிறுகதைகளில் முள்வேலி எனத் தலைப்பிட்ட கதை எளிய கிராமத்துப் பெண்களின் வாழ்க்கையில் திருமணம் என்னும் புனிதமான - பாதுகாப்பு தரும் நிகழ்வு - என்னவாக இருக்கிறது என்பதை முன்வைக்கின்றது. திருமண நாளில் கட்டப்பட்ட தாலியைக் கழற்றவேண்டிய நாள் கணவனின் இறப்பு நாள். அவன் இருக்கும் வரைதான் தாலியும் இருக்கும்; அவன் இல்லையென்றால் அவளது கழுத்தில் தாலியும் இருக்காது. தாலியறுக்கும் சடங்கைச் செய்து இறக்கிவிடுவார்கள். தாலி இருக்கும்போது இன்னாருடைய மனைவி என்ற அடையாளத்தோடு இருப்பவள் தாலியை அறுத்த பின் 'முண்டச்சி' என அழைக்கப்பட்டு எல்லா நிகழ்வுகளிலிருந்தும் விலக்கிவைக்கப்படுவாள். இது பெரும் தண்டனை. இந்தத் தண்டனைக்கு சமூகம் வழங்கும் ஆகப் பெரும் ஒதுக்குதலுக்கு- பயந்துதான் முள்வேலி கதையின் மையப்பாத்திரம் கனியம்மா கணவன் என்னும் ஆணைச் சகித்துக் கொண்டாள் எனக் காட்டும் வரிகளை எழுதுகிறார் பாமா. கனியம்மாவின் தெருக்காரியும் அவளது தைரியமான முடிவுகளை ஏற்றுக்கொண்டவளுமான இன்னொருத்தியின் கூற்றாக கதையைச் சொல்லும் பாமா, கதை சொல்லியின் இடத்தை -தனதாக்கி -முன்னிலையாக்கி, கனியம்மாவின் வாழ்க்கையைச் சொல்கிறார்.

"அதாவது ஊர்ல ஒரு பழமொழி சொல்வாகளே...."

"என்ன பழமொழி?"

"வெயிலுக்குப் பயந்துக்குட்டு வெந்நிப் பானைக்குள்ள விழுந்தது கணக்கா."

கனியம்மா கம்முனு இருந்தா.

கனியம்மா இந்த நிலைக்கு ஏன் வந்தால் என்பதே கதை. கனியம்மாவும் அவளது கணவன் மலையப்பனும் ஒன்றாக இல்லை; தனித்தனியாகவே வாழ்கிறார்கள் எனத் தொடங்கும் கதையின் ஒரு முடிச்சாக அமைவது மலையப்பனுக்கு வந்த அந்த நோய். அவனது சிறுநீரகங்கள் பழுதடைந்ததால் உடல் குறுகி, நடக்க முடியாமல் ஆஸ்பத்திரியில் கிடக்கிறான்.

> *"அவருக்கு கிட்னி பெயிலாப் போச்சாம். அத்தோட கொடலு வேற கீழாமெ எறங்கிப் போச்சாம். அதென்னமோ எரனியாவும்ல? அந்த நோயும் வந்துருக்காம். பொழைக்குறது கஸ்டமாம். ஒன்னுக்கே போகலன்னா எப்பிடிக்கூடி பொழைக்க முடியும்? அந்தண்ணனப் பாத்தாப் பாவமா இருக்கு. டவுனு ஆஸ்பத்திரின்னு சொன்னாக. ஆனா எந்த ஆஸ்பத்திரின்னு தெரியல. அந்தக்கா கனியம்மாதான் கூடப்போயிருக்காக. வேற யாரு போவா? அவுக போகாட்டி இந்த ஊரு ஒலகம் அவுகளச் சும்மா உட்டுருமா?" கேள்வியோட முடுச்சா சந்திரா.*
>
> *"இந்த பத்து வருசுமா அவுகென்ன புருசம் பொண்டாட்டியாவா இருந்தாக? அந்தக்கா அந்தாள உட்டுட்டு தனியாத்தானெ கெடந்தாக.*

ஊரில் உள்ள அனைவரும் போய்ப் பார்க்கிறார்கள். ஆனால் கனியம்மா போய்ப் பார்க்கவில்லை.

> *"அதெப்பிடி பழசெல்லாம் ஒடனே சட்டுனு மறந்து போக முடியும்? கனியம்மா அவா புருசனப்பத்திச் சொன்னதை எல்லாம் இப்ப நெனச்சுப் பாத்தாலும் அந்தாளச் சாவடிக்கனும்னுதான் தோணும். கலியாணமாகி மொதல் நாளுலருந்தே அவா யாருட்டப் பேசுனாலும் சந்தேகம். அசிங்க அசிங்கமா பேசி அடிதடி. கால்காசு சம்பாதிச்சு*

கொண்டாந்து குடுக்காட்டாலும், இவா எதுனாச்சும் கூலி வேல செஞ்சு வாங்குற காசையும் புடுங்கிட்டுப் போயி ஊத்திக்கிட்டு வந்து மாட்ட அடிக்கிறமாதிரி அடிச்சு தொவச்சு எடுப்பான். அவங்கூட வாழ்ந்த சாட்சிக்குப் பெறந்தது ஒரு பொம்பளப் பிள்ளை. அதக்கூட யாருக்கோ பெத்தான்னு வாய் கூசாமச் சொல்லி அடிப்பான். அந்தப் பிள்ளையையும் அவதான் வளத்து, ஆளாக்கிட்டு வாரா. கண்ணெதுர இம்புட்டையும் பாத்த இந்த பொம்பளைகளே இப்பிடிச் சொல்றாகளே.

இவளுக வாயிக்குப் பயந்துதான் அவா போயிருப்பா. சே. எப்பிடித்தான் மனச கல்லாக்கிட்டு போறது? அந்தாளு மொகத்துல முழுச்சு, அவங்கூட இருந்து அவனுக்குப் பணிவிடை செய்றது? அவனுக்கு அதுக்கு என்ன தகுதி இருக்கு? இப்பிடியே இந்தாளு செத்துப் போனாக்கூட அவா என்னைக்கும் நிம்மதியா இருந்துட்டுப்போவா. இந்த மஞ்சக் கயத்த ஒன்னக் கட்டிட்டுத்தான காலம்பூராம் கொத்தடிமைக் கணக்கா இருக்க வேண்டியதா இருக்குது.”

காரணங்களும் காரியங்களும் சலிப்பும் வெறுப்பும் கொண்ட கனியம்மா மலையப்பனைப் போய்ப் பார்க்காமல் இருந்தாள். அப்படிப் போகாமல் இருக்கும் கனியம்மாவின் நிலைபாட்டை மனதிற்குள் பாராட்டவும் செய்கிறாள் கதைசொல்லியான அந்தப் பெண். கதைசொல்லியின் நினைப்புக்கு மாறாகக் கனியம்மா மலையப்பன் இருந்த ஆஸ்பத்திரிக்குப் போய் அவன் அருகில் இருந்து தேவையான உதவிகளைச் செய்திருக்கிறாள். ஆபரேசன் செய்து ஊர் திரும்பியபின் மலையப்பனைப் பார்க்கச் செல்கிறார்கள் ஊரார். கதைசொல்லியான பெண்ணும் அங்கே செல்கிறாள். போகும்போதுதான் அவளுக்குத் தெரிகிறது கனியம்மா தான் கணவனோடு இருந்து உதவுகிறாள் என்ற விவரம். இதனால் கனியம்மாவைப் பற்றிய அவளின் எண்ணங்கள் சிதறிப்போகின்றன. இதெப்படி நடந்தது என்ற கேள்விகள் அவளது மனதிற்குள் எழும்பிக் கொண்டே இருக்கின்றன.

“கனியம்மாள வீட்டுல காணுமே. எங்க போயிட்டா? நானும் அவளப் பாக்கனும் பாக்கனும்னு இருக்கேன். பாக்கவே முடியலையே.....”

“அந்தக் கொடுமைய ஏங்கேக்குற. அவாள்ளாம் ஒரு பொம்பளையா? அவன அறுத்து, தச்சுக் கொண்டாந்து போட்டுட்டு ஒடனே கெளம்பிப் போயிட்டாளாம். இங்ன இருந்து கொஞ்சம் ஒத்தாசையா இருக்கலாம்ல? வந்ததும் வராததுமா ஓடிப் போயிட்டா.”

“யாருக்கு ஒத்தாசை?”

“யாருக்கா? அவா புருசனுக்குத்தான். கட்டுன பொண்டாட்டிக்கு அக்கர வேண்டாமா?”

“அதான் வீட்டுல அவுகம்மெ இருக்கா. அவனோட அண்ணந் தம்பி, அக்கா, தங்கிச்சின்னு அம்புட்டுப் பேரும் இருக்காகள்ள. பின்ன என்ன? அம்புட்டுப் பேரு இருக்கைல இவா என்னத்துக்கு? இவ்வளவு தூரம் செஞ்சதே பெரிய காரியம். நானா இருந்தா ஆஸ்பத்திரிக்கே போயிருக்க மாட்டேன். இப்ப கனியம்மா எங்க போயிட்டாளாம்?”

கனியம்மாளின் இடத்தில் தன்னை வைத்துப் பேசும் கதை சொல்லியின் நிலைபாட்டை நிலைகுழையச் செய்த அந்த நிகழ்வு நினைவுக்கு வருகிறது. கணவன் இல்லையென்றால் தலையில் பூ வைக்கும் உரிமையைக் கூட வழங்காத சமூகம் இது. கனியம்மாவைக் குறித்தே அவளைச் சுற்றியிருப்பவர்கள் அப்படித்தான் பேசினார்கள். ஆனால் கனியம்மா அதைத் தைரியமாகச் சமாளித்தவள் என்பதும் இவளுக்குத் தெரியும்.

ஒரு கலியாணத்துல கனியம்மா தலைல பூ வச்சதுக்கே எவளோ சாடமாடையாச் சொன்னாளாம், ‘புருசன் வேண்டாமாம் ஆனா பூ மட்டும் வேணுமாம்’. கனியம்மாளும் சும்மா உடல. பதுலுக்கு நல்லாச் சொல்லியிருக்கா, ‘பூவு நானு சின்னப் புள்ளையா இருக்கைல இருந்து வச்சுட்டு வாரேன் புருசன் இப்ப எடவழில வந்தவன்.”

அப்படித் தைரியத்தை வெளிப்படுத்திய கனியம்மாவின் இன்னொரு நியாயம் இந்தச் சமூகத்திற்குப் பயந்தே ஆகவேண்டிய நியாயம் இருக்கவே செய்கிறது. அதனால் அவள் சொல்கிறாள்

“சாகட்டும்னு சொல்ற. பெறகு ஏம்போயிக் காப்பாத்துன?”

“சத்தியமாச் சொல்றேன். இத உங்கிட்டதான் சொல்லமுடியும்.

மத்தவுக கிட்டச் சொல்லமுடியாது. இதுதான் உண்மெ. அவெம் பொழச்சு எந்துருச்சு வரனும்னு எனக்குத் துப்பரவா ஆசையே கெடையாது. ஆனா ஒன்னே ஒன்னுமட்டுந்தான் ஏம்மனசுக்குள்ள ஓடுச்சு" ஏங்காதோரம் மெதுவாச் சொல்லிட்டு நிப்பாட்டுனா.

"என்னது?"

"என்ன தெரியுமா? இவஞ்செத்துப் போனாம்னா, இந்த ஊரு ஒலகத்துல எனிய முண்டச்சின்னு சொல்லி, எந்த ஒரு நல்ல காரியத்துலயும் பங்கெடுக்க உடாமெ ஒதுக்கி வச்சிருவாங்களேங்ற எண்ணந்தான் என்னைய வேதனப் படுத்துச்சே தவுர, வேறெத்த கவலையும் எனக்கில்ல."

சமூகத்தில் ஒவ்வொருவரின் இருப்பையும் தீர்மானிப்பதில் அவரவரின் நியாயங்கள் மட்டுமே காரணிகளாக இருப்பதில்லை. சமூகத்தின் ஏற்பும் ஒதுக்குதலும் காரணிகளாக இருக்கின்றன. இவை மட்டும் இல்லையென்றால் விடுதலை வேட்கையும் போராட்டங்களும் இருக்கப் போவதில்லை. அவரவர் வாழ்க்கையை அவரவர்கள் வாழ்ந்து விடுவார்கள். அப்படி வாழ விடாமல் தடுப்பன சமூகத்தின் விதிகளே. மனிதர்களை ஒடுக்கிப் பரவசம் அடையும் சமூக விதிகளை மீறுவதின் முன்னெடுப்புகளே விடுதலையின் பாடுகளாக இருக்கின்றன. முண்டச்சி எனப் பட்டம் சூட்டித் தள்ளிவைக்காது இந்த சமூகம் என்பது உறுதியானால் கனியம்மாக்கள் ஏன் மலையப்பன்களின் அடாவடித்தனத்தையும் அதிகாரத்தையும் ஏற்றுக் கொள்ளப் போகிறார்கள்.

11. வெளிகளில் விளையும் மரபுகள்: காவேரியின் இந்தியா கேட்

எழுத்திலக்கியங்கள் தோன்றாத காலகட்டத்தில் பெண் தலைமை தாங்கிய சமூக அமைப்பு இருந்ததாக மானுடவியல் ஆய்வுகள் சொல்கின்றன. வேட்டைப் பொருட்களை உண்டு வாழ்ந்த சமூகத்தின் தொடர்ச்சியாக ஓரித்தில் தங்கி வேளாண்மை செய்வதையும் மீன் பிடித்தலையும் கற்றுக் கொண்டபோது இனவிருத்தியின் பொருட்டுப் பிள்ளை சுமத்தல் வினைக்காகப் பெண்கள் ஓரித்தில் தங்கவேண்டியவர்களாக ஆக்கப்பெற்ற நிலையில் பெண் தலைமை தாங்கிய சமூகம் முடிவுக்கு வந்த காலகட்டத்தில் தான் ஆண்மையச் சமூகம் உருவானது என்றும் மானிடவியல் கருத்துகள் சொல்கின்றன. ஆனால் தமிழின் இலக்கியப்பிரதிகள் பெரும்பாலும் பெண் தலைமைக்காலத்தைத் தாண்டி ஆண் தலைமைக்காலமான அரசுருவாக்கக் காலகட்டத்தையே நமக்குக் காட்டுகின்றன.

இல்லறம், மனையறம் என்ற சொற்களைத் திருக்குறள் போன்ற தமிழின் பழைய இலக்கியங்கள் திரும்பத்திரும்பச் சொல்கின்றன. திருக்குறளில் கடவுள் வாழ்த்தைத் தொடர்ந்து முதலில் இடம்பெற்றுள்ள இல்லறவியலின் மூன்று அதிகாரங்களும் குடும்ப அமைப்பு உருவாக்கத்தையும் அதன் தேவையையும் சொல்லும் அதிகாரங்கள் மட்டுமல்ல. அவ்வமைப்பில் ஆணின்

இடத்தையும் பெண்ணின் இடத்தையும் வரையறை செய்து தரும் அதிகாரங்களாகவும் இருக்கின்றன என்பதை அவற்றின் வைப்பு முறைகொண்டு அறியலாம்.

இல்லறவியல் என்னும் இயலின் தொடக்க அதிகாரமாக இருப்பது இல்வாழ்க்கை.. 'இல்வாழ்வான் என்பான் இயல்புடைய மூவர்க்கும் நல்லாற்றின் நின்ற துணை' *(41)* எனத்தொடங்கி,"வையத்துள் வாழ்வாங்கு வாழ்பவன் வானுறையும் தெய்வத்துள் வைக்கப்படும்"*(50)* என முடியும் அதன் பத்துக்குறள்களும் இல்வாழ்க்கையை -குடும்ப வாழ்க்கையை ஆணின் வாழ்க்கையாகவே சொல்கின்றன. அவ்வதிகாரத்தை அடுத்து இடம்பெறுவது வாழ்க்கைத்துணை நலம். ஆண் என்னும் கணவனின் வாழ்க்கைத் துணைநலமாகப் பெண்ணை நிறுத்தி, 'மனைத்தக்க மாண்புடையள் ஆகித்தற் கொண்டான் வளத்தக்காள் வாழ்க்கைத் துணை' *(51)* என இல்லறவாழ்வின் துணைக் கதாபாத்திரமாகப் பேசுகிறது. அவ்வதிகாரத்தின் கடைசிக்குறளில் குடும்ப அமைப்பை முழுமையாக்கும் மூன்றாவது பாத்திரத்தின் குழந்தைகளின் தேவையை வலியுறுத்தும், " மங்கலம் என்ப மனைமாட்சி மற்றதன் நன்கலம் நன்மக்கட் பேறு" *(60)* என்னும் குறளை எழுதி அதிகாரத்தை நிறைவுசெய்கிறது. அங்கே தொடங்கும் குழந்தைப் பேறு,தொடர்ச்சியாக அமைந்துள்ள மக்கட்பேறு அதிகாரத்தில் விரிவடைகிறது. "பெறுமவற்றுள் யாமறிவது இல்லை அறிவறிந்த மக்கட் பேறு அல்ல பிற *(61)* எனத் தொடங்கி, 'மகன் தந்தைக்கு ஆற்றும் உதவி இவன் தந்தை என்நோற்றான் கொல்எனும் சொல் *(70)* என நிறைவு செய்துள்ளது.

திருக்குறள் முழுமையாகக் குடும்ப அமைப்பு உருவாகி நிலைபெற்ற காலத்து இலக்கியம். ஓர் ஆணும் பெண்ணும் சேர்ந்து வாழ்தலின் தேவை என்னவாக இருக்கும் என்ற கேள்விக்குச் சங்கப் பெண்கவி பொன்முடி 'ஈன்று புறந்தருதல்' என்கிறாள். மனையறம் படுத்துதலின் தொடர்ச்சியாகவே இல்லற வாழ்க்கை தொடங்கியதாகச் சிலப்பதிகாரம் சொல்கிறது. ஆணும் பெண்ணும் சேர்ந்து வாழ்தலின் பயனாக இனவிருத்தி நிகழ்கிறது. மனிதப் பெருக்கம் உலகை உருவாக்குகிறது.

கடவுள் உலகத்தைப் படைத்தார் எனச் சொல்லும் சமயங்கள் கூட மனிதர்கள் தொடர்ச்சியாக மனிதர்களை உற்பத்திசெய்வதின்

வழியாகவே உலகம் இருப்பதாகவும் இயங்குவதாகவும் முன்வைக்கின்றன. மனித உற்பத்தி தொடர்ந்து நடந்துகொண்டே இருக்க வேண்டும். இந்தக் காரணமே குடும்பங்களை உருவாக்குகின்றன. கணவன் மனைவி சேர்ந்து வாழும் குடும்ப வாழ்க்கை என்பது அறம் சார்ந்த வாழ்க்கை என்பதன் அடிப்படையில் தான் அதனைக் குறிக்கும் சொற்களில் அறம் என்ற சொல் பின்னொட்டாகச் சேர்த்தே சொல்லப்பட்டு வந்துள்ளது. அறம் என்ற சொல்லுக்குரிய பொருளாக நிலையான ஒன்றை எந்த இலக்கியங்களும் இலக்கணங்களும் உருவாக்கித் தரவில்லை. கிடைக்கும் தரவுகளின் அடிப்படையில் பார்க்கும்பொழுது பெண்களும் ஆண்களும் ஒருவரையொருவர் சார்ந்து வாழும் வாழ்க்கையை முன்னெடுத்ததாகத் தெரிகிறது. சார்ந்து வாழ்தலில் ஒருவர் மேல் இன்னொருவர் கீழ் என்பதான படிநிலைகள் பாரதூரமாக இருந்ததாக இலக்கியங்கள் சான்றளிக்கின்றன. குடும்ப அமைப்பு உருவாக்கத்திற்கும் இருப்புக்கும் மனித உற்பத்தியை ஒரு காரணமாகச் சொன்னதிலும் நம்ப வைத்ததிலும் மரபான சமய வாழ்க்கைக்கு முக்கியமான பங்கிருக்கிறது.

மனித உற்பத்தியில் முதன்மைக் காரணியாக இருப்பது ஆணாக இருந்த போதிலும் பாரதூரமான பங்களிப்புச் செய்பவராக இருப்பவர் பெண்ணே. பெண்ணே கருவைத் தாங்கி உடல் வடிவத்தையும் அதற்குள் உறையும் உயிர்த்தன்மையையும் தருகிறாள். அதனால் பெண்ணே இனவிருத்தியில் புனிதமான பங்களிப்புச் செய்பவளாகக் கருத்தியல் உருவாக்கப்பட்டு தெய்வத்தன்மையை வழங்கியது சமய நம்பிக்கை. உலகம் இருப்பதிலும் இயங்குவதிலும் பெண்கள் மேன்மையைப் பேசும் சமயநெறி, நடப்பு வாழ்க்கையில் இரண்டாம் நிலையில் இருக்கவேண்டியவள் என்பதை நியாயப் படுத்தவும் செய்கிறது. இதனை வலியுறுத்தும் செய்திகளைத் தமிழின் பக்தி இலக்கியக்காலம் தொடங்கிப் பத்தொன்பதாம் நூற்றாண்டுப் பெரும்புலவர்களான மகாவித்துவான் மீனாட்சி சுந்தரம் பிள்ளை, மாயூரம் வேதநாயக சாஸ்திரியார் வரை அனைத்துப் பிரதிகளிலும் வாசிக்கலாம். அதன் மீதான முதல் கேள்வியை எழுப்பும் பெண்களைத் தனது கவிதைகளில் உலவவிட்டவன் கவி பாரதி. நிமிர்ந்த நன்னடை நேர்கொண்ட பார்வையும் நிலத்தில் யார்க்கும் அஞ்சாத நெறிகளும் திமிர்ந்த ஞானச் செருக்கும் இருப்பதால், செம்மை மாதர் திறம்புவதில்லையாம்

என அறிமுகப்படுத்திக் கொண்ட பெண்களை அவனிடத்தில் வாசிக்கிறோம். அந்தப் பெண்கள் தங்களுக்கான உரிமைகளைப் பிறந்த வீட்டில் கேட்கத் தொடங்கி, புகுந்த வீட்டில் நிலைநாட்ட நினைத்தபோது முன்னிறுத்தப் பட்ட கருத்தியல்களே மரபுகள். நீண்ட காலமாகப் பின்பற்றப்படும் பழக்க வழக்கங்கள் என்னும் மரபுகளைத் தக்கவைக்கும் சமூக அமைப்பாக இந்தியச் சமூக அமைப்பும் இறுக்கம் பெற்றிருந்தது. பிறந்தகத்தில் காட்டப்படும் வேறுபாடுகளுக்காகப் பெற்றோர்களோடு வாதாட முடியும். தந்தையின் அடையாளத்தால் அழைக்கப்படும் பிள்ளைகளுக்கிடையே வேறுபாடுகள் காட்டப்படுவதில் ஆண் - பெண் அடையாளங்கள் முன் நிற்கின்றன. ஆண் பிள்ளை பெறுவதை மகிழ்ச்சிக்குரியதாகவும், பெண் பிள்ளை பெறுவதைத் துயரநிகழ்வாகவும் உருவாக்கி வைத்திருக்கிறது சமூக நடைமுறைகள். என்றாலும் அந்த வேறுபாடுகள் காட்டப்படாத குடும்பங்களும் உருவாகிக்கொண்டிருக்கின்றன. பெற்ற பிள்ளைகளில் பாலினம் சார்ந்து வேறுபாடுகள் காட்டப்படக்கூடாது என்ற புரிதலோடு இந்தியக் குடும்பங்கள் நகரத்தொடங்கி அரைநூற்றாண்டுகளுக்கும் மேலாகிவிட்டன. அப்படி நகர்ந்த முன்னோடி நகர்வுகளும் கூட இந்திய சாதியச் சமூகத்தின் மேல் நிலையில் இருக்கும் பிராமண சமூகங்களிலேயே நடந்தன.

பெண் உரிமை, பெண் சமத்துவம், பெண்விடுதலை போன்ற சொற்றொடர்கள் கருத்தியல் சார்ந்த சொற்களாகவே விவாதிக்கப்படுகின்றன. கருத்தியல் சார்ந்த விவாதங்களில் தெளிவு கிடைக்கும்போது கொள்ளவேண்டியனவும் தள்ளவேண்டியனவும் முடிவாகிவிடும். கருத்தியல் சார்ந்தவை மனத்தடைகள். விடுதலை பற்றிய எண்ணங்களும் சிந்தனைகளும் கருத்தியல் சார்ந்தவையாக மட்டுமே ஐரோப்பிய வாழ்க்கையில் வெளிப்படுகின்றன. ஆனால் இந்திய வாழ்க்கையில் இருக்கும் தடைகள் முழுமையும் கருத்தியல் தடைகள் என்று சொல்லிவிட முடியாது. இங்கு தடைகள் புழங்குவெளிகளோடும் புழங்குபொருட்களோடும் தொடர்பு கொண்டிருக்கின்றன.

சமூகத்தைக் கூறுகட்டிப் பிரித்துப் பேசும் சாதியத்தன்னிலைகளின் அடையாளமே வெளிசார்ந்த தடைகளால் தீர்மானமாகின்றன. குறிப்பிட்ட மனிதக்கூட்டம் நுழைவதற்குரிய வெளிகள், நுழையக்கூடாத வெளிகள் என உருவாக்கி வைத்திருக்கிறது

வாழ்க்கை முறை. தீண்டுதல், விலக்குதல் என்ற சொற்றொடர்கள் இங்கு புழங்குபொருட்களைக் கையாள்வதில் கவனம் செலுத்தும்படி கோருகின்றன. பொதுத்தளத்தில் இருக்கும் எல்லாப் பொருட்களையும் அனைவரும் எந்தவிதத் தடைகளுமின்றித் தொட்டுவிட முடியாது. மரபான வாழிடங்களில் ஊரும் சேரும் பிரிக்கப்பட்ட வெளிகளாக இருக்கின்றன. நீர்நிலைகள் இங்கே பல குழுக்களுக்குத் தடைசெய்யப்பட்ட வெளிகளாக அறியப்படுகின்றன. ஊர்த்தெருக்கள், வழிபாட்டிடங்கள், கல்விச்சாலைகள் போன்றனவும் தடைகளைக் காக்கும் / பின்பற்றும் வெளிகளாக இருக்கின்றன. வெளிகளே பெண்களின் சுதந்திரத்திற்கும் வளர்ச்சிக்கும் தடைகளாக இருக்கின்றன என்பதை உணர்ந்த ஒரு பாத்திரத்தை முன்வைக்கும் ஒரு கதைக்குத் தலைப்பாக 'இந்தியா கேட்' என வைத்து ஒரு கதையை எழுதியிருக்கிறார் காவேரி. அந்தக் கதையை வாசிக்கும்போது பெண்களின் நகர்வைக் கட்டிப்போடும் வெளிகளை அம்பலத்தும் தன்மையை நாம் புரிந்துகொள்ள முடியும். அக்கதையின் தலைப்பாக மையமாக இருக்கும் இந்தியா கேட்டைப் பற்றிக் கதையின் மையப்பாத்திரமான பத்மினியின் நினைவு அலைகள் இப்படி விரிக்கின்றன:

> *இந்தியா கேட்டின் பிரம்மாண்டமான, வளைந்த 'ஆர்ச்' அதற்கு எதிர்மாறாக ஒரு சின்னப் பழுப்பு நிற 'ஆர்ச்' மரக்கதவின் வளைவு. ஒரு புழக்கடைக் கதவு. திருச்சியின் பின்கட்டு முற்றத்தில் கதவு. அழுந்த சாத்தப்பட்டுக் கிடந்தது. அதை ஏன் ஒரு மதனியும் இரவில் திருட்டுத்தனமாகத் திறந்து கொண்டு வெளியே எங்கேயாவது ஓடிப்போகவில்லை. கிளிக்குக் கூடு பழகிப் போய்விட்டதா? கூண்டு சிறையாகவில்லை கூண்டு ஒரு வீடாயிற்று. பிறகு அது ஒரு சின்ன உலகமாகவே மாறிவிட்டது.*

ஒரு பெண்ணுக்குப் பிறந்தவீடு, புகுந்தவீடு என்ற இரண்டு அடையாளங்களை உரிமையாக்கி, புகுந்தவீட்டில் அவள் வாழவேண்டியவள் என்கிறது இந்தியச் சமூகம். அதை நிறைவேற்றவே திருமணம் என்னும் ஒப்பந்தம். அந்த ஒப்பந்தம் ஓராணின் வாழ்க்கைத்துணையாகப் பெண்ணைச் சேர்க்கும் ஒப்பந்தம். ஆனால் நடைமுறையில் அந்த ஒப்பந்தம் ஒருவித வியாபார ஒப்பந்தம் போல நடக்கிறது என்பதை முன் நிகழ்வாகச்

சொல்லிக் கொஞ்சம் கோபம் கொண்ட பத்மினியைக் காட்டுகிறார் காவேரி.

நான்கு பகுதிகளாக எழுதப்பெற்ற இந்தக் கதையின் நிகழ்வெளிகள் நான்கு. முதல் வெளி பத்மினியின் பிறந்தகமான சென்னை. இரண்டாவது வெளி புகுந்தகமான திருச்சி. மூன்றாவது வெளி கணவனும் மனைவியுமாகப் பணி நிமித்தம் செல்லும் டெல்லி. நான்காவது பத்மினி தனக்கு மட்டுமாக உருவாக்கிக் கொள்ளப்போகும் தனி வீடு. ஒன்றிலிருந்து நான்காவது வெளியை நோக்கிப் பத்மினியை விரட்டும் வாழ்க்கைச் சட்டகங்கள் ஒவ்வொன்றுக்கும் பின்னால் இருக்கும் மரபுகளையும் அதன்வழி அடக்கப்படும் பெண்ணையும் வாசித்துக்கொண்டே நகர முடிகிறது கதையில். பத்மினிக்கும் பலராமனுக்கும் இருந்த மற்ற பொருத்தங்களைவிட பார்க்கும் வேலை சார்ந்த பொருத்தமே இருவரையும் கணவன் மனைவியாக மாற்றுகிறது என்பதை முதல் பகுதியில் சொல்லித் திருமணத்தை முடித்துவைக்கிறார். பலவற்றையும் பேசி அழித்துவிட்டு அவளது தந்தை வந்து சேர்ந்த முடிவைச் சொல்லும் இந்த வாக்கியங்களே அதற்கான சான்றுகள்:

> "மாப்பிள்ளையும் நம்ம பத்மினியைப் போல பாங்கில் வேலைப் பார்ப்பதினால் ஜோடி நல்ல பொருத்தம். ஆஹா அம்பாளுக்குத்தான் நன்றி செலுத்தனும் " என்றார் பத்மினியின் அப்பா.

சென்னையில் கல்யாணம் முடிந்து பத்மினி திருச்சியில் இருக்கும் புக்ககத்திற்குப் போனாள். அங்கு இன்னும் நிறைய உறவினர்களைச் சேர்த்துக் கொண்டு வீடு நிரம்பி வழிந்தது. எல்லோரும் பலராமன் பக்கத்து உறவினர்கள். சென்னைக் கல்யாணத்திற்கு வந்த உறவினர்கள் எப்படி நடந்துகொண்டார்களோ, அப்படியே இங்கும் சொல்லி வைத்தாற்போல ஒரு பக்கம் தலை சாய்த்து கண்ணை மூடிக்கொண்டு பேசினார்கள் பிள்ளை வீட்டார்கள். ஆணே குடும்பத்தின் மையம். அவனுக்கும் அவனுடைய வீட்டாருக்கும் பணிவிடைகள் செய்யவேண்டியவள் பெண் என்பதைத் திருச்சியில் இருந்த சில நாட்களின் காட்சிகளே காட்டிவிடுகின்றன.

> காலையில் நாலரை மணிக்கு எழுந்து மூதாட்டிகளை வணங்கி, புளித்த தயிரைக் கடைந்து, காப்பி கலந்து பழைய காப்பியை விழுங்கி, சமையல் செய்து, பரிமாறி,

பிறகு மதனிகளுடன் பழைய சோற்றை ரஸ வண்டலுடன் விழுங்கி, கிணற்று மேட்டில் வெறுங்காலுடன் நின்று, பிறகு புழக்கடையில் உட்கார்ந்து..

வடிகட்டின முட்டாளே.. பாங்க் வேலையில் ஆணுக்கு நிகராய்க் கைநிறையச் சம்பாதிக்கிறாயே, பிறகு மங்கு மங்குன்னு கழுதை சுமை தாங்குவதுபோல நிறைய வேலையைச் சுமந்து கொண்டு செய்யறே. ஆனால் இங்கு வந்தவுடன் உன் மதிப்பு கடுகளவாகச் சுருங்கிப் போகிறது. பின்னே, ஏன் திருச்சிக்கு வருகிறாய், ஏன்?

இவையெல்லாம் பத்மினியின் மனவோட்ட வாசகங்களே. ஆற்றாமையின் வெளிப்பாடுகள். அந்த ஆற்றாமையின் ஆறுதலாக இருவருக்கும் பிரமோஷனோட தில்லிக்கு மாறுதல் கிடைக்கிறது. அதிலும் கூடப் பலராமனின் உறவினர்கள் அவளை விலக்கிவைத்து அவனையே மையப்படுத்திப் பேசுகின்றனர்.

“ஏண்டாப்பா பலராமா. உனக்கு நல்ல காலம் வரது. கல்யாணம் நடந்த கையோட பிரமோஷனும் கிடைத்து விட்டது” என்றார்கள்

எல்லாவற்றையும் ஏற்றுக்கொண்டு விட்டால் போதும்; இந்தக் கூட்டத்தையும் அவர்களின் மரபுகளையும் பழக்கவழக்கங்களையும் விட்டு வெளியேறினால் போதும் என நினைத்துத்தான் தில்லிக்குக் கிளம்புகிறாள் பத்மினி. அவளது நினைப்பு இப்படி இருக்கிறது:

தில்லிக்குப் போவோம். தில்லி ஒரு தலைநகரம். அங்கு போனவுடன் எல்லாமே ஒரு சுற்று விரியும். பலராமன் உள்பட. ஒருவேளை பலராமனும் தன்னைத் திறந்து விட்டுக்கொண்டு விரியலாம்.வளரலாம்.

ஆனால் அவளது எதிர்பார்ப்பு நிறைவேறவில்லை. அங்கும் அதே மனநிலைதான் தொடர்ந்தது. ஆரம்பத்தில் பத்மினி தான் தில்லியில் இருப்பது போலவே உணரவில்லை. இதுவும் ஒரு பெரிய அளவிலான திருச்சிராப்பள்ளியோ என்பதுபோல இருந்தது. அவளைச் சுற்றி இருந்த சூழல். அது கரோல்பாகில் ஒரு சின்ன ப்ளாட். கணவன் தன்னை ஆணாக திருச்சியின் மரபைக் கையோடு கொண்டுவந்த ஆணாக நினைத்துக்கொண்டு வேலைக்குப் போய்வந்து கொண்டிருந்தான். ஆனால் பத்மினிக்குக்

கடமைகள் இருந்தன. அந்தக் கடமைகள் அவள் மட்டுமே முடிக்கவேண்டிய கடமைகள்:

> காலையில் கண் விழித்ததிலிருந்து பத்மினி ஓயாமல் வீட்டு வேலைகளை முடிப்பதில் மூழ்கியிருந்தாள். இப்போதெல்லாம் ஆபிஸிலும் வேலையின் நெருக்கம் அதிகரித்துக்கொண்டே போயிற்று.

இந்த நெருக்கடியிலிருந்து விடுபடல்கள் அருகில் இல்லை என்பது தெரியும்போது கலங்கிப் போகிறாள். அவனது முடிவையும் கருத்துகளையும் சொல்லவேண்டிய நேரங்களில் எல்லாம் மௌனியாகவே இருக்கும் பலராமனுக்குள்ளும் இருப்பது ஆண் என்னும் அகம்பாவமே. 'நான் ஆண்; எது செய்வதாயிருந்தாலும் என்னைக் கேட்கவேண்டும்; என் வீட்டிலிருக்கும் பெரியவர்களைக் கேட்கவேண்டும் என இருக்கும் தடைகள் ஒவ்வொன்றையும் நினைவூட்டுவதன் மூலமே பலராமன் என்னும் ஆணின் இருப்பு உறுதிசெய்யப்படுகிறது. ஒருபாடு அழுது தீர்க்கிறாள். தனக்கென ஒரு வீடு வாங்குவது என முடிவெடுக்கிறாள். அதைத் தெரிந்துகொள்ளும் கணவன் காட்டிய கடுமையும் கோபமும் அவனை விட்டுப் பிரிவது என்ற முடிவுக்குத் தள்ளுகிறது அவளை. அவளது அந்த முடிவை அவள் அறிவிக்கும் முறை பலராமன் நினைத்துப் பார்க்காத ஒன்றாக இருக்கிறது. அமைதியாக ஆனால் ஆணித்தரமாகச் சொல்லிவிடுகிறாள்:

> "ஏனென்றால் என் பெயரை உங்கள் பெயருடன் அனாவசியமாக ஒட்டை வைத்துக் கொண்டிருக்கேன். அதை இப்போது நான் எத்தனை வலித்தாலும், வலிக்க வலிக்க பெயர்த்தெடுத்து எறியப்போகிறேன். மீண்டும் தனியாக, முன்போலவே 'பத்மினி ஐயர்' என்ற என் குமரிப்பெண் பெயருடன் இருக்கப் போகிறேன். அதற்கு எனக்கென்று ஒரு தனிவீடு சௌகரியமாக இருக்குமல்லவா?"

திரும்பவும் பழையவளாக தனக்கான வெளியொன்றை உருவாக்கிக் கொண்டவளாக அவள் வெளியேறுகிறாள். இந்த வெளியேற்றம் இந்திய மரபுகளைக் காக்கவேண்டும் என நினைக்கும் ஒரு பெண் எடுக்கும் முடிவு அல்ல. மரபுகள் காலகாலத்திற்கும் உரியவையல்ல; காலதேச வர்த்தமானங்களுக்கேற்ப மாறவேண்டியவை. அப்படி

மாறாமல் இருக்கும் என்றால், அதை மீறுவதைத் தவிர வேறு வழியில்லை என்பதை நிகழ்த்திக் காட்டுகிறாள் பத்மினி.

இந்தியச் சாதிமரபும், ஆணாதிக்க மரபும் அதை ஏற்றுக்கொண்டு இயைந்து வாழும் பெண்களின் கூட்டத்தையும் சகிக்க முடியாத ஒரு பெண்ணாகப் பத்மினியை எழுதிக் காட்டியுள்ளார் காவேரி. இந்தக் கதையை வாசிக்கும்போது தொடர்ச்சியாக அவமானப்படுத்தப்பெற்ற அழுத்தத்தால் வீட்டின் முன்வாசல் கதவைப் பின்காலால் எத்திவிட்டுக்கிளம்பிய, இப்சனின் பொம்மை வீட்டு நாயகி நோரா ஹெல்மரை நினைவூட்டுகிறாள் பத்மினி. நோரா ஹெல்மரே பெண்ணியத்தின் முதல் நாயகி. அவள் உதைத்த கதவுகள் இன்னும் ஐரோப்பாவில் நிற்கமுடியாமல் ஆடிக்கொண்டே இருக்கின்றன. நிற்காது ஆடும் வாசல் கதவுகளைத் தாண்டிப் பெண்கள் வெளியேறிக்கொண்டே இருக்கிறார்கள். அவளின் வளர்ச்சி அடைந்த பிம்பமாக பத்மினி தனக்கான வீட்டில் குடியேறுகிறாள் இந்தியத் தலைநகர் தில்லியில்.

12. கொள்கைகளும் விலகல்களும்: புதிய மாதவியின் வட்டமும் சதுரங்களும்

பெண்ணியம் இன்று இரண்டு நிலைப்பட்டது. பரவலாக அறியப்படுவது அதன் செயல்நிலை. சமூகத்தின் இருப்பை உணரும் நிறுவனங்களான குடும்பம், கல்வி நிறுவனங்கள், பணியிடங்கள், கேளிக்கை மற்றும் சடங்கு நிகழ்வுகள் என ஒவ்வொன்றிலும் பெண்களின் இடத்திற்காகவும் இருப்புக்காகவும் குரல்கொடுப்பதும், போராடுவதும், சட்டரீதியான உரிமைகளைப்பெறுவதுமான செயல்பாடுகளே செயல்நிலை வெளிப்பாடுகளாக இருக்கின்றன. இச்செயல்நிலைகளுக்கான கருத்தியல் வலுவை உருவாக்குவது கோட்பாட்டு நிலை. பெண்ணியத்திற்கான கோட்பாட்டு நிலையை உருவாக்கிட உதவிய இன்னொரு கோட்பாட்டைச் சுட்டிக்காட்ட வேண்டுமென்றால் அது மார்க்சியமாகவே இருக்கும்.

ஆதியில் இங்கே நிலவியது பொதுவுடைமை நிலையே என்ற நம்பிக்கையைக் கொண்டு தனது கருத்துருவாக்கத்தைச் செய்த மார்க்சியம் திரும்பவும் அதே பொதுவுடைமை நிலையைக் கொண்டுவரமுடியும் என்ற நம்பிக்கையை முன்வைக்கிறது. புராதன பொதுவுடைமையிலிருந்து உருவான வேட்டைச் சமுதாயம், அடிமை உடைமைச் சமுதாயம், நிலவுடைமைச் சமுதாயம், முதலாளித்துவ சமுதாயம் என ஒவ்வொன்றும் உடைமையை-

பொருளியல் காரணிகளைக் கைப்பற்றிய வர்க்கத்தின் ஆதிக்கத்தைக் கொண்டவை. அவற்றைத் தகர்த்து சோசலிசக் கட்டுமானங்களை உருவாக்கும்போது வர்க்க வேறுபாடு மறையும் எனக் கோட்பாட்டை விளக்கிக் காட்டியது மார்க்சியம். இதனை விளக்குவதற்காக உற்பத்திக்கருவிகள் ஒவ்வொரு கட்டத்திலும் யார் கையில் இருந்தன என்பதையெல்லாம் வரலாற்று நிலையிலும் இயங்கியல் நிலையிலும் ஆய்வுசெய்து காட்டியது.

பொருளியல் ஆய்வான தனிச்சொத்தின் தோற்றத்தை ஆய்வுசெய்தபோது, அதனை நிலைநிறுத்தும் அமைப்பான குடும்பத்தின் தோற்றத்தையும் இயக்கத்தையும், அதனைப் பாதுகாக்கும் அரசின் இருப்பையும் அதிகாரத்தையும் ஆய்வுசெய்தது மார்க்சியம். அந்த ஆய்வின் முக்கிய வெளிப்பாடே எங்கெல்ஸின் குடும்பம் அரசு தனிச்சொத்து ஆகியவற்றின் தோற்றம் என்னும் நூல். இந்த ஆய்வுகளைச் செய்ய மானிடவியல் தரவுகளைப் பயன்படுத்தினார் பிரெடரிக் எங்கல்ஸ். மானிடவியல் ஆய்வுகள் மனிதர்களைப் பற்றிப் பேசும்போது பொதுவான அலகாகப் பேசாமல் ஆண் - பெண் என்ற பால் வேறுபாட்டை மையப்படுத்தியே பேசும் அறிவுத்துறையாகவே வளர்ந்துள்ளது என்பதை மறந்துவிடக்கூடாது. சமூகத்தின் போக்கிலும் இருப்பிலும் பெண்ணின் பங்களிப்பு பற்றியும் மானிடவியல் பேசுகிறது. அதேபோல பொருளாதார உறவுகளைப் பற்றிப்பேசும்போது பெண்களையும் தொழிலாளர் தரப்பாகக் கருதிப் பேசிய பொருளியல் சிந்தனை மார்க்சியப் பொருளாதாரச் சிந்தனையாகும்.

எந்த நிலையிலும் பெண்களைத் தவிர்த்துவிடாத சிந்தனைப்பள்ளியான மார்க்சியச் சிந்தனைப்பள்ளியே பெண்களின் விடுதலைக்கான சிந்தனைத் தோற்றத்திற்கும் காரணமாக இருந்தது. அதே நேரத்தில் ஒரு போதாமையோடு இருந்தது என்பது பின்னர் பெண்ணியவாதிகளால் சுட்டிக்காட்டப்பட்டது. தொழிலாளர்களின் மீது முதலாளித்துவம் கொண்டிருக்கும் உழைப்புச் சுரண்டல் சார்ந்த தளைகளும் கட்டுப்பாடுகளும் இல்லாமல் போகும் நிலையில் அனைத்துத் தொழிலாளர்களும் விடுதலை பெற்றவர்களாகத் திகழ்வார்கள் என்பது அதன் நிலைபாடு. அந்நிலைபாட்டை ஏற்றுக்கொண்டால் அனைவரும் தொழிலாளர்களின் விடுதலைக்காக முதலில் போராட்டம் நடத்தவேண்டும். அவ்விடுதலைக்குப் பின்னர் பெண்களுக்கான

விடுதலைப்போராட்டமே தேவைப்படாது என்று கருதியது. இதைப் பெண்ணியர்கள் ஏற்கவில்லை. மார்க்சியத்தின் போதாமையாக அவர்கள் சுட்டிக்காட்டினர். அத்தோடு பாலியல் வேறுபாடும் ஒருவித ஆதிக்கத்தன்மை கொண்ட வேறுபாடுதான். அதனால் எல்லாவகையான ஆதிக்கத்திற்கும் எதிராகப் போராடுவதுபோல ஆண்களின் ஆதிக்கத்திற்கெதிராகப் பெண்கள் போராடித்தான் விடுதலையைப் பெறவேண்டும் என விளக்கினர். உலகம் முழுவதும் தோன்றிய பெண்ணிய இயக்கங்களில் தொடக்கநிலை விவாதங்கள் ஒவ்வொரு வெளியிலும் தங்களுக்கான இடத்திற்காகப் பேசின. இதிலிருந்து நகர்ந்த மார்க்சியப்பெண்ணியம் ஒவ்வொரு வெளியிலும் பெண்களின் சமத்துவத்திற்காகவும் சமத்துவமான வேலைப்பிரிவினைக்காகவும் சமநிலையான கூலிக்காகவும் பேசியதோடு குடும்பத்திலும் சமநிலை நிலவவேண்டும் என்பதை முன்மொழிந்தது. 1960களில் பேச்சாகத் தொடங்கிய மார்க்சியப்பெண்ணியம் பத்தாண்டுகளில் பெரும் இயக்கமாக மாறியது. ஐரோப்பிய நாடுகளிலும் அமெரிக்காவிலும் பேசப்பட்ட தனித்துவமான மார்க்சியப்பெண்ணியச் சிந்தனைகள் இந்தியாவில் முழுமையாக உள்வாங்கப்படவில்லை. இங்கே பெருங்கட்சிகளின் துணை அமைப்புகளாகவே மகளிர்/ பெண்ணுரிமை அமைப்புகள் இயங்கிவருகின்றன.

அதே நேரத்தில் எழுத்துத்துறையில் இயங்கும் பலர் பெண்களுக்கான சமத்துவத்தை குடும்பம், பணியிடம் என்ற நிலையிலிருந்து நகர்த்தி அரசியல் அதிகாரம் பெறுதலை நோக்கிப் பரப்புகின்றனர். ஆணும் பெண்ணும் சேர்ந்து உருவாகும் குடும்ப அமைப்பில் ஆணின் அதிகாரம் உருவாகாமல் இருக்க இருவரும் உழைப்பவர்களாகவும் இருவரும் சம்பாதிப்பவர்களாகவும் இருக்கவேண்டும் எனப் பேசியதோடு கணவன், மனைவி என்ற அதிகாரத்துவச் சொற்களைத் தவிர்த்து நண்பர்களாக இருக்க வேண்டும் என ஒரு கருத்தை முன்வைத்தது மார்க்சியப்பெண்ணியம். மனைவி - கணவன் என்ற உறவில் வாரிசை உருவாக்கும் பிள்ளைப்பேறு, வளர்ப்பு போன்ற வேலைப்பிரிவினைகள் பெண்களைச் சார்ந்ததாக இருக்க, கல்வி அறிவுதருதல், வேலைக்கு ஏற்பாடு செய்தல் போன்றன கணவனைச் சார்ந்ததாக - ஆண்களின் வேலையாக இருக்கிறது. இந்நிலை மாற்றப்பட வேண்டும் என்பது மார்க்சியப்பெண்ணியத்தின் நிலைபாடு. அதற்காக அது முன்வைத்த நட்பு என்ற சொல்லாடல்

கொண்டாடப்படும் சொல்லாடலாக இருந்து வருகிறது. கணவன் - மனைவி என்ற உறவுப்பெயர்களைப் போலல்லாமல் நண்பர்கள் என்ற சொல்லாடல் ஒருவர் மீது ஒருவருக்கு ஆதிக்கமோ, சார்ந்திருத்தலோ இல்லை என்பதால் அந்தக் கொண்டாட்டம் சரியென நம்பப்படுகிறது.

கணவன், மனைவி என்ற உறவில் கிடைக்கும் அனைத்தையும் உள்ளடக்கிய உறவாக நட்பு இருக்க முடியுமா? என்ற கேள்வியும் இங்கே விவாதிக்கப்பட வேண்டிய ஒன்று. நட்பாக இருக்கும் ஒரு பெண்ணை மனைவியாக்கிக் கொள்ள விரும்பும் ஆண்கள் இங்கே இருக்கிறார்களா? கல்லூரி அல்லது பணிக்காலத்தில் நண்பர்களாகப் பழகியவர்கள் அதனைத் தொடர்ந்து கணவன் மனைவியாகிய பின்னும் நண்பர்களாகவே இருக்கமுடியுமா? போன்ற கேள்விகள் இங்கே அடிக்கடி எழுப்பப்படுகிறது. அப்படியொரு கேள்வியை எழுப்பி விவாதிக்கும் கதைகள் தமிழில் அதிகம் எழுதப்படவில்லை. சில ஆண் எழுத்தாளர்கள் -ஜெயகாந்தன், பிரபஞ்சன் போன்றவர்கள் - அப்படியான கதைகளை எழுதியிருக்கிறார்கள். பெண் எழுத்தாளர்களில் புதிய மாதவியின் புனைகதைகள் சில அந்தச் சொல்லாடலுக்குள் நுழைந்துள்ளன. அவரது அண்மைத் தொகுப்பான ரசூலின் மனைவியாகிய நான் என்பதில் இடம்பெற்றுள்ள வட்டமும் சதுரங்களும் என்ற கதை முழுமையாக இதை விவாதப்பொருளாக்கியுள்ளது.

தடைகளும் எல்லைகளும் கொண்ட அமைப்பாகவே குடும்பம் இருக்கிறது என்பதை உள்வாங்கிய புதிய மாதவி, கதையின் தலைப்பாக வட்டமும் சதுரங்களும் எனத் தந்துள்ளதே முக்கியமான ஒன்று. அவ்வமைப்புக்குள் சுற்றிச் சுற்றி வந்தாலும் திரும்பவும் சந்தித்துக்கொள்ளவும் சார்ந்து வாழவுமே முடியும். அதனை உணர்ந்து கொண்ட ஆணும் பெண்ணும் தனித்துவமானவர்களை நிராகரித்துவிட்டு அடங்கிப் போகும் நபர்களையே தேர்வுசெய்பவர்களாக இருக்கிறார்கள். அதிலும் ஆண்கள் பேசும் கொள்கையும் தத்துவமும் ஒன்றாகவும் செயல்பாடும் நடப்பும் வேறொன்றாகவும் இருப்பதை நாடுகின்றனர் என்ற கடும் விமரிசனத்தை வைப்பதாக அந்தக் கதையை எழுதியுள்ளார். இருவரும் நண்பர்களாக ஒரே அறையைப் பகிர்ந்துகொண்டவர்கள். அவர்களைக் கணவன் - மனைவி என்ற உறவுக்குள் நகர்த்தாமல் தடுக்கும் ஒன்றாகப் பொருளாதார நிலையும் குடும்பத்தின்

நெருக்கடியும் இருக்கிறது என்ற உண்மையைப் பட்டவர்த்தமான முன்வைக்கும் கதாசிரியர், ஆண்கள் எப்போதும் முடிவெடுக்காமல், தங்கள் குடும்பத்தினரிடம் பொறுப்பை ஒப்படைத்துவிட்டு ஒதுங்கிக் கொள்வதின் மூலம் ஆதிக்கம் கொண்ட - ஆண்களின் ஆதிக்கம் கொண்ட - குடும்ப அமைப்பை உருவாக்கி நீட்டிக்கிறார்கள் என்பதை மறைமுகமாகச் சொல்கிறார். அந்தக் கதை இப்படித் தொடங்கி,

> *வீட்டைவிட்டு அவள் கிளம்புவது முடிவாகிவிட்டது. எல்லாம் பேக் செய்தாகிவிட்டது. மெத்தையை மட்டும் இன்னும் சுருட்டவில்லை. போகும்போது சுருட்டி எடுத்துக்கொண்டால் ஆச்சு.வேறு எந்த பொருட்களும் அவளுடையதல்ல. மடிக்கணினி கூட அவனுடையது தான். மடிக்கணினி இல்லாமல் எப்படி தன் வேலைகளைச் செய்வது? அவரிடம் கேட்டால் எடுத்துக்கொள் என்று தான் சொல்லுவான். ஆனால் அவளுக்குத் தான் அப்படிப் பேசிப் பழக்கமில்லையே.*

பற்பல உரையாடல்களை நடத்திவிட்டுக் கடைசியாக ஒரு உரையாடலோடு முடிகிறது. அந்த உரையாடல் வருமாறு:

> *என்ன ஜானு இது. பால் தீய்ந்துபோன வாசனை வர்றதுகூட தெரியாம.. என்ன? கீழே வரும்போதே எனக்குத் தீய்ந்த வாசனை வருது.*
>
> *அவனே அவசரமாக கிட்சனுக்குள் நுழைந்து அடுப்பிலிருந்து குக்கரை இறக்கி அடுப்பைத் துடைத்துக் கொண்டிருந்தான். அவள் எதுவும் சொல்லாமல் சன்னலோரமாக வெளியில் பார்த்துக்கொண்டிருந்தாள்.*
>
> *ஜானு.. சூடா டீ.... அவன் குரல் கேட்டு அவள் திரும்பினாள் . சூடான டீ. அவள் கைகளில் இருந்த சாசர் நடுங்கியது. வெள்ளை நிற குர்தாவில் டீ துளி பட்டு .. அவள் துடைக்கவில்லை.கண்டுகொள்ளவும் இல்லை.*
>
> *இன்னும் சிறிது நேரத்தில் டெம்போ வந்துடும் ஜானு.*
>
> *தேங்க் யூ டா.. கைகளை முத்தமிட்டாள்.*
>
> *ஐ லவ் யூ ஜீவா.. என்று முணுமுணுக்கும் அவளை அதிசயமாகப் பார்த்துக் கொண்டிருந்தான்.*

தனது வீட்டில் கட்டில் முதல் கொண்டு எல்லாவற்றையும் பகிர்ந்துகொண்ட ஒருத்தியிடம் விவாதிக்காமல் நிச்சயிக்கப்பெற்ற பெண்ணை மனைவியாக்கிக் கொள்ளத் தயாராகும் அவன் உலகத்தொழிலாளர்களுக்குச் சுரண்டலற்ற வாழ்க்கையை உறுதிசெய்யும் தத்துவமான மார்க்சியம் அறிந்தவன்; விவாதிப்பவன்; எழுதுபவன் என்ற குறிப்புகளையெல்லாம் கதை தருகிறது. அதே நேரத்தில் தான் இன்னொரு பெண்ணைத் திருமணம் செய்துகொள்ளப் போவதை ஏற்றுக்கொள்ளும்படி அவளிடம் பேசுகிறான். நட்பு வேறு; திருமண உறவு வேறு என்பதைப் புரிய வைக்க முயல்கிறான். ஆனால் அவள் தனது வாதங்களை முன்வைத்து உரிமை கோராமல் இவனிடம் பேசிப்பயனில்லை என்று ஒதுங்கிக் கொள்ளவே விரும்புகிறாள். என்றாலும் அவனது பொய்ம்மைத்தன்மை மீது கோபமும் எரிச்சலும் அவளுக்கிருக்கிறது.

ஸீ ஜானு.. கல்யாணம்கிறது என்ன?. காதல், காமம் இத்துடன் தொடர்ந்துவரும் புரிதலுணர்வு கொண்ட நட்பும் தானே.. வெறும் காதலும் காமமும் மட்டுமே திருமண உறவு அல்ல. அதில் நட்பும் இருக்கணும். அந்த நட்பு இருந்தாத்தான் யாரும் யாரையும் அடக்கியாள வேண்டிய அவசியம் இருக்காதுனு நாம் எவ்வளவு பேசி இருக்கோம். அப்படியான ஒரு ஆதர்ச தம்பதிகளாக வாழ்ந்து காட்டக் கூடாது.? An ideal couple..

அதையேதான் நானும் உன்னிடம் கேட்கிறேன். ஓர் ஆணுக்கும் பெண்ணுக்கும் திருமணம் செய்து கொண்டால்தான் இதெல்லாம் உண்டா? அந்தச் சடங்கு.. அதாவது ஒப்பந்தம் உடன்படிக்கை இல்லாட்டி என்ன? Why not possible? திருமணம் தேவையில்லை. இதோ பாருங்க நாங்க வாழலையா என்று வாழ்ந்து காட்டுவோம் ஜானு.. அவ்வளவுதான்.

திருமணம் என்னும் ஆதிக்கத்தன்மை கொண்ட அமைப்பையும் சடங்கையும் நிராகரிக்க நினைக்கும் அவளோடு சேர்ந்து வாழ முடியாத ஆணாக அவன் இருப்பதை அவள் அறிகிறாள்.

பசியைப் பற்றி பேசுவது வேறு. பசியுடன் வாழ்வது என்பது வேறு. இரண்டுமே வேறுவேறான உலகம். வட்டத்துக்குள் சதுரமும் சதுரத்திற்குள் வட்டமும் வெறும் வரைபடங்கள்

மட்டும் தான அவர்களுக்கு. நல்ல வேலை... போகவில்லை.

இந்த விளக்கமும் புரிதலும் ஜானுவுக்கு எரிச்சலை உண்டாக்குகிறது. அவனிடமிருந்து தப்பித்தால் போதும் என்ற நிலையையே அவள் எடுக்கிறாள்.

> *ஜீவாவின் எங்கேஜ்மெண்ட் ஆல்பம்.. அவளிடம் காட்டுவதற்குத்தான் அவன் கொண்டுவந்திருக்க வேண்டும். ஏனோ காட்டவில்லையா. அல்லது காட்டினால் இவள் சொல்லப்போகும் எதையாவது கேட்பதைத் தவிர்ப்பதற்காகக் காட்டாமல் வைத்துவிட்டானா தெரியல. மெதுவாக அந்த ஆல்பத்தை எடுத்துப் புரட்டினாள்.*
>
> *ஜீவா திருமணம் செய்துகொள்ள இருக்கும் பெண் ஜாய் அலுக்காஸ் விளம்பரத்தில் வருகிறவள் மாதிரி ஜொலித்துக்கொண்டிருந்தாள். அவளும் ஜீவாவைப் போல சட்டம் படித்தவள் என்றும் அவளுடைய அப்பா ஜட்ஜ் என்றும் ஜீவா சொல்லியிருந்தான். அந்தப் பெண்ணுக்கு நல்ல பெரிய கண்கள். அதில் மை இட்டு அலங்காரம் செய்ததில் இன்னும் பெரிதாக தெரிந்தன. தன்னைப் போல அவள் கண்கள் சிறியதாக இல்லை அவள் செழிப்பு அவள் உடலெங்கும் சிதறிக் கிடந்தது. சில இடங்களில் அதிகமாகவே துருத்திக்கொண்டு பிதுங்கி வெளியில் வந்திருந்தது.*

பணம், அழகு, அந்தஸ்து போன்றவற்றை நாடும் ஆண்களின் குணத்தோடு இருப்பது இவன் மட்டுமல்ல; இங்கே சிந்திப்பவர்களாகவும் வித்தியாசமானவர்களாகவும் காட்டிக்கொள்ளும் பலரும் அப்படித்தான் இருக்கிறார்கள் என்ற குறிப்பைக் கதைக்குள் வைக்கும் முகமாக அவனது நிச்சயதார்த்த ஆல்பத்தை முன்வைத்து அவளது எண்ண ஓட்டங்களை எழுதுகிறார் புதிய மாதவி,

> *அந்த ஆல்பம், அதிலிருக்கும் அனைவருமே அவளுக்கு அந்நியமானவர்களாகவே இருந்தார்கள். எது நிஜம்? புகைப்படமா? அவள் நேரில் சந்தித்த அவர்களா? எது நிஜம்? ஒன்றுடன் ஒன்று ஒட்டாமல் ஒன்றுடன் ஒன்று சம்பந்தமில்லாமல்.. இது என்ன அலைவரிசை?*

அந்த எண்ண ஓட்டங்களும் கேள்விகளும் ஜானுவின் நண்பனாக இருக்கும் அந்த ஒருவன் குறித்த கருத்தோட்டங்கள் மட்டுமல்ல. இங்கே ஆதிக்க மனோபாவத்துடனும் போலித்தனத்துடனும் கொள்கைகள் பேசித்திரியும் பலரையும் நோக்கியவை என்பது வெளிப்படையானது. புதிய மாதவியின் வட்டமும் சதுரங்களும் என்னும் இந்தக் கதையில் வெளிப்படும் தொனியும் விசாரணையும் வினாக்களும் அவரது பல எழுத்துகளிலும் வெளிப்படக்கூடியவைகள் என்பது குறிப்பிடப்பட வேண்டியது. தமிழகத்தை விட்டு விலகி மும்மையில் வாழும் புதிய மாதவி தமிழின் முதன்மையான பெண்ணியக் கவிகளில் ஒருவர். அவரது புனைகதைகள் உள்ளடக்கத்தில் தொடர்ந்து விசாரணைகளை முன்வைத்துக் கொண்டே இருப்பவை. அதற்கேற்பப் புதிய வடிவச் சோதனைகளையும் செய்பவர். தொடர்ச்சியாகப் பயணங்களை மேற்கொண்டு புதியபுதிய பெண்களைச் சந்தித்துக் கொண்டிருக்கும் அவர் பெண்கள் சந்திப்பின் வெளிப்பாடாக இருக்கும் ஊடறுவின் முதன்மையான பங்கேற்பாளராகவும் இருக்கிறார். அவரது குரல் தமிழின் பெண்ணியக்குரல்களில் தனித்துவமானது என்பதற்கு இந்தக் கதையே ஒரு சான்று.

13. பயணத்தின் நினைவுகள்:
அம்பையின் வாகனம்

சென்னை போன்ற பெருநகரங்களுக்கு அடிக்கடி செல்லும் இக்கால மனிதர்கள் அம்பையின் இந்தக் கதையைக் காலப் பொருத்தமற்றது எனச் சொல்வார்கள். அல்லது பழைய கதை என்றாவது சொல்லக்கூடும். வாகனம் என்று தலைப்பிட்டு அம்பை எழுதிய அந்தக் கதை அவ்வளவு பழைய கதை அல்ல.

ஒரு நல்ல சிறுகதைக்கான ஆரம்பம், முடிவு, குறைந்த கால அளவு, குறைவான பாத்திரங்கள் என எதுவும் இல்லாத கதை. ஆனால் ஒரு பெண்ணின் வாகன ஓட்டும் விருப்பம் என்ற ஒற்றை மையம் தாவித்தாவிப் பல பருவங்களுக்கும் செல்கிறது என்ற அளவில் அந்தக் கதையைச் சிறுகதை இலக்கணத்திற்குள் அடக்கி விட முடியும்.பெண்ணின் இருப்பு, பெண் விருப்பத்திற்குத் தடை, பெண்ணுக்குக் கிடைக்க வேண்டிய வாய்ப்புகளை மறுக்கும் சமூகப் போக்கு, ஆணை முதன்மைப் படுத்தும் அன்றாட நிகழ்வுகள், ஆண்களே தங்களை உயர்வாகக் கருதிக் கொண்டு பெண்களை விலக்கி வைக்கும் ஆணவ நிலை, அப்படியான சூழலில் தன் நிலையை உணர்த்தும் பெண்களின் மனோபாவம் எனப் பெண்களின் வெளிக்கும் மனநிலைக்கும் முக்கியம் தரும் அம்பை அதிகமும் சிறுகதை இலக்கணத்திற்கு முக்கியத்துவம் தருவதில்லை.

தனது குடும்ப வெளியில் மட்டுமல்லாது இந்தச் சமூக வெளியும் பெண்கள் வாகனங்களில் பயணம் செய்ய வேண்டியவர்கள் என்பதாகவே கருதுகிறது. அவள் ஒரு குழந்தையாக இருக்கும் போது கூட ஆண்பிள்ளைக்கு மூன்று சக்கர சைக்கிள் வாங்கித் தரும் உறவினர்கள் பெண்பிள்ளைக்கு அதை வாங்கித் தர வேண்டும் என நினைப்பது இல்லை என்ற மனநிலையிலிருந்து சைக்கிள் ஓட்டுவது, மோட்டார் சைக்கிள் ஓட்டுவது, கார் ஓட்டுவது, குதிரைச் சவாரி செய்வது, கடலுக்குள் படகில் போவது எனப் பெண்களின் விருப்பங்கள் எதுவும் சாத்தியப் படாமல், இவற்றில் எல்லாம் ஆணின் துணையுடன் பயணம் செய்யும் சாத்தியங்கள் மட்டுமே வாய்க்கின்றன என்பதைச் சொல்கின்றது கதை.

திட்டமிட்டுத் திட்டமிட்டு வாகனத்தைச் சொந்தமாக்கிட முயன்ற எல்லா முயற்சிகளுக்குப் பின்னால் எந்தத் திட்டமும் இல்லாமல் ஒரு வாகனம் அவள் வசமாகிறது. கணினியின் மௌஸ் என்னும் மூஞ்சிரு வாகனம் அது. மூஞ்சிரு வாகனம் அவளின் கை வழியாக கற்பனைச்சாலைகளில் தூர தேச நாடுகளுக்குள்ளும் பயணம் செய்கிறது. சினிமா, காதல், புரட்சி எல்லாம் நிரம்பிய பாரிஸ் நகருக்குள்ளும் சென்று வருகின்றாள் அந்தப் பெண் என்பதாக முடிகிறது அந்தக் கதை. 1997 இல் ஒரு பொங்கல் மலரில் அச்சாகி இருந்த இந்தக் கதை எனக்கு மறந்து போகாமல் இருக்க வலுவான ஒரு காரணமும் உண்டு. நான் மனோன்மணியம் சுந்தரனார் பல்கலைக்கழகத்திற்கு ஆசிரியராக வந்த போது டாக்டர் வசந்திதேவி துணைவேந்தராக இருந்தார். ஒருவர் பெண்ணாக இருப்பதாலேயே பெண்ணியவாதியாக ஆக முடியாது; தன்னைப் பெண்ணியவாதியாகக் கருதிக் கொள்ள வேண்டும்; செயல்பட வேண்டும்; செயல்படுத்த வேண்டும்; தன்னோடு உள்ளவர்களைச் செயல்படச் செய்ய வேண்டும் எனக் கருதுபவர் அவர். அவரது மேற்பார்வையில் பல்கலைக் கழகத்தில் முன்வைக்கப்படும் ஒவ்வொரு திட்டமும் பெண்களை எவ்வாறு வளர்த்தெடுக்கும் என்ற நோக்கத்தில் பார்க்கப்பட்டே முன் எடுக்கப்பட்டது. ஆண்களை வெறுத்து ஒதுக்கிவிட்டுப் பெண் முன்னேற்றம், பெண் உரிமை என்பன சாத்தியம் இல்லை என்பதில் உறுதியாக இருந்தவர் அவர்.

வகுப்பறைக்கும் வெளியே கற்க வேண்டிய உள்ளன என்பதை உணர்த்துவதற்காக ஏற்படுத்தப்பட்ட நாட்டுநலப் பணித்திட்டத்தில்

பெரும்பாலும் மாணாக்கர்களைப் பக்கத்தில் உள்ள கிராமங்களுக்கு அழைத்துச் சென்று புள்ளி விவரங்கள் சேகரித்தல், தெருக்களைச் சுத்தம் செய்தல், சாலை போடுதல், மரம் நடுதல் போன்ற பணிகளை மேற்கொள்வார்கள். பெருநகரக் கல்லூரிகளாக இருந்தால் போக்குவரத்துக்கு உதவுதல், மருத்துவமனைப் பணிகளுக்கு உதவுதல் போன்ற பணிகளில் ஈடுபடுபவர். உடல் உழைப்பு சார்ந்த தொழில்களையும் மக்களையும் விட்டு விலகி விடுவதாகக் கல்வி ஆகிவிடக்கூடாது என்ற நோக்கத்தோடு பண்டித நேரு திட்டமிட்டுத் தந்த திட்டம் அது.

மூன்று நாள் முகாம், பத்து நாள் முகாம் எனத் திட்டமிட்டுக் கொண்டு நடத்தப்படும் நாட்டு நலப் பணித் திட்ட முகாம்களில் மக்களை நேரடியாகச் சந்தித்து உரையாடும் வாய்ப்பு உண்டு என்பதைத் தாண்டி மாணாக்கர்கள் கற்றுக் கொள்வது என்பது அதிகம் இருக்காது. அதிலும் திருநெல்வேலி போன்ற கிராமப் புறக் கல்லூரிகளில் பயில்பவர்கள் உடல் உழைப்பையும் சேர்த்தே செய்பவர்கள் தான். பல்கலைக்கழகத்திற்குப் படிக்க வரும் மாணாக்கர்களில் பாதிப்பேர் விவசாய வேலைகளில் ஈடுபடுகிறவர்களாகவே இருக்கின்றனர். பெண்களும் கூட தங்கள் பெற்றோருக்கு உதவியாக வீட்டு வேலைகளையும் விவசாய வேலைகளையும் செய்துவிட்டு வருவதையே இன்றும் காண்கிறேன். கல்வியின் காரணமாக அதிகமும் அந்நியமாக நிலை இன்னும் இங்கு தொடரவே செய்கிறது.

நாட்டு நலப் பணித்திட்டத்தின் சார்பில் பெண்களுக்குச் சைக்கிள் ஓட்டக் கற்றுக் கொடுக்கும் பயிற்சி முகாம் ஒன்றை நடத்த வேண்டும் என டாக்டர் வசந்தி தேவி எங்களை அழைத்துச் சொன்னார். உடனடியாக அந்தத் திட்டம் நிறைவேற்றப்பட்டது. பால் கேனைக் கட்டிக் கொண்டு சைக்கிள் விடும் பெண், கணவனைப் பின்னால் உட்கார வைத்து மண் சாலையில் சைக்கிள் ஓட்டிச் செல்லும் பெண், இருபக்கமும் தண்ணீர்ப் பானைகளைக் கட்டித் தொங்க விட்டுச் செல்லும் பெண் எனப் புகைப்படங்கள் பெரிய அளவில் புளோ-அப் செய்யப்பட்டு அந்தப் பயிலரங்கில் நிறுத்தப்பட்டன. மூன்று நாளில் ஏறத்தாழ 100 மாணவிகளுக்குச் சைக்கிள் ஓட்டக் கற்றுத் தரப்பட்டது. ஒவ்வொரு பெண்கள் கல்லூரியிலும் இந்தத் திட்டம் செயல்படுத்தப்பட வேண்டும் எனக் கேட்டுக்கொள்ளப்பட்டது. கற்றுக் கொண்ட ஒவ்வொரு

பெண்ணும் அடுத்த ஆண்டிற்குள் ஒரு பத்துப் பேருக்குச் சைக்கிள் விடக் கற்றுத் தரவேண்டும் எனவும் கேட்டுக் கொள்ளப்பட்டது.

அம்பையின் வாகனம் கதையைத் துணைவேந்தர் வசந்திதேவியும் வாசித்திருப்பாரோ என்று நானே கேட்டுக் கொண்டு, 'இல்லை; வாசித்திருக்க மாட்டார்' என்றும் சொல்லிக் கொண்டேன். காரணம் அம்பையின் கதை வாகனம் ஓட்டும் ஆசையை நினைப்பாகவே நிறுத்திக் கொண்டு செயலைக் கைவிட்டு விடும் தன்மை கொண்டது. கடைசியில் கணினியின் மூஞ்சிறு வாகனத்தில் பயணம் செய்து அது தரும் இன்பத்தில் திருப்திப் பட்டுக் கொள்ளும் பாத்திரத்தைப் படைத்திருக்கிறது. ஆனால் வசந்திதேவியின் எண்ணங்கள் இந்த சமூகத்தில் பெண்கள் வாகனங்களைக் கையாளும் சாத்தியங்களை உருவாக்கித் தர வேண்டும் என்பதின் வெளிப்பாடு.

சிந்தனையோடு நின்று போன அம்பையின் பாக்கியம் என்ற கதாபாத்திரத்தின் செயல்படு நிலையைச் சாத்தியமாக்கிக் காட்டியது வசந்திதேவியின் திட்டங்கள். இந்த அடையாளப் பயிலரங்கின் விளைவுகள் பலவிதமானவை. தமிழக அரசு பள்ளி மாணவிகளுக்கு சைக்கிள் வழங்கும் திட்டத்தைக் கொண்டு வந்த போதும் எனக்கு அம்பையின் வாகனம் கதை நினைவுக்கு வந்தது. கிராமப் புற மாணவிகள் பள்ளிக்கூடச் சீருடையில் கூட்டம் கூட்டமாகச் சாலைகளில் சைக்கிள் ஓட்டிச் செல்லும் போது, ஆணுக்குப் பெண்ணிங்கே இளைப்பில்லை காண் என்று சொல்லிக் கொண்டதெல்லாம் இப்போது வேடிக்கையாகத் தோன்றுகிறது.

ஒரு பதினைந்து ஆண்டுகளில் வாகனமோட்டும் பெண்களின் போக்கில் ஏற்பட்டுள்ள மாற்றம் அபரிமிதமானது. சென்னையின் ஒரு முச்சந்தியில் அல்லது நாற்சந்தியில் அவசர நேரம் எனச் சொல்லப்படும் காலை எட்டரைக்கும் பத்துக்கும் இடையிலோ, மாலை ஐந்து மணிக்கும் பிறகோ நின்று வேடிக்கை பார்த்தால் போதும். பெண்கள் வாகனங்களைக் கையாளும் லாவகம் புரிய வரும். குறிப்பாக இரண்டு சக்கர மோட்டார்களில் பயணிக்கும் பெண்களின் வேகமும், அனாயசமான நோக்கும் இலக்கை எட்டிவிடத்துடிக்கும் மனநிலையும் புரிய வரும். மஞ்சள் விளக்கு எரிந்து பச்சை விளக்கு வருவதற்கு முன்பாக உள் நுழைந்து பக்கத்தில் நிற்கும் ஆணைப் பின்னுக்குத் தள்ளி

முன்னேறும் வேகத்துடன் அவள் பயணம் செய்கிறாள். இவள் அம்பையின் கதையில் பாக்கியத்தின் செயல்வடிவம் மட்டும் அல்ல; சிந்தனையின் கருத்துருவமும் கூட.

சென்னை நகரச் சாலைகளில் சைக்கிளில் பயணம் செய்யும் பெண்கள் குறைவாக இருக்க இரண்டு சக்கர மோட்டார் வாகனங்களை ஓட்டிச் செல்லும் மொத்தக் கூட்டத்தில் 33 சதம் பெண்கள் இருப்பது உறுதி. ஆனால் ஆண்கள் நிரம்பிய அரசும், பாராளுமன்றமும் அந்த 33 சதவீத இடத்தைத் தருவதற்கு இன்னமும் தயங்கிக் கொண்டிருக்கின்றன.

14. பெண் உடலை உணர்தல்:
உமாமகேஸ்வரியின் இரண்டு கதைகள்

ஆர்வமூட்டும் தொடக்கமொன்றைக் கதைகொண்டிருக்க வேண்டும்' என்ற இலக்கணப்படியான மரபான தொடக்கம்தான்.

> 'கதவு தட்டப்படுவதான உணர்வு. ஆனால் யார் தட்டியது என்று தெரியவில்லை'

என்பது போன்ற திகில் தன்மையை ஆரம்பமாகக் கொண்ட கதை உமா மகேஸ்வரியின் குளவி.(காலச்சுவடு, 200/ஆகஸ்டு, 2016) ஒற்றை நிகழ்வைக் கொண்டதாக - கதைக்குள் இருக்கும் நடுத்தர வயதுப் பெண்ணின் செயல்பாடுகளை மட்டுமே விவரிப்பதாக இருந்த கதைக்குள் வேலைக்காரப் பெண்ணொருத்தியோடு நடத்தும் அந்த ஒரேயொரு கூற்று அவளைப்பற்றிய இன்னொரு பரிமாணத்தை உருவாக்குகிறது.

> "குளவி கூடுகட்டினால் நல்லதாச்சே" என்று சிரித்தவளிடம், "அதிலெல்லாம் நம்பிக்கையில்லை, சுத்தம் பண்ணிடுங்க" என்று உள்ளே போனாள்.

இந்த ஒற்றை உரையாடலுக்குப்பின் கதைசொல்லும் முறை முழுமையாக மாறுகிறது. நினைவுக் குமிழிக்குள் ஆழ்ந்துவிடும் அந்தப்பெண், "அதிலெல்லாம் நம்பிக்கையில்லை" என்று சொன்ன

அந்தப் பெண், 'அந்தக் குளவிக் கூடு' பற்றிய நினைவுக்குள்ளேயே மூழ்கிப் போய்விடுகிறாள். இந்தக்கூற்று கர்ப்பம் தரித்தல், குழந்தைப்பேறு, தாய்மை என்னும் பெண்மையின் சாத்தியங்களோடு தொடர்புடைய நம்பிக்கையின்மேல் எழும் கூற்று. அதைச் சொல்லும் வேலைக்காரப்பெண் வீட்டு எஜமானியம்மாவின் இப்போதைய நிலையை அறிந்தே சொன்னாளா? என்ற கேள்விகளுக்குள் எல்லாம் நுழையவில்லை.

குளவி கூடுகட்டுவதைத் தாய்மையோடு இணைத்துப் பேசும் நம்பிக்கை அவளுக்கு இல்லை என்பதற்குக் காரணம் அறிவுசார்ந்த தெளிவு அல்ல என்பது அந்த நினைவலைகளில் வெளிப்படுகிறது. ஒரு குழந்தைக்குத் தாயான பின்னும்கூட தன் உடல் ஆணின் – கணவனின் பாலியல் விருப்ப விளையாட்டுக்களமாக இருக்க முடியாமல் போய்விட்டதே என்ற வருத்தத்தின் மேல் எழும் நினைவுகளாக அலைகின்றன. தனது உடல் தாய்மையடையும் வாய்ப்பை இழந்துவிட்டது என்பதால் ஏற்பட்ட விரக்தி என்பதைவிடத் தனது உடல் ஒரு பெண்ணின் முழுமையை இழந்து விட்டது என்பதால் ஏற்பட்ட விரக்தி அது.

'ஒரு பெண்ணுடல் எதில் முழுமையடைகிறது' என்ற கேள்விக்கு "ஆணின் உடலியல் தேவையைப் பூர்த்திசெய்யும் களமாக இருப்பதில்" என்ற நம்பிக்கை பெண்களுக்கு எப்போதும் இருக்கிறது; அதற்கான சாத்தியங்களைத் தனது உடல் இழந்துவிட்டது என்பதாகத் தோன்றும்போது தன் மீதே ஒரு கழிவிரக்கமும், விரக்தியும் உருவாகி அலைக்கழிப்பதாகப் பெண்கள் நினைக்கிறார்கள். பாலியல் இச்சையைத் தூண்டும் உறுப்புகளில் ஏற்படும் குறைபாடு இந்தக் கதையில் ஒரு காரணமாக உணர்த்தப்படுகிறது. அவளது ஜாக்கெட்டுக்குள் திரட்சியாக இருக்கவேண்டிய முலைகளினிடத்தில் இருப்பன இரண்டு கரும்புள்ளிகள் என்ற குறிப்பு உண்டாக்கும் எண்ணங்களின் விரிவாகக் குளவி கதை நிகழ்த்தப்படுகிறது.

கதையில் பாத்திரத்தின் மனச்சிக்கலுக்கு நோயும் அதனால் இல்லாமல் போய்விட்ட முலைகளும் காரணம் என்பது வெளிப்படையாகச் சொல்லப்படவில்லையென்றாலும், அவளது நினைவுகளின் வழியாக உணர்த்தப்படுகிறது. ஆண்கள் எழுதும் கதைகளில் வெளிப்படும் பெண்ணுடல் பற்றிய சித்திரங்களிலிருந்து

பெரிதும் மாறுபடாத நுட்பமான சித்திரத்தை உமா மகேஸ்வரியின் குளவி கதை எழுதிக்காட்டுகிறது. இந்த எழுத்து பெண்ணுடலை எழுதவேண்டும் என்ற நோக்கத்தில் எழுதப்பெற்ற கதையல்ல. ‘தாய்மை’ என்னும் புனிதக் கருத்துரு உருவாக்கப்பெற்று பெண்ணுடல் மீது கவிழ்க்கப்பெற்ற சுமை என்பதை உள்ளார்ந்து எழுதிக்காட்டும் கதை.

இப்படியான எழுத்தை பெண்ணியச் சிந்தனையின் ஆணெதிர்ப்பு என்னும் ஒற்றைப் பரிமாணத்தைக் கொண்டு வாசித்து விட முடியாது. குடும்ப அமைப்பு நபர்களின் உறவுகளால் உருவாவது என்ற பொதுவரையறையை இந்தியச் சமூகம் நிராகரிக்கிறது. இந்தியச் சமூகங்கள், குடும்ப அமைப்பை அகமணமுறை என்னும் சமூக உறவால் தீர்மானமாக்கும் ஓர் அமைப்பு என மறுவரையறை செய்கின்றன. இதிலிருந்து விலகி, குடும்பம் என்பது சடங்குகள், நம்பிக்கைகள், மரபுகள் வழி உருவாக்கப்படும் கருத்தியலால் கட்டப்படும் அமைப்பு எனக்காட்டுவது நவீன எழுத்தின் பணியாக இருக்கிறது.

இந்தக் கதையின் வழியாக உமாமகேஸ்வரி தன்னை நவீன எழுத்தின் தொடர்ச்சியாக நிறுவிக்கொண்டிருக்கிறார். இந்தக் கதையை மட்டுமல்ல அவரது முதல் சிறுகதைத் தொகுப்பின் தலைப்புக் கதையான மரப்பாச்சியைக் கூட பெண்ணிய வாசிப்புச் செய்ய விரும்பினால் ஆண் - பெண் என்ற இருமையெதிர்வைத் தாண்டிப் பன்முக விசாரணைகளை முன்வைக்கும், சீமாந்த போவா போன்றோரின் சொல்லாடல்களைக் கற்று விவாதிக்க வேண்டும்.

மரப்பாச்சியிலும் பெண்ணுடல் கொள்ளும் மாற்றமே ‘முலை முளைத்தலின் கிளர்ச்சியே’ கதைப்பொருள். முளைத்து வளரும் முலைகளைக் கவனிக்கவும் அது குறித்து உரையாடவும் ஓர் அந்தரங்கமான உறவொன்றை அவாவும் குழந்தமையைத் தாண்டிய பதின்ம வயதுப் பெண்ணொருத்தியின் தவிப்பைச் சொல்லும் கதை அது. தனக்கேன நேரம் ஒதுக்கும் குடும்ப உறுப்பினர்கள் யாருமில்லாத அவளுக்கு அந்தரங்கமான உறவைத் தரும் ஒன்றாக வருகிறது அந்த மரப்பாச்சி. பரணிலிருந்து வேறு எதையோ தேடி எடுக்க முயன்ற அப்பாவின் கைக்கு அகப்பட்ட பொட்டலத்திற்கு ஞாபகங்களைக் கொண்டுவரும் பொருட்களோடு

அந்த மரப்பாச்சியும் வந்தது என்று கதையைத் தொடங்கியுள்ளார் உமாமகேஸ்வரி

> ஒரு மாயாஜாலப் புன்னகையோடு அதை அனுவிடம் நீட்டினார். சிறிய, பழைய மஞ்சள் துணிப்பையில் பத்திரமாகச் சுற்றிய பொட்டலம், பிரிபடாத பொட்டலத்தின் வசீகரமான மர்மத்தை அனு ஒரு நிமிடம் புரட்டிப் பார்த்து ரசித்தாள். உள்ளே என்ன? பனங்கிழங்குக் கட்டு? பென்சில் டப்பா? சுருட்டிய சித்திரக் கதைப் புத்தகம்? எட்டு வயது அனுவிற்கு இந்தப் புதிரின் திகில் தாங்க முடியவில்லை. அப்பாவின் ஆர்வமோ அது இவளுக்குப் பிடித்திருக்க வேண்டுமே என்பதாக இருந்தது. அவசர அவசரமாகப் பிரித்தபோது வெளியே வந்தது கரிய மரத்தாலான சிறிய பெண்ணுருவம். அதனுடைய பழமையே அனுவிற்குப் புதுமையானதாயிற்று.

தன்னோடு பேசவும் வினாக்களுக்கு விடைகளைச் சொல்லவும் ஆளற்ற தனிமையில் உறவாடும் ஒன்றாக மாறிவிட்ட மரப்பாச்சியைத் தனது அந்தரங்க உலகத்தின் கனவாக ஆக்கிக் கொண்ட கணங்களை எழுதும் உமா மகேஸ்வரியின் எழுத்து பெண் உணர்வுகளையும் செயல்பாடுகளையும் நுட்பமாக காட்டுகிறது

> 'எனக்கு யாரிருக்கா? நான் தனி.' அனுவின் முறையிடல்களை அது அக்கறையோடு கேட்கும். சுடுகாயைத் தரையில் உரசி அதன் கன்னத்தில் வைத்தால் 'ஆ, பொசுக்குதே' என்று முகத்தைக் கோணும். கொடுக்காப்புளிப் பழத்தின் கொட்டையில், உட்பழுப்புத் தோல் சேதம் அடையாமல் மேல் கறுப்புத் தோலை உரித்து நிலை மேல் வைத்தால் பகல் கனவும் பலிக்கும் என்கிற அனுவின் நம்பிக்கைகளுக்கு 'ஆமாஞ்சாமி' போடும். அவள் நிர்மாணிக்கிற பள்ளிகளில் மாணவியாக, தொட்டில்களில் பிள்ளையாக, சில நேரம் அம்மாவாக, கனவுலக தேவதையாக எந்த நேரமும் அனுவோடிருக்கும்.

> மரப்பாச்சி புதிய கதைகளை அவளுக்குச் சொல்லும்போது, அதன் கண்களில் நீல ஒளி படரும். மரப்பாச்சி மரத்தின் இதயமாயிருந்தபோது அறிந்த கதைகள், மரம் வானை

முத்தமிட்ட பரவசக் கதைகள், மழைத்துளிக்குள் விரிந்த வானவிற் கதைகள்... அவள் எல்லா நாளும் ஏதாவது ஒரு கதையின் மடியில் உறங்கினாள்.

வருடங்கள் அவளை உருகிப் புதிதாக வார்த்தன. நீண்டு, மினுமினுக்கிற கைகள்; திரண்ட தோள்கள்; குழைந்து, வளைந்த இடுப்பு, குளியல் அறையில் தன் மார்பின் அரும்புகளில் முதன் முறையாக விரல் பட்டபோது பயந்து, பதறி மரப்பாச்சியிடம் ஓடி வந்து சொன்னாள். அது தனது சிறிய கூம்பு வடிவ முலைகளை அவளுக்குக் காட்டியது.

தன்னை மரப்பாச்சியில் கண்ட கணங்களை மாற்றித் தனக்கான உலகத்தைத் தரும் இன்னொன்றாக ஆணாக- மரப்பாச்சியை மாற்றிக் கொள்ளும் அந்தச் சிறுமிக்கு மரப்பாச்சியே எல்லாமுமாகிறது.

தன் அயர்விலும் ஆனந்தத்திலும் மரப்பாச்சி மங்குவதையும் ஒளிர்வதையும் கண்டு அனு வியக்கிறாள். தன்னை அச்சுறுத்தவும் கிளர்த்தவும் செய்கிற ததும்பல்களை மரப்பாச்சியிடமும் காண்கிறாள். கட்புலனாகாத கதிர்களால் தான் மரப்பாச்சியோடு ஒன்றுவதை உணர்கிறாள்.

மேஜையில் இருக்கும் மரப்பாச்சியின் கண்கள் அவளைத் தாலாட்டும் மெல்லிய வலைகளைப் பின்னுகின்றன. அதன் முலைகள் உதிர்ந்து மார்பெங்கும் திடீரென மயிர் அடர்ந்திருக்கிறது. வளைந்து இடுப்பு நேராகி , உடல் திடம் அடைந்து, வளைந்த மீசையோடு அது பெற்ற ஆண் வடிவம் விசித்திரமாயும் விருப்பத்திற்குரியதாகவும் இருக்கிறது. அது மெதுவாக நகர்ந்து அவள் படுக்கையின் அருகில் வந்தது. அதன் நீண்ட நிழல் கட்டிலில் குவிந்து அனுவை அருந்தியது. பிறகு அது மெத்தை முழுவதும் தனது கரிய நரம்புகளை விரித்ததும் அவை புதிய புதிய உருவங்களை வரைந்தன.; துண்டு துண்டாக. அம்புலிமாமா கதைகளில் அரசிளங்குமரிகளை வளைத்துக் குதிரையில் ஏற்றுகிற இளவரசனின் கைகள். சினிமாக்களில் காதலியைத் துரத்தி ஓடுகிற காதலனின் கால்கள். தொலைக்காட்சியில் கண் மயங்கிய பெண்ணின் கன்னங்களில் முத்தமிடுகிற உதடுகள். தெருவோரங்களில், கூட்டங்களில் அவள் மீது

தெறித்து, உணர்வைச் சொடுக்கிச் சிமிட்டுகிற கண்கள்
மரப்பாச்சி உருவாக்கித் தந்த கனவுலக வாழ்க்கையை விட்டு விலகி அது இல்லாத இன்னொரு வெளியில் நுழைய நேரிட்டபோது தனது உடலை வேறுவிதமாக உணர்கிறாள். ஒரு விடுமுறையில் அத்தையின் வீட்டிற்குப் போனபோது அத்தையின் கணவன் மாமாவின் பேச்சும் உடலும் ஏற்படுத்திய உணர்த்துதல்கள் அவை

அந்தப் பயணம் அவளுக்குப் பிடித்திருந்தது. நகர்கிற மரங்கள்; காற்றின் உல்லாசம்; மலைகளின் நீலச்சாய்வு. எல்லாமும் புத்தம் புதிது.

அம்மா வற்புறுத்தி உடுத்திவிட்ட கரும்பச்சைப் பாவாடையில் அனுவின் வளர்த்தியை மாமாவும் வியந்தார். பார்த்த கணத்திலிருந்தே மாமாவிடம் இருந்து தன்பால் எதுவோ பாய்வதை உணர்ந்து அவள் கூசினாள். 'எந்த கிளாஸ் நீ? எய்த்தா, நைன்த்தா?' என்று கேட்டுவிட்டு பதிலைக் காதில் வாங்காமல் கழுத்துக் கீழே தேங்கிய மாமாவின் பார்வையில் அது நெளிந்தது. 'எப்படி மாறிட்டே? மூக்கொழுகிக்கிட்டு, சின்ன கவுன் போட்டிருந்த குட்டிப் பொண்ணா நீ?' என்று அவள் இடுப்பைத் திமிறத் திமிற இழுத்துக் கொஞ்சியபோது மூச்சின் அனலில் அது ஊர்ந்தது. 'சட்டை இந்த இடத்தில் இறுக்குதா?' கேட்டு தொட்டுத் தொட்டு மேலும் கீழும் அழுத்தித் தேடிய உள்ளங்கையில் இருந்து அது நசநசவென்று பரவியது. மாமாவின் கைகளில் இருந்து தன்னை உருவிக்கொண்டு ஓடினாள் அனு.

கொட்டும் முத்தங்கள் கன்னத்தில், உதட்டில், கழுத்தில், அவளுள் தளிர் விடுகிற அல்லது விதையே ஊன்றாத எதையோ தேடுகிற விரல்களின் தடவல், மாறாக அதை நசுக்கிச் சிதைக்கிறது. சிறிய மார்பகங்கள் கசக்கப்பட்டப்போது அவள் கதறிவிட்டாள். வார்த்தைகளற்ற அந்த அலறலில் அத்தைக்கு விழிப்புத் தட்டியது. காய்ந்த கீற்றுப் படுக்கைமீது அனுவின் உடல் சாய்க்கப்பட்ட போது அவள் நினைவின்மையின் பாதாளத்துள் சரிந்தாள். கனமாக அவள் மேல் அழுத்தும் மாமாவின் உடல். அத்தை ஓடிவரவும் மாமா அவசரமாக விலகினார். அத்தையின் உலுக்கல்; 'அனு, என்ன அனு!' அவளிடம் பேச்சு மூச்சில்லை. 'பாத்ரூம் போக வந்தப்ப

> *விழுந்துட்டா போல.' மாமாவின் சமாளிப்பு. அத்தை மௌனமாக அவளை அணைத்துத் தூக்கிப் படுக்கையில் கிடத்துகிறாள்.*

தொடர்ந்து அத்தையின் வீட்டில் இருந்து மாமாவினால் தடவப்படும் உடலாக அத்து மீறப்படும் உடலாக இருந்துவிடக்கூடாது என்று உடலே சொல்லிக் காய்ச்சலை வரவழைத்துக் கொள்கிறது. குடும்ப உறவுகளால் அத்துமீறப்படும் பெண் உடலின் வேதிவினையைக் கவனமாக எழுதிக் காட்டும் உமா மகேஸ்வரி அதற்கான மருத்துவம் அவளது கற்பனை உலகில் மரப்பாச்சி மூலம் உருவாக்கிக் கொண்ட கற்பனை வெளியில் இருப்பதாகக் காட்டியிருக்கிறார். அத்தை வீட்டிலிருந்து காய்ச்சலோடு திரும்பிய அந்தச் சிறுபெண் மரப்பாச்சியையே தேடுகிறாள்

> *அனுவின் கண்களில் நீர் கோர்த்தது. அழுகையோடு படுக்கையில் சரிந்தபோது மரப்பாச்சி சன்னலில் நின்றது. ஆனால் அது அனுவைப் பார்க்கவேயில்லை. அவளையன்றி எங்கேயோ, எல்லாவற்றிலுமோ அதன் பார்வை சிதறிக் கிடந்தது. அனுவின் தொடுகையைத் தவிர்க்க அது மூலையில் ஒண்டியிருந்தது. அதனோடான நெருக்கத்தை இனி ஒருபோதும் மீட்க முடியாதென்று அவள் மனம் கேவியது. உற்றுப் பார்த்தபோது மரப்பாச்சியின் இடை வளைந்து, உடல் மறுபடியும் பெண் தன்மையுற்றிருந்தது. மீண்டும் முளைக்கத் தொடங்கியிருந்த அதன் முலைகளை அனு வெறுப்போடு பார்த்தாள்.*

எனக் கதையை முடித்திருக்கிறார்.

உயிரியல் இவ்வுலகின் உயிரிகளை ஆணென்றும் பெண்ணென்றும் வகைப்படுத்திக் காட்டப் பெரிதும் பயன்படுத்துவது அவற்றின் உடல் அடையாளங்களே. ஆணுறுப்போடும் பெண்ணுறுப்போடும் பிறப்பதின் வழியாக வேறுபடும் உடல்களில் ஆண்மையை உணர்தலும் பெண்மையை உணர்தலும் நிகழும் காலகட்டம் முக்கியமான காலகட்டம். வயதுக்கு வருதல் என்ற சொற்களால் குறிப்பிடப்படும் அந்தக் காலகட்டத்தில் பெண்ணுடலில் ஏற்படும் பருண்மையான மாற்றம் முலை முளைத்தல். அதுபோன்றதொரு பருண்மையான உடல் மாற்றம் ஆணுக்கு இல்லை. இதனாலேயே பெண்ணுடலின் மீதான ஈர்ப்பை ஆணுடல் அவாவுகிறது என்று

கூடச் சொல்லலாம் இதை ஒருவித உயிரியல் நடவடிக்கையாக மட்டும் கணித்துப் பேசுவது உடலியல் மருத்துவம். ஆனால் அந்தப் பதின் பருவத்தில் மனவியல் மாற்றங்களும் தன் உடலின் புதிர்களையும் ரகசியங்களையும் தானே கண்டுபிடித்துவிடும் எத்தணிப்புகளும் ஆணுக்கும் இருக்கின்றது; பெண்ணுக்கும் இருக்கின்றது. கண்டுபிடிப்பதோடு எதிர்பாலினருக்குக் காட்டிவிடும் எத்தணிப்புகளும் நடக்கின்றன என்கிறது உளவியல் மருத்துவம்.

உடலியல் மருத்துவமும் உளவியல் மருத்துவமும் அவற்றை அணுகும் முறைமைகளிலிருந்து இலக்கியப் பனுவலாக்கம் வேறுபடுகிறது. தனிமனிதர்கள் உருவாக்கிக் கொள்ளும் அந்தரங்க வெளிக்குள் சமூகத்தின் உறவுகளின் நுழைவு திசைமாற்றத்தை ஏற்படுத்திவிடக்கூடும் எனக் கரிசனம் கொள்கின்றன. உமாமகேஸ்வரியின் இவ்விரு சிறுகதைகளும் அத்தகைய விரிவான அலசல்களுக்குள் நுழையும் நோக்கம் கொண்டன அல்ல. இக்கதைகளின் நோக்கம் உடலில் ஏற்படும் மாற்றத்தை உணரும் பெண்ணின் இருவேறு கட்டங்களைச் சொல்வது மட்டுமே. எழுதத் தொடங்கிய காலகட்டத்தில் எழுதிய மரப்பாச்சி (2002) தோன்றுதலின் - முலை முளைத்தலின் கிளர்ச்சியைச் சொல்கிறது. 14 ஆண்டுகளுக்குப் பின் வந்த குளவி அதன் இழப்பைப் பேசுகிறது. பெண் உடலின் மாற்றங்களை அதன் நுட்பங்களோடும் உடலைப் பேசும் பெண்ணியச் சொல்லாடல்களின் விவாதங்களைக் கதைக்குள் கொண்டுவராமல் அனுபவங்களின் வெளிப்பாடாகக் கதையாக்கிய உமா மகேஸ்வரிக்குப் பெண்ணிய எழுத்துப் பரப்பில் முக்கியமான இடமுண்டு.

15. பெண்மொழியின் மீறல்கள்: தமிழ்க்கவியின் பாடுபட்ட சிலுவையள்

உலகில் மொழியின் தோற்றம் பற்றிய ஆய்வு, நீண்டகாலமாக நடக்கும் ஒன்று. மனிதத் தோற்றம் பற்றிய தேடலோடு மொழியின் தோற்றம் பற்றிய தேடலும் இரட்டை மாட்டு வண்டியின் சக்கரப்பதிவுகள். உலகப்பரப்பில் மனிதர்களின் தோற்றம் எங்கு நிகழ்ந்ததோ அங்குதான் மொழியின் தோற்றமும் நிகழ்ந்திருக்கும் என்பது மொழியியலாளரின் கருத்து.

பேச்சாகவும் எழுத்தாகவும் இருக்கும் மொழிகளை வளர்ந்த மொழிகள் என்கிறது மொழியியல். மொழியின் இவ்விரு அடையாளங்களில் பேச்சடையாளமே முந்தியது. எழுத்து பிந்தியது. பேச்சிலும் முறைப்படுத்தப்பட்ட கால ஒழுங்குடைய சொற்களின் பயன்பாட்டிற்கு முந்தியது உடல்மொழி. உடல்மொழி, பேச்சு, எழுத்து ஆகியனவற்றின் பயன்பாட்டை அறிந்த அறிதலே மனிதர்களின் அறிவுத்தோற்றவியலின் தொடக்கம். மொழியின் பயன்பாடென்பது மனிதர்கள் தங்கள் உடலில் இருக்கும் ஐம்புலன்களையும் பயன்படுத்துதலின் வெளிப்பாடு.

மொழி என்ற சொல் ஒரு பெயர்ச்சொல்; பொதுப்பெயர். எல்லாப் பெயர்ச்சொற்களும் பொதுச்சொற்களாகவே இருந்துவிடுவதில்லை. மொழி என்னும் பெயர்ச்சொல் அல் ஈறு ஏற்று தொழிற்பெயராகிறது.

கண்ணால் காண்பதை மொழிதல், காதால் கேட்டதை மொழிதல், மூக்கால் நுகர்ந்ததை மொழிதல், நாக்கால் சுவைத்ததை மொழிதல், மெய்பட்ட உணர்வை மொழிதல் என மொழிதலென்னும் தொழில் விரிவடைகிறது. தொழிலைச் செய்தவர்கள் உடலால் வேறுபட்டவர்களாக இருந்ததை மொழி அடையாளப்படுத்தியது. அந்த வேறுபாட்டைத் தமிழ் பால்வேறுபாடு என்றது. வேறுபட்ட பாலினர் செய்த வினையைக் குறிக்கத் தனி வினை விகுதிகளையும் தமிழர்கள் உருவாக்கினார்கள். ஆண்பால் பெயர்களும் பெண்பால் பெயர்களுமெனப் பெயரியல் இலக்கணம் பேசிய மொழியின் இலக்கணம், அவர்களின் செயல்பாட்டை வினையைத் தனித்து காட்டும் வினையீறுகளையும் உருவாக்கி வினையியல் இலக்கணத்தையும் எழுதி வைத்திருக்கிறது. வேறுபாடுகளை நுட்பமாக அறிந்து சொற்களை உருவாக்கிய மொழி, அதனூடாக ஆண் - பெண் வேறுபாட்டு நிலைகளையும் வளர்த்தே வந்தது. வளர்ந்த மொழிகளைக் கொண்ட சமூகங்கள், பால் வேறுபாட்டிலும் சமூகத் தளவேறுபாட்டிலும் பல கட்டங்களைக் கடந்தே வந்துள்ளன. வேறுபாடுகளைச் சுட்டிப் பிரித்து அறிதல் அறிவின் வளர்ச்சி எனக் கருதப்பட்டது. வேறுபாடுகள் இருக்கின்றன என்பது ஒருவிதத்தில் நேர்மறைத் தன்மையானவை. ஒவ்வொருவருக்கும் - ஒவ்வொரு குழுவிற்கும் தனித்த அறிவும் சிறப்புத் தகுதிகளும் திறன்களும் என்பதைச் சுட்டும் நிலையில் அதனைச் சமுதாயம் வளர்த்தெடுப்பதுகூடத் தேவையான ஒன்றே. அதே நேரத்தில் ஒருவரின் ஒரு கூட்டத்தின் அறிவு கீழானது; இன்னொருவரின் - கூட்டத்தின் அறிவு உயர்வானது எனப் படிநிலைகள் கற்பிக்கப்படும் போதுதான் சிக்கலாகின்றது. அவர்களின் அறிவைக் கொண்டு செய்யப்படும் வேலைகளிலும் உயர்வு- தாழ்வு கற்பிக்கப்பட்டு நிலை நிறுத்தப்படும்போது சமூக முரண்கள் உருவாகின்றன.

பாலடையாளத்தைச் சுட்டிக்காட்டத் தனியான பெயர்ச் சொற்களையும் வினையிறுதிகளையும் உருவாக்கிய மொழிக்குள் பின்னோக்கிப் பயணம் செய்யும்போது அவ்வப்போது பெண்களுக்கும் சமூகத்தின் சிலவகையான மனிதர்களுக்கும் தடைகள் உருவாக்கப்பட்டுப் பொதுவுக்குள் வருவது தடுக்கப்பட்டதை வரலாற்று மொழியியலும் சமுதாயமொழியியலும் சுட்டிக் காட்டுகின்றன.

'அச்சமும் நாணும் மடனும் முந்துறுத்த நிச்சமும் பெண்பாற்குரிய என்ப' என விதிகள் எழுதிய தொல்காப்பியம்தான் பெருமையும் 'உரனும் ஆடூஉ மேன' என்கிறது (களவியல்8,7) பொதுவாகப் பேச ஆரம்பித்து "முந்நீர் வழக்கம் மகடூஉவோடு இல்லை" எனத் தடையும் போடுகிறது. அப்படியொரு விதி உருவாக்குவதன்மூலம் பொது நீர்வழிப் பயணங்கள் பொதுவினையாக இல்லாமல் ஆண்களுக்குரியதாக மாறியதை அறிகிறோம். பெண்களுக்கு நீர்வழிப் பயணத்தடைகளை மட்டும் உருவாக்கியதாக நினைக்க வேண்டியதில்லை. பேசவும் செயல்படவும்கூடத் தடைகள் இருந்தன என்பதை இலக்கணிகள் எழுதி வைத்துள்ளனர்.

இலக்கணம் என்பது அதிகமும் இருப்பை எழுதுவதுதான். குறைந்த அளவே அவர்களின் நோக்கத்தைச் சேர்ப்பார்கள். அவையும் ஏற்புக்குப் பின்பு நிலைநிறுத்தப்பட்டதாகிவிடும். காமத்தைச் சொல்லும் நாட்டம் பெண்களுக்கு இயல்பாகவே இல்லையென்று சொல்லிவிட்டு, ஆண்கள் தனது விருப்பத்தைச் சொல்லும்பொது மறுத்து, எதிர்மொழியாடுதலும் தவிர்க்கப்பட வேண்டியவை என்கிறது. காமம் சொல்லா நாட்டம் இன்மையின்ஏமுற இரண்டும் உளஎன மொழிப [களவியல்:18] எனவும், "சொல்எதிர் மொழிதல் அருமைத்து ஆகலின்அல்ல கூற்று மொழி அவள் வயினான". [களவியல்:19] சொல்கின்றது. அரசு, குடும்ப அமைப்பு போன்ற நிறுவனங்கள் உருவாகி வளர்ச்சியை நோக்கிப் போய்க்கொண்டிருந்த நேரத்தில், ஆண்களின் கட்டுப்பாட்டில் இருக்க வேண்டியவர்கள் பெண்கள் என்பதை வலியுறுத்திப் பேசிய சூத்திரமாகத் தொல்காப்பியம் தரும் சூத்திரம் இது. அச்சூத்திரம்தான் இன்றுவரை பெண்களைச் சிறைப்படுத்தி வைத்திருக்கும் கற்பெனும் புனிதச் சிறை. கற்பை உயிரினும் மேலான, நாணத்திலும் மேலான ஒன்றாகப் பெண்கள் கருதவேண்டுமென வலியுறுத்துகிறது [களவியல்:22] ஆனால் நிகழ்காலப் பெண்ணியம் அதனைப் பெண்களுக்கு ஆண்கள் பூட்டிய சிறையின் தாழ்ப்பாள் எனக் கருதுகின்றனர்.

கற்பைச் சிறையெனப் பெண்ணியம் - பெண்கள் பேசுவதற்கு முன்பே அவர்கள் முன்னேற்றத்திலும் தனித்திறன் வளர்ச்சியிலும் அக்கறை கொண்ட பாரதி போன்றவர்கள் உணர்ந்திருந்தார்கள் என்பதை அறிவோம். அந்த அறிதலின் வெளிப்பாடாகவே 'கற்புநிலையென்று சொல்ல வந்தால் இருகட்சிக்கும் அதனைப்

பொதுவில் வைப்போம்' என்கிறான். பெண் தனது வேட்கையைக் கிளர்ச்சியை வெளிப்படையாகச் சொல்லக்கூடாது எனப் பேசும் இலக்கணம், அக்காம வெளிப்பாடு புதுப்பானையில் ஊற்றிவைத்த நீரின் கசிவினால் வெளிப்படும் ஈரம்போல வெளிப்படலாம் எனக் கவித்துவம் வடியக்கூறுகிறது. அகத்திணைக் கதாபாத்திரங்களில் பெண்களின் தன்னிலை வெளிப்பாட்டைக் கட்டுப்படுத்தும் நோக்கத்தோடும் , தடை செய்யும் விதமாகவும் எழுதப்பட்டுள்ள இச்சிறப்பு விதிகளின் நோக்கம் என்னவாக இருக்கும்.?ஆண் மாந்தர்களுக்கெனச் சிறப்பு விதிகள் எதுவும் சொல்லப்படாமல் பெண்மாந்தர்களின் வெளிப்பாட்டிற்காக மட்டும் இத்தகைய சிறப்பு விதிகள் ஏன் செய்யப் படவேண்டும்.? இவை இன்று எழுகின்ற கேள்விகள்.

கட்டுப்பாடுகளை- தடைகளைக் குறிக்கும் சொற்கள் ஆண்கள் உருவாக்கிய சொற்கள். அவை ஆண்களின் மேலாதிக்கத்தை உறுதிப்படுத்தும் சொற்கள். இப்படித்தான் ஆண்மொழி உருவானது. வேலைப்பிரிவினைகளையும் அவற்றைச் செய்யவேண்டிய கூட்டத்தையும் வரையறை செய்தபோது ஆதிக்க மொழி உருவாகிறது. இவையெல்லாம் தேவையென நினைத்த காலகட்டம் முடிவுக்கு வந்த காலம் சமத்துவச் சிந்தனைகள் காலகட்டம். பெண்ணியச் சிந்தனையின் நோக்கமும் ஒருவிதத்தில் சமத்துவ உருவாக்கமே. முதன்மையாகப் பாலியல் வேறுபாடுகளைக் களைவது. வேறுபாடுகளைக் களைவதும் சமநிலை உருவாக்குவதுமான பயணத்தில் ஏற்கெனவே உருவாக்கப்பட்ட ஆண் மொழியும் ஆண் நோக்கும் எவற்றையெல்லாம் தடுத்தது; எவற்றையெல்லாம் பேசக்கூடாது எனத் தடைபோட்டது எனக் கண்டறிந்து அவற்றை மீற நினைக்கிறது. மீற நினைக்கும்போது அதற்கான மொழியைப் பெண்கள் உருவாக்குகிறார்கள். பெண் மொழி உருவாக்கம் என்பது மொழியின் மூன்று கூறுகளிலும் உடல்மொழியிலும் பேச்சுமொழியிலும் எழுத்துமொழியிலும் நடக்கும். அந்தப் புரிதலோடு எழுதிய பெண்ணெழுத்தாளர்களின் பனுவல்களைக் கவனமாக வாசிக்கும்போது அதனை உணரலாம்.

அண்மையில் வாசித்த தமிழ்க் கவியின் ஒரு கதை இதனை உள்வாங்கி ளிப்படுத்திய கதையாக இருந்ததை உணர முடிந்தது. பொதுவான பேச்சில் மட்டுமல்லாது கணவன் மனைவியாகிவிட்ட பின்னர் உருவாகும் அந்தரங்கப் பேச்சிலும் கூடப் பேசக்கூடாதவை

என்றும், திருமணம் ஆன பின்பு மனதால்கூட நினைக்கக்கூடாதன என்றும், அப்படி நினைத்தாலும் சொல்லக்கூடாது என்றும் மரபான சமூகவாழ்க்கையைத் தமிழ்ப் பெண்கள் வாழ்ந்து கொண்டிருக்கிறார்கள். அதனைப் பெண்கள் கடந்தாகவேண்டும் என்பதைச் சொல்வதைப் போலத் தமிழ்க்கவி எழுதிய பாடுபட்ட சிலுவையள் கதை எழுதப்பெற்றிருக்கிறது.

ஈழவிடுதலைப் போராட்டக் களத்தில் முன்னணிப் படையில் இருந்து செயல்பட்டவர் தமிழ்க்கவி. விடுதலைப் புலிகள் பண்பாட்டுத் தளச் செயல்பாட்டாளராக இருந்து பாடல்கள், நாடகம், ஊடகப் பங்களிப்பு போன்றவற்றைச் செய்தவர். அக்கால கட்ட வாழ்க்கையைச் சொல்லும் தன் வரலாற்றுத் தன்மைகொண்ட கதைபோல, ஊழிக்காலம் என்னும் நாவலையும் எழுதித்தந்துள்ளவர். போராட்டம், போர்க்காலம் போன்ற எந்தப் பின்னணியுமில்லாத இந்தக் கதை விவசாய வாழ்க்கையில் இருக்கும் பெண்ணொருத்தியின் விருப்பங்களையும், விருப்பங்களுக்கு மாறாக நடந்துவிடும் வாழ்க்கைப் போக்கையும் சொல்கிறது.

கதையின் தொடக்கம் நிகழ்வெளியைப் பற்றிய சித்திரிப்போடு தொடங்குகிறது 'காலையில் பனிபெய்து நனைந்திருந்த வயல் வரம்பு' எனப் பெண்ணோருத்தி நடந்துவரும் காட்சியாக அமைந்துள்ளது. அவளின் நடையில் தளர்ச்சி. காரணம் காலையில் வந்துவிட்ட பிசுபிசுப்பு.

> *அந்த நாளையில இப்பிடி வீட்டுக்குத்தூரமெண்டா கரிக்கோடு போட்டு தனிச்சு விட்டிருவினம். மூண்டுநாளைக்கு தனியத்தான் பின்னையும் அஞ்சு நாளைக்கு தனியத்தான். கிணத்தில தண்ணியள்ள ஏலாது. சுட்டிபானையில தொட ஏலாது அதுகள் தொட்டா சட்டிபானை உடையுமாம் கிணத்துக்க பொக்கான் செத்து மிதக்குமாம். ஆ..எல்லாம் அம்மாட தலைமுறையோட போச்சு. இப்பத்தயில் பிள்ளையளுக்கு வாறது தெரியுதோ போறது தெரியுதோ... அதென்னவோ அவளின்ர வாழ்க்கையிலயும் இந்த சட்டமறுப்புத்தான். அது தானாகவே தேவைகருதி உடைஞ்சு போச்சு.*

மாதவிடாய்க் காலத்து ரத்தப்போக்கு பற்றிய பழைய எண்ணங்களைச் சொல்லி அலுத்துக் கொள்ளும் அந்தப்

பெண் சமூகம் பின்பற்றும் நடைமுறைகள் மீதும் உருவாக்கி வைத்திருக்கும் கருத்தியல்கள் மீதும் மாற்றுக் கருத்துகள் கொண்டவள். இந்த மாற்றுக் கருத்துகளும் நடைமுறைகள் மீதான விருப்பமின்மையும் இயல்பாகவே பெண்களுக்குள் இருக்கும் ஒன்றாக வெளிப்படுத்துகிறாள்.

ஓர் ஆணையும் பெண்ணையும் இணைத்துவிடுவதற்காகச் சமூகம் உருவாக்கியுள்ள திருமணம் என்னும் நிகழ்வு, இருவரின் விருப்பங்களைத் தாண்டியே உடலுறவில் ஈடுபவர்களாக ஆக்கிவிடுகிறது. அப்படி உருவாகும் பிணைப்பு பின்னர் தொடர்ந்து தேவைப்படும் ஒன்றாக மாறிவிடுவதில் தான் திருமணத்தின் வெற்றியும் குடும்பத்தின் இருப்பும் நிலைகொள்கிறது என்பதை முன்வைக்கும் கதையின் மையநோக்கமே அதுதான். ஆணிடமிருந்து கிடைக்கும் அந்தச் சுகத்திற்காகப் பெண்கள் எல்லாப் பாடுகளையும் - சிலுவைப்பாடுகளையும் சுமந்து சுமந்து அலைகிறார்கள் என்பதைச் சொல்லும் கதையின் பகுதியைத் தமிழ்க்கவியின் சொற்களிலேயே வாசிக்கலாம்.

> *ஆரம்பத்தில் அவனோடு படுக்கையை பகிர அவளுக்கு இஸ்டமேயில்லை. அது ஒரு மழைக்காலம் அந்த மண்வீடு மழைகாலத்தில் நிலமெல்லாம் ஊறி கசகசக்கும். நனைந்த ஈரலித்த வீட்டில் பலகைகளைப் பரப்பி அதன்மீது பாய்விரித்து இரண்டு தலையனைகளைப்போட்டு, அவர்களுக்கான முதலிரவுப் படுக்கையை அவளுடைய தந்தையே செய்தான். அவள் ஒருபயம் கலந்த வெறுப்போடு அதை பார்த்துக் கொண்டிருந்தாள்.*
>
> *அவளுடைய புருசன் அவளை வந்து படுத்துக்கொள்ளச் சொன்னான். அதில் எந்த இங்கிதமோ அன்போ தொனிக்க வில்லை. ஒரு புடுங்கல்தனமாக இருந்தது. அவனுடைய மூஞ்சியும், முகறைக்கட்டையும். அவள் சிலுப்பிவிட்டு ஒதுங்கியே நின்றாள்.*
>
> *வீட்டின் ஓசைகள் அடங்கிய பின் தூக்கம் கண்ணைச்சுற்ற அவள் எப்போது படுத்தாளோ. நன்றாக உறங்கிப்போனாள். அந்த நள்ளிரவில், அவளுக்கு விழிப்பு வந்தபோது அவள்மீது மிகுந்த பாரமாக அவன் அழுந்திக்கொண்டும் வேகமாக இயங்கிக் கொண்டுமிருந்தான். அவளால் உதறவோ கத்தவோ*

முடியவில்லை. சொல்லப்போனால் அதில அவளுக்கு ஒரு ஈர்ப்பு இருந்தது எனலாம்.

தொடர்ந்தும் அடுத்துவந்த சில நாட்களில் தினசரி அது நடந்தது. ஒரு புதிய அனுபவம் என்பதாக மட்டும் அவளால் அதை ஏற்க முடிந்தது.

அப்படி நடக்கும் இரவுவேலைகளே பிள்ளைகள் பெறுவதற்கும் வம்சவிருத்திக்கும் காரணங்களாகின்றன. அதன் பின்னர் ஏற்படும் வெறுப்புகளும் கோபதாபங்களும் பிரிந்துவிடும் நிர்ப்பந்தங்களைத் தூண்டினாலும் உடலுறவுத் தேவைகளே எல்லாவற்றையும் சகித்துக்கொண்டு தொடரும்படி செய்கிறது என்பதைக் கதைப் போக்கில் சுட்டிச் செல்கிறார்.

பெண்ணுக்குத் திருமணத்திற்கு முன்னால் ஒரு ஆண் மீது ஏற்படும் மோகத்திற்குக் காதல் எனப் பெயரிட்டுக் கொள்வதெல்லாம் உண்மையல்ல; அதுவும் உடல் இச்சையின் விருப்பமே என்பதாக எழுதிக்காட்டுகிறார். அதைச் சொல்வதற்காகவும் கதையில் ஒரு பாத்திரத்தை உருவாக்கியிருக்கிறார் தமிழ்க்கவி. ஊரில் பல பெண்களின் விருப்பத்திற்குரியவனாக இருந்த ராசதுரை மீது இவளுக்கும் விருப்பம் இருந்தது. ஆனால் அது காதல் இல்லை. காதலாக இருந்தாலும் அது நிறைவேறும் வாய்ப்பில்லை என்பதும் அவளுக்குத் தெரிந்திருந்தது. திருமணத்திற்குப் பிறகும் கூட அவ்வப்போது ராசதுரையின் நினைப்பு வருவதுண்டு. அன்றும் அவனைப் பார்க்கிறாள்; அவனோடு பேசுகிறாள். அவன்மீது கொண்ட கிறக்கத்தையும் சொல்கிறாள்.

ராசதுரைக்கு அவளில ஒரு கவனம் விழுந்திருந்துது. அவளுடைய மனதில் அறியாத வயதில் எற்பட்ட சலனம் இப்போதும் ஏற்பட்டது. அவனுடைய அறிவார்ந்த பேச்சு அக்கறையான விசாரிப்பு எல்லாமே பிடித்திருந்தது. 'ச்சைக் நான் அப்ப நினைச்சிருந்தமாதிரி இவனே என்ர புருசனா வந்திருந்தா....' அவனது அருகிலிருந்து வீசும் 'வூடோ' பவுடரின் நறுமணம் அவளுக்கு கிறக்கத்தை ஏற்படுத்தியது. இது தப்பா இல்லையா என்பதற்கு அப்பால் அறிவை முந்தி மனம் துடித்தது. ஊரெல்லாம் 'பொம்பிளப் பொறுக்கி' என்று பெயர்பெற்ற ராசதுரை அவளை மடக்கி விடுவானோ?

நான்கு நாட்களாக அவளுக்குள் ஒரு போராட்டம் நடந்து ஓய்ந்து போனது

ஆண்களுக்குப் பெண்கள் மீது உருவாகும் நினைவுகளுக்கும், பெண்களுக்கு ஆண்கள் மீது உருவாகும் விருப்பங்களுக்கும் பாலியல் இச்சையைத் தாண்டி வேறெதுவும் இல்லை என்னும் ப்ராய்டியக் கண்டுபிடிப்பை ஏற்றுப் பேசும் கதையில் மொத்தமாகவே உடலுறவுக் கிளர்ச்சியைக் கொண்டாடும் போக்கைக் காணமுடிகிறது. என்னுடல் வேண்டும் அந்தக் கிளர்ச்சியைக் கணவனே தருவான் என்ற நிலையில் இன்னொருவனை நாடவேண்டியதில்லை; கணவனையே அதற்கானவனாக ஆக்கிக் கொள்வதில் வெட்கப்பட ஒன்றும் இல்லை. அதை வயதுக்கு வந்த பிள்ளைகளிடம் கூட மறைக்க வேண்டியதில்லை என்பது அவளது நிலைப்பாடு. இதையே கதையின் முடிவாக எழுதிக்காட்டியுள்ளார் தமிழ்க்கவி

> *“காந்தா! கூட்டுக்க நிக்கிற பெரிய வெள்ளைக் கோழியைப் பிடிச்சு அடி” என்றாள்*
>
> *“ஏனம்மா இருந்தாப்போல?”*
>
> *“கொப்பர் நாளைக்கு வேலைக்கு கிளிநொச்சிக்கு போறாராமடா...”*
>
> *“அக்கா, அம்மா திருந்தப்போறதில்ல. மணவாளனுக்கு விருந்து வைக்கப்போறா.”*
>
> *அம்மாவின்ர தேவை என்ன? அதை நிறைவேற்ற அப்பாவால மட்டுந்தான் முடியும் எண்டதை அவன் அறிய கனநாள் எடுக்கும்.*

இப்படி முடியும் கதை, இதுவரை பேசக்கூடாதன எனத் தடுக்கப்பட்டனவற்றைப் பேசிவிடவேண்டும் என்று தன்முனைப்பு கொண்ட பாத்திரத்தை உருவாக்கவேண்டும் என்று உந்துதலைக் கொண்டதாக இருக்கிறது என்பது சுட்டிக்காட்டப்பட வேண்டிய ஒன்று. இந்த உந்துதலின் காரணமாகவே பெண்மொழிக்கான சில சொற்றொடர்களையும் காட்சிச் சித்திரிப்புகளையும் உருவாக்கியிருக்கிறார். நீண்ட இலக்கியப் பாரம்பரியத்தில் போதையும் கற்பனைகளும் எழுப்பும் பெண்ணுடலின் ரகசியங்கள்

- அந்தரங்கப் பகுதிகள் "ரெண்டு பந்தும் ஒரு பொந்தும்" என்ற சொற்றொடரால் சுட்டிக்காட்டப்படுவதை அதிர்ச்சியோடு வாசிக்க நேரலாம். சித்தர் மரபில் இதுபோன்ற சொல்லாட்சிகளால் பெண்ணுடல்கள் சொல்லப்படுகின்றன. அவை ஒருவித வெறுப்பில் உச்சரிக்கப்படுபவை. தமிழ்க் கவிதையின் இந்த உருவகம் வெறுப்பின் வெளிப்பாடாக இல்லை. பெண்ணிய மொழியை உருவாக்கும் தன்னுணர்வுகொண்ட ஒரு பெண்ணின் எழுத்தில் துருத்திக்கொண்டு வெளியே வந்துள்ள சொற்குவியல்கள். இதனை வாசிப்பவர்கள் முகஞ்சுளித்து ஒதுங்கிப் போகலாம். அல்லது ஆவேசத்தோடு கோபப்படலாம். ஆனால் கதை பேச நினைப்பது இந்தச் சொற்குவியல்களில் இல்லை.

நிலவும் சமூகத்தில் ஆண்கள் அவர்களுக்கான வெளியையும் வேலைகளையும் அவர்களே தீர்மானித்து எடுத்துக்கொள்கிறார்கள். அதுபோலப் பெண்களால் செய்து விட முடிவதில்லை. அதே நேரத்தில் ஆண்களின் உறவு இல்லாமல் பெண்கள் வாழவேண்டும் என்று நினைப்பதும் சாத்தியமில்லை; குடும்ப அமைப்பில் ஆண்களின் ஆதிக்கத்தைப் பெண்கள் அறிந்த நிலையில் ஏற்றுக்கொள்வதில் அவளது இன்பமும் உடல் சார்ந்த இன்பமும் இருக்கிறது.

ஆணுடலும் பெண்ணுடலும் சேர்வதில் கிடைக்கும் இன்பம் பற்றி இலக்கியங்களும் சமூக மனமும் சொல்வனவற்றின் மீது கேள்விகளை முன்வைக்கிறது. உடலுறவு என்பது இரண்டு உடல்களின் அந்த நேரத்து இச்சை; அதைத்தாண்டி அதற்கு வேறெதுவும் இல்லை. ஒருவனை மட்டுமே ஒருத்தி விரும்புகிறாள் அல்லது ஒருத்தியிடம் மட்டுமே ஒருவன் தன்னைப் பகிர்ந்துகொள்ள ஆசைப்படுகிறான் என்று சொல்லப்படுவதெல்லாம் கற்பிதங்கள்; இட்டுக்கட்டப்படும் சொற்கள் மட்டுமே என்பதாகவும் தமிழ்க்கவியின் கதை போட்டு உடைக்கிறது.

ஒதுக்கி வைக்க வேண்டிய (taboo) ஒன்றாகப் பாலியல் செயல்பாடுகளைப் பார்க்கும் பார்வையைத் தந்த பல கதைகளை வாசித்திருக்கிறோம். கணவன் - மனைவி உறவுகூட அந்தரங்கமானது; அதைப் பேசுவதும் எழுதுவதும் சமூகத்தைச் சீரழித்துவிடும் என்று பேசுவதைக் கேட்டிருக்கிறோம். அவற்றை எழுதும் எழுத்தாளர்களைப் பற்றிய பார்வைகள் கூட இங்கே

எதிர்மறைப் பார்வையாகவே இருக்கிறது. கணவனிடம் பெறும் கிளர்ச்சியைவிட இன்னொருவனிடம் பெறக்கூடிய கிளர்ச்சி கூடுதலாக இருக்கும் என நினைக்கும் மனத்தைச் சொல்லும் கதைகள் பூசி மெழுகப்பட்ட மொழியால் எழுதப்பட்டுள்ளன. பிறகு அந்த நினைப்புக்காகவே குற்றவுணர்வுகொண்டு தன்னையே தண்டித்துக் கொள்ளும் பெண்களையே கதைகள் எழுதிக்காட்டியுள்ளன. இதையெல்லாம் செய்யாமல் அந்தப் போக்கைத் தாண்டியுள்ள வகையில் தமிழ்க்கவியின் இந்தக் கதை முக்கியமான கதை. அதே நேரத்தில் மீறல்களை மட்டுமே சொல்ல வேண்டும் என்பதற்கான நிகழ்வுகளைக் கொண்ட கச்சாவான கதையையே தமிழ்க்கவி எழுதியிருக்கிறார் என்பதும் சொல்லப்பட வேண்டிய ஒன்று. குறிப்பான வெளியையும் காலப் பின்னணியையும் உருவாக்காமல் கதையை எழுதியிருக்கிறார். பாத்திரங்களுக்குப் பெயர் வைப்பதைத் தவிர்க்க வேண்டிய கதையாகவும் இல்லை. இதையெல்லாம் செய்து சொல்முறையிலும் உணர்வு வெளிப்பாடுகளிலும் கூடுதல் கவனத்தோடு எழுதப்பட்டிருக்க வேண்டிய கதை.

16. பேய்கள் பிசாசுகள் பெண்கள்: லறீனாவின் புளியமரத்துப் பேய்கள்

'உள்ளூர்க்காரங்களுக்குப் பேய நெனச்சு பயம்; வெளியூர்க் காரங்களுக்கு தண்ணியப் பாத்தா பயம்' என்றொரு சொலவடையை நான் கேட்டிருக்கிறேன்; நீங்களும் கேட்டிருக்கக்கூடும்.

மழை பெய்து பாதைகளில் ஆங்காங்கே நீர்க்குட்டைகளாகத் தேங்கியிருந்தால், வெளியூரிலிருந்து வருபவர்கள் எவ்வளவு ஆழம் இருக்குமோ என்ற அச்சத்தில் நீருக்குள் இறங்குவதற்குப் பகல் நேரத்திலேயே பயப்படுவார்கள். ஆனால் எந்த இருட்டிலும் அச்சமில்லாமல் நடந்து போவார்கள். ஆனால் உள்ளூர்க்காரர்களுக்கு நீரின் தேக்கமும் ஆழமும் தெரியுமென்பதால் பயப்பட மாட்டார்கள். ஆனால் பேய் விசயத்தில் நேரெதிராக உள்ளூர்க்காரர்கள் பயந்து நடுங்குவார்கள். சுடுகாடு எங்கே இருக்கிறது; இடுகாட்டைத் தாண்டி அங்கே போகவேண்டுமே! அத்துவானக் காட்டில் இருக்கும் ஆலமரத்து விழுதுகளில் தானே முனி தொங்கிக் கொண்டிருப்பதாக மாமா சொன்னார்; மருதமரத்துப் பொந்தில் கொள்ளிவாய்ப்பிசாசு குடிகொண்டிருக்கிறது என்றும், புங்க மரத்துக் கொப்பில் தானே பேயோட்டி எல்லாப் பேய்களின் மயிரையும் அறுத்துக் கட்டி வைத்திருக்கிறார் போன்ற கதைகளையெல்லாம்

தெரிந்தவர் என்பதால் பகலிலும் அந்தப் பக்கம் தனியாகப் போகப்பயப்படுவார்கள்; இரவு நேரத்தில் அந்தப் பக்கம் திரும்பிக் கூடப் பார்க்க மாட்டார்கள். ஆனால் வெளியூர்க்காரர்களுக்கு இந்தக் கதையெல்லாம் தெரியாததால் எந்தப் பயமும் அச்சமுமின்றி இடுகாட்டுவழியாகவும் சுடுகாட்டுப் பக்கமாகவும் முனியாண்டி கோயிலின் குறுக்காகவும் நடந்து வருவார்கள்.

பேய், பிசாசு பற்றிய பயத்தையும் அச்சத்தையும் அண்மைக்காலத்தில் தமிழ்த் தொலைக் காட்சித் தொடர்கள் தீவிரமாக உருவாக்கிக் கொண்டிருக்கின்றன. முழுக்கதையையும் பேய், பிசாசு, பில்லி சூன்யம், சாமியாட்டம் என அமைத்துக் கொண்டு ஒவ்வொரு தொலைக்காட்சியிலும் ஒன்றிரண்டு தொடர்களாவது இடம் பெறுகின்றன. அதுவுமல்லாமல் பொதுவான கதைகளில் கூடப் பேய்பிடித்தல், சாமி வருதல் போன்ற காட்சிகளைப் பெண் கதாபாத்திரங்கள் தாங்கி வெளிப்படுத்தும் காட்சிகளை இடம்பெறச்செய்கிறார்கள். அதன் மிகையையொட்டி, தொலைக்காட்சித் தொடர்களின்போது அண்மைக்காலத்தில் ஒரு வாசகம் உருளத் தொடங்கியிருப்பதை பார்த்திருக்கலாம். "இக்காட்சிகள் பகுத்தறிவுக்கு எதிராக நம்பிக்கைகளை வளர்க்கும் விதமாக இடம்பெறவில்லை; கதையின் தேவைக்காக மட்டுமே இடம்பெறுகிறது" என்பதுபோல அந்த வாசகங்கள் எழுதப்பெற்றுள்ளன. இத்தகைய வாசகம் உருளும்போது பின்னணியில் இடம்பெறும் காட்சிகளாக இருப்பவை,'சாமி வந்து ஆடுதல், பில்லிசூன்யம் வைத்தல், பேயோட்ட நிகழ்வு' போன்றன. பெரும்பாலும் பெண்களை இலக்குப் பார்வையாளர்களாகக் கொண்டு தயாரிக்கப்படும் தொடர்கள் அவர்களைப் பழைமைக்குள் இருக்கவைத்து விழிப்புணர்வு அடையவிடாமல் தடுக்கும் நோக்கம் கொண்டவை என்பதை விமரிசனங்கள் தொடர்ந்து சொல்லிக் கொண்டிருக்கின்றன. அவ்விமரிசனங்களைக் கூடுதல் அர்த்தமாக்குகின்றன பேய்கள் -பில்லி சூன்யம் பற்றிய நிகழ்ச்சித் தயாரிப்புகள்

உருளும் அந்த எச்சரிக்கை வாசகங்கள் போன்றவைதான் பெரிய திரையில் இடம்பெறும் சிகரெட், மது பற்றிய எச்சரிக்கை வாசகங்களும். திரைப்படக்காட்சிகள் தொடங்குவதற்கு முன்னால், "புகைபிடிப்பது புற்றுநோயைக் கொண்டுவரும்; உயிருக்கு ஆபத்து"

எனச் சொல்லும் விளம்பரங்களைப் படித்துவிட்டே படத்திற்குள் நகர்கிறோம். அதேபோலப் படத்தில் இடம் பெறும் காட்சிகளில் மதுவருந்தும் நிகழ்வுகள் இடம்பெறும்போது, 'மதுவருந்துவது உடல் நலத்திற்குக் கேடு; நாட்டுக்கும் வீட்டிற்கும் கெடுதல்' என்ற வாசகத்தைச் சிறிய எழுத்துகளில் உருளவிடுகிறார்கள். இவையெல்லாம் அரசின் விதிப்படி இடம்பெறும் வாசகங்கள். இந்த அறிவிப்பைச் செய்யவேண்டும் எனச் சொல்லிக் கொண்டே சிகரெட்டைத் தயாரித்து விற்பதற்கும், மதுச்சாலைகளை நடத்துவதற்கும் அனுமதிப்பதே இந்த அரசுகள். பற்றாக்குறைக்குத் தமிழ்நாட்டில் மதுப்பாட்டில்களை விற்கும் டாஸ்மாக் கடைகளை நடத்துவதும் தமிழக அரசுதான்.

பேய்ப்பயம், பிசாசுகளின் களியாட்டம், ஆவியெழுப்புதல் பற்றிய பழமொழிகள் அனைவருக்கும் பொதுவானவை போலச் சொல்லப்பட்டாலும் அவையெல்லாம் பெரும்பாலும் பெண்களுக்கே உரியதாக இருப்பது ஏன்? என எப்போதும் நாம் யோசிப்பதே இல்லை. கிராமங்களில்கூட ஓர் ஆணுக்குப் பேயோட்டம் செய்ததாகப் பார்த்ததில்லை. பேயோட்டக்காரர்களின் உடுக்கடிப் பாடல்களுக்குப் பின் வீசியெறியப்படும் விபூதிக் குவியல்களையும் குங்குமச் சிதறல்களையும் ஏற்றுக் கொண்ட பெண்ணுடல்கள் சாட்டையாலும் பிரம்புகளாலும் அடித்துச் சிதைக்கப்படுவதைக் கூட்டம் கூடிப் பார்த்துக் கொண்டிருப்பதைப் பார்த்திருக்கிறேன். திரும்பத்திரும்பச் சொல்லப்பட்ட வாசகங்களை அந்தப் பெண் சொல்லும்வரை வதைத்து மலையேறும் பேய்கள் உண்மையில் இருக்கின்றனவா? பேய் பிடித்தல், ஆவியேறுதல் என்பன நோய்கள் தானா? நோய்கள் தான் என்றால் அவற்றுக்கான மருந்துகள் பற்றிய ஆய்வை மருத்துவ அறிவியல் முன்வைத்துள்ளதைக் கவனிக்காமல் நாம் நகர்ந்திருக்க மாட்டோம்.

நவீன மருத்துவம் அவற்றை உடல் நோயாக மட்டும் கருதாமல் உளவியல் சார்ந்தனவாகவும் கருதுகிறது. மருத்துவத்துறையின் ஒருபிரிவான நரம்பியல் துறையில் 1850-களில் தொடங்கிய ஆய்வுகள் இன்றுவரை நீள்கின்றன. பேய்கள் பற்றி நவீன ஆய்வு ஆறு காரணங்களை முன்வைக்கிறது.

1. மீன்காந்த அலைகளை உடல் ஏற்றுக் கொள்வதில் ஏற்படும் சிக்கல்

2. மிக மெல்லிய ஒலிகளை உணரும்போது உடல் அடையும் மாற்றங்கள்

3. அடைத்துக் கிடக்கும் கட்டடங்களில்- அறைகளில் உருவாகி நிரம்பியிருக்கும் கார்பன் மோனாக்ஸைடு என்னும் மயக்கம் தரும் வாயுக்களின் வினை

4.சிலவகை உருவங்களின் பிரதிபலிப்புகள்

5.உண்மை எனச் சொல்லப்படுவதை ஏற்பது

6. பொதுவாக நம்பிக்கைகளைக் கைவிடத் தயாரில்லாத மனம் போன்றனவே பேய்கள் பற்றிய கருத்தோட்டங்களின் பின்னணியில் இருப்பதாகக் கூறுகின்றது.

பேய்கள் இருப்பது என நம்புவது ஒரு பிரமையேயொழிய உண்மையல்ல என்பதே அதன் வாதங்கள். அத்தோடு அழுத்தப்பட்ட காமஞ்சார்ந்த செயல்பாடுகளில் தவறிழைத்து விட்டதாக நினைக்கும் மனம் அதை மறைக்க விரும்புவதும், தனது கருத்துகளும் குரலும் குடும்ப வெளியில் எடுபடாது என நினைக்கும் இயலாமையின் வெளிப்பாடுமே, சாமியாட்டம் பேயாட்டம் போன்றவற்றைக் கைக்கொள்கிறது என்றும் உளவியல் ஆய்வுகள் கூறுகின்றன.

பேய்கள் சார்ந்த நம்பிக்கைகளை ஏற்றுக் கதைகளும் புனைவுகளும் ஆண்களாலும் பெண்களாலும் எழுதப்பெற்றுள்ளன. இன்றும் எழுதப்படுகின்றன. ஆனால் பெண்களுக்கான விழிப்புணர்வையும் விடுதலையையும் முன்வைக்கும் பெண் எழுத்து அவற்றை ஏற்றுப் புனைவாக மாற்றாது. அதற்குப் பதிலாக, அந்நம்பிக்கையின் போலித்தனத்தை வெளிப்படுத்தும் புனைவுகளையே எழுதிக்காட்டும். இலங்கைப் பெண் எழுத்தாளர் லறீனாவின் புளியமரத்துப் பேய்கள் என்னும் சிறுகதை அப்படியான கதையாக இருக்கிறது. இலங்கையின் சபரகமுவ பல்கலைக்கழகப் பேராசிரியரான லறீனா அப்துல் ஹக் கவியாகவும், சமூகவியல் ஆய்வுகளைச் செய்தவராகவும் மொழிபெயர்ப்பாளராகவும் விளங்குகிறார். அவரது தஜ்ஜாலின் சொர்க்கம் சிறுகதைத் தொகுப்பில் இடம்பெற்றுள்ள புளியமரத்துப் பேய்கள் இப்படி முடிகிறது:

அந்த உருவம் சற்று முன்னால் வந்தபின்தான் கைகளில் பால் போத்தல்கள் நான்குடன் சோமபால நடந்துவருவதைக் கண்டாள். அவள் மனதுக்குள் குறும்பு கூத்தாடத் தொடங்கிவிட்டது. 'இரி ஒனக்குச் செய்யிறன் வேல!' என்று கருவியபடி மரக்கிளையில் நிமிர்ந்து வசதியாக அமர்ந்துகொண்டாள். முதுகுக்குப் பின்னால் விரிந்திருந்த தலை முடியை முன்னால் இழுத்து முகத்தை மறைத்துத் தொங்கவிட்டாள். கைகளை இருபுறமும் விரித்து வெள்ளைத் தாவணியை மேலே போட்டுக்கொண்டாள். ஏதோ யோசனையில் நடந்துவந்த சோமபால புளியமரத்தை நெருங்கியதும் வெள்ளை நிறத்தில் ஏதோ அசைவதைக் கண்டு துணுக்குற்றான். முதல் நாளிரவு குடித்திருந்த 'கசிப்பு' தந்த மப்பு முற்றாக நீங்காத விழிகளால் மறுபடியும் புளியமரத்தை ஏறிட்ட அதேகணத்தில்... 'ஹோ!!!!' என்று அடித்தொண்டையால் கத்தினாள் குட்டி. அடுத்தகணம், சோமபாலவின் கையில் இருந்த நான்கு பால் போத்தல்களும் நழுவிக் கீழே விழுந்து உடைந்தன.

"மகே புது அம்மோ...வ்! ஹொல்மன் ஹொல்மன்...!" என்று கத்தியபடி அவன் தலைதெறிக்க ஓடுவதைச் சற்றுநேரம் வரை பார்த்துக் கொண்டிருந்துவிட்டு வாய்விட்டுச் சிரிக்கத் தொடங்கினாள், குட்டி.

பேயும் பிசாசும் பொய்கள் என்பதை அனுபவமாக உணர்ந்தவள் குட்டி என்பதைக் கதையின் தொடக்கத்திலேயே தந்துவிடுகிறார். எதையும் தனது பெச்சம்மாவோடு (அம்மாவின் அம்மா) கேட்டு, உரையாடி அறிந்துகொள்பவள் குட்டி. பெச்சம்மாவோடு பேயைப் பற்றிய உரையாடல் இது:

"ஏய் புள்ள. உரும நேரத்துல புளியமரப் பொக்கத்துக்குப் போப்படாய் புள்ள."

"ஏன் பெச்சிம்மா, போனா என்னா?"

"உரும நேரங்களுக்குப் புளிய மரத்துல பேய் வரும் புள்ள... நீ மூத்த பொம்புளப் புள்ள. அதால ஒனைய டக்குண்டு புடிச்சிக்கொளும்."

"உரும நேரங்களா? எந்த நேரம் பெச்சிம்மா அது?"

“சரீய்ய்யா பவல் பன்னண்டு மணி, அந்தி ஆறு மணி, ராவு பன்னண்டு மணி... இதெல்லாம் உரும நேரம் புள்ள.”

“அப்பிடியா? சரி பெச்சிம்மா.”

குட்டியைப் பேயைக்காட்டிப் பயமுறுத்தி வெளியில் போகாமல் தடுத்துவிடலாம் என்று நினைத்த பெச்சம்மாவின் எண்ணம் அவளிடம் பலிக்கவில்லை

“ஐயோ பெச்சிம்மா... சரியா... பதினொன்னரை மணீல ஈந்து... ஒரு மணி வரைக்கிம்... பார்த்துப் பார்த்து ஈந்தேன்... அது... வரவே இல்ல பெச்சிம்மா” அவள் மூச்சிறைக்கச் சொன்னாள்.

“எது புள்ள வரல்ல?”

“பேய்தான்.”

“பேயா? என்ன புள்ள உளர்றாய்?”

“நான் ஒண்டும் உளறல்ல பெச்சிம்மா. நீங்க தானே சொன்னீங்க, உரும நேரத்துல புளியமரத்துக்குப் பேய் வரும், போப்படாய் எண்டு. நான் இவ்ளோ நேரமா புளிய மரத்துலத்தான் ஏறி உக்காந்துட்டு ஈந்தேன். ஒரு பேயும் அங்க வரவே இல்ல பெச்சிம்மா...”

பேய்க்குப் பயந்து தோட்டப் பக்கமே காலடி வைக்க மாட்டாள் என்ற பெச்சிம்மாவின் கணக்குப் பொய்த்துப் போனதை எழுதும் லறீனா, குட்டிக்குப் பெரும் ஆதரவாக இருந்தவள் பெரியம்மா தான். தன் அம்மாவைவிடப் பெச்சம்மா தான் அவளின் பாதுகாப்பு என்பதையும் எழுதிக்காட்டியபின் பெச்சம்மாவின் மரணத்துக்குப் பின் அவள் சந்தித்த பெரும் அதிர்ச்சியைக் கதையின் மைய நிகழ்வாக்குகிறார்:

குட்டியின் வாப்பா அவளையும் உம்மாவையும் ’அம்போ’ என்று விட்டுவிட்டு ஊரில் இருந்த வேறொரு பெண்ணை இழுத்துக்கொண்டு ஓடிப்போனபோது உம்மா நிலத்தில் விழுந்து புரண்டு தலையில் அடித்துக்கொண்டு அழுது ஒப்பாரி வைத்த காட்சி அடிக்கடி அவள் நினைவில் எழும். அதன்பின் அவர்களின் வாழ்க்கையில் எத்தனையோ மாற்றங்கள். சாச்சா உம்மாவைப் பொறுப்பேற்று மறுமணம்

> *புரிந்து ஒரு வருடம் ஆகப் போகின்றது. ஒரு பெண் குழந்தையோடு அழகற்ற ஒரு பெண்ணைச் சீதனம் ஏதும் கேட்காமல் பொறுப்பெடுக்க முன்வந்தால், என்ன ஏதென்று பார்க்காமல் கட்டிக்கொடுக்க யார் தயங்குவார்கள்? பொம்புளைப் பிள்ளையின் பொறுப்பு கழிந்தால் சரி என்ற நிம்மதிக்கு விலை இருக்கிறதா, அவர்களிடம்? உம்மாவுக்கும் இளம் வயது. சாச்சா கொஞ்சம் குடிப்பழக்கம் உள்ளவர் என்பது தெரிந்தும், தன்னால் திருத்திக்கொள்ள முடியும் என்ற தைரியத்தில் அவரை மணக்க உம்மா மறுப்பேதும் சொல்லவில்லை.*

குடிப்பழக்கம் கொண்ட மனிதர்கள் செய்வது என்னவென்றே தெரியாமல் நடந்து கொள்வார்கள். தன் மனைவியின் மகள் தனது மகள் என நினைக்காமல் அவளது உடலையும் தனது விருப்பத்துக்கான உடலாக நினைத்து அணுகும் குரூரத்தை அவள் சந்திக்கிறாள்:

> *“நான் கேட்டுக்கிட்டே ஈக்கிறன், நீ ஊமக் கோட்டான் மாதிரி ஈந்தா என்னா அர்த்தம்டி? ஒனக்கு வாய்ல புட்டாடி?” என்று சீறிவிழுந்தார் உம்மா.*
>
> *“உம்மா... சாச்சா.. வந்து... சாச்சா...”*
>
> *“சாச்சாக்கு என்னாச்சிடி? மரத்துல ஈந்தாச்சிம் உழுந்துட்டாரா? அல்லாஹ்வே!”*
>
> *“இல்ல உம்மா... வந்து.. சாச்சா...”*
>
> *“சனியன் புடிச்ச மூதேவியே! சுருக்கா சொல்லித் தொலைடி. சாச்சாக்கு என்னாச்சி?” உம்மா பதறினார்.*
>
> *“சாச்சாக்கு ஒண்டும் ஆவல்ல... அவரு... எனைய.. எனைய... கையப்புடிச்சி இழுத்தாரும்மா...” அவள் கோவென்று கதறி அழத்தொடங்கிவிட்டாள். உம்மா ஒருகணம் திகைத்துப்போய்க் கல்லாய்ச் சமைந்து போனார். ஒருசில கணங்கள்தாம். அடுத்தகணம், அவளின் முதுகில் பலாக்காய் விழுந்ததுபோல் ’தொம்’மென்று ஓர் அடி விழுந்தது. எல்லாக் கோபத்தையும் திரட்டி அவளின் முதுகில் இறக்கிவைத்தார், உம்மா.*

தன் மகளின் நிலையைவிட தனக்கு வாழ்வு கொடுத்தவனே

முக்கியம் என நினைக்கும் அம்மாவின் நிலையைக் கண்டபின் அந்தச் சிறுபெண் நிலையை எப்படி விவரிப்பது? அந்த நிலையில் தான் அவளது பெச்சம்மாவின் இன்மையை உணர்ந்தாள் எனக் காட்டுகிறது கதை. அவள் இருந்தபோது எல்லாவற்றையும் அவளிடம் பேசியிருக்கிறாள்:

> *பெச்சிம்மா இல்லாத குறை அவள் உள்ளத்தைப் பூதாகரமாகத் தாக்கியது. அவரிடம் எதையும் சுதந்திரமாகப் பேசலாம். பீரிஸ் அக்காவின் கடைக்குப் போகும்போது, அங்கே எப்போதேனும் பட்டறையில் அமர்ந்திருக்கும் பபானிஸ் அய்யா, மீதிச் சில்லறையைத் தருவதுபோல அவளின் கையைப் பிடித்து நசுக்கியதை, வீடு வீடாகப் பால் போத்தல் கொண்டுபோய்விற்கும் சோமபால அவர்களின் தோட்டத்தைத் தாண்டிப்போக நேர்கையில் விளையாட்டுப்போல் அவளின் பின்புறத்தில் ஓங்கித் தட்டிவிட்டுப் போனதை, ஒருதரம் முன்வீட்டு லோகன் மாஸ்டர் தன் அக்கா பிள்ளைகளோடு கண்கட்டி விளையாடிக்கொண்டிருந்த குட்டியைத் திடீரென்று பின்னால் வந்து இறுக்கி அணைத்ததைப் பற்றியெல்லாம் பெச்சிம்மாவிடம் பயமில்லாமல் சொல்லி இருக்கிறாள். அப்போதெல்லாம், பச்சைத் தூஷணத்தில் அவன்களைத் திட்டித்தீர்த்துவிட்டு, ஆண்களிடம், குறிப்பாக வயதான ஆண்களிடம் எப்படிக் கவனமாக இருப்பது என்பதைப் பற்றி அவளுக்குப் புரியும் வகையில் புத்திசொல்லி எச்சரித்து இருந்தார்.*

பெச்சம்மாவிடம் அவள் பகிர்ந்துகொண்டவை அனைத்தும் ஆண்களின் வக்கிரங்கள். பெண்ணுடலைக் காமத்தின் விளைநிலமாக மட்டுமே பார்க்கும் ஆண்களின் செயல்களை எடுத்துச் சொல்லி எச்சரித்த பெச்சம்மா இருந்தால், இதையெல்லாம் சொல்லி அழுதிருப்பாள். அவளது துயரத்தைக் கேட்க யாரும் இல்லாத நிலையில் தான் தனியாக நிற்கும் புளியமரத்தில் புகுந்து, அதன் கிளையாகிப் பூவாகிப் பிஞ்சாகிக் காயாகிப் பேயாகி நிற்கிறாள் குட்டி.

பாத்திரங்களின் அறிமுகம், செயல்பாடுகள் போன்றவற்றைக் கதைசொல்லியின் வருணனையாக எழுதிக்காட்டும் லறீனா,

பாத்திரங்களின் மனவுணர்வையும் எண்ணங்களையும் எளிய உரையாடல்கள் வழி எழுதிக்காட்டும் உத்தியைக் கடைப்பிடித்துக் கதையை நகர்த்தியுள்ளார். இந்தக் கதையப் படித்தபோது கிரிஷ் கர்னாடின் புகழ்மிக்க சினிமாவான செலுவியும், கி.ராஜநாராயணனின் கரிசல் காட்டுக் கடிதாசியில் இடம்பெற்ற ஒரு நிகழ்வும் உடனடியாக நினைவுக்கு வந்தன. கிரிஷ் கர்னாடின் சினிமா, நடுக்காட்டில் மரமாகவும் மனுசியாகவும் இருக்கும் பெண்ணின் உள்ளாசைகளைப் பற்றிய சினிமா. ஆனால் கி..ர.வின் கதை. வெறுவிதமானது

ஒரு வீட்டின் எஜமானியம்மாவுக்கும் அந்த வீட்டில் வேலை பார்த்த வேலைக்காரருக்கும் காம விருப்பம் சார்ந்த உறவு இருக்கும். தனக்குக் கணவன் வழியாகக் கிடைக்கவேண்டிய அந்தப் பசியைக் கணவன் தீர்க்காத நிலையில் வேலைக்காரன் வழியாகத் தீர்த்துக்கொள்வாள். ஆனால் அந்தச் சந்திப்பை வெளிப்படையாகச் செய்யமுடியாது. அவர்கள் இருவரும் அந்த ஊரில் பேயொன்று குடியிருக்கும் மரத்தின் அடியில் நள்ளிரவில் சந்தித்துக்கொள்வார்கள். அந்த மரத்தில் பேயெல்லாம் இல்லை என நிரூபிக்க முடிவெடுத்துப் பந்தயம் கட்டி நள்ளிரவில் அங்கு போகும் பகுத்தறிவுடைய ஒருவர், அங்கே அவர்களின் சந்திப்பும் கலவியும் நடப்பதைக் கண்டு, அவர்களின் மகிழ்ச்சிக்கு இந்தப் பேய்நம்பிக்கை உதவுகிறது என்று அறிந்து கொள்வான். அப்படியான உறவொன்றுக்கு பேய் பற்றிய நம்பிக்கை உதவுகிறது என்பதால், பேயென்று ஒன்று இருந்துவிட்டுப் போகட்டும் என நினைத்து அப்பகுத்தறிவாளர் அந்த மரத்தில் பேய் இருக்கிறது எனப் பொய்யாக ஒத்துக்கொண்டான் என எழுதியிருப்பார்.

லறீனாவின் புளியமரத்துப் பேய்கள் கதையில் வரும் குட்டி என்னும் பதின்வயதுப் பெண்ணின் உடல் மீது ஆண்கள் செலுத்திய வல்லுறவுத் தொடல்களைப் பயமுறுத்தல்கள் வழியாகப் எழுதிப் பார்க்கும் இன்னொரு வெளிப்பாடு. பெண்களை பெண் உடலின் மீதான ஆண்களின் பார்வையை. விதம்விதமாக எழுதிக்காட்ட நினைக்கும் பெண்கள் கையாளும் உத்திகளில் ஒன்றாகப் பேய்கள் - பிசாசுகள் ஆவிகள் பற்றிய நம்பிக்கைகளும் இருக்கின்றன.

17. தாயை எழுதிய மகள்: கவிதா சொர்ணவல்லியின் அம்மாவின் பெயர்

அம்மாவின் பெயர் என்ன என்பதே வெகுகாலத்துக்குத் தெரியாது. எனக்கு அம்மாவுக்கு என்ன பெயர் இருக்க முடியும்? அம்மா என்பதைத் தவிர. 'வாட் இஸ் யுவர் ஃபாதர் நேம்? என்ற கேள்விகளினால் அப்பாவுக்குப் பெயர் உண்டு என்பது நன்றாகவே தெரிந்து இருந்தது. அம்மாவைப் பற்றியும் கேட்டிருப்பார்கள். ஆனால் அடிக்கடி கேட்டு நினைவில் பதியவைத்து இருக்க மாட்டார்கள் என்றே தோன்றுகிறது.

எனத் தொடங்கி,

ஊரிலிருந்து கிளம்பி வந்து அம்மாவைத் தேடினேன். தோட்டத்தில் வெறித்துப் பார்த்துக் கொண்டிருந்தாள் எங்கோ. எதை நினைத்துக் கொண்டிருப்பாள் இப்போது? தொலைத்ததை எல்லாமா? தெரியவில்லை.

"பொசலு.. யேய் பொசலு தாயோவ்" என்றேன்.

சடக்கென்று தலை திரும்பிய அம்மாவின் கண்ணில் ஓராயிரம் சூரியன்களின் ஒளி தெரிந்தது.

என முடிகிறது கவிதா சொர்ணவல்லி எழுதிய அம்மாவின் பெயர் எனத் தலைப்பு வைத்துக்கொண்ட கதை. தலைப்பில் இருக்கும் அம்மா தான் எழுதப்படும் அம்மா. அந்த அம்மாவை அப்படியே கதையை எழுதிய கவிதா சொர்ணவல்லியின்

அம்மா என்று சொல்லிவிட வேண்டியதில்லை. அப்படி சொல்லிவிடக் கூடாது என்பதற்காக அந்த அம்மாவின் கதையைச் சொல்வதற்காக உருவாக்கப்பட்ட மகளின் பெயர் பாரிஜாதம். இந்தப் பாரிஜாதம் என்ற பெயர் கவிதா சொர்ணவல்லியின் கதைகளில் திரும்பத் திரும்ப வரும் பெயராகவும், அவளது பூர்வீகம் திருநெல்வேலி மாவட்டத்தின் தாமிரவருணிக் கரையிலிருக்கும் கிராமமொன்றாக இருப்பதால் அந்தப் பாரிஜாதம் தன்னையொத்த இன்னொருத்தியாக உருவாக்கப்படும் புனைவுக் கதாபாத்திரம் என்பதாகவும் வாசிக்கலாம்.

அம்மாவின் பெயர் என்னவென்று தெரியாமலேயே 27 வயதைக் கடந்துவிட்ட அவளது பெண்ணாக வரும் பாரிஜாதத்திற்கு அம்மாவின் பெயரைத் தேடித் தெரிந்தே ஆக வேண்டிய நெருக்கடிக் காரணம் அவளது அம்மாவை ஊரும் உறவினரும் இப்போது பைத்தியம் என்று அழைக்கிறது. எதையும் சொல்லாமல் - பேசாமல் வெறித்துப் பார்த்து நிற்கும் அம்மாவின் பெயர் பைத்தியம் அல்ல; அவளுக்கு உண்மையான பெயரொன்று இருந்தது என்பதைச் சொல்லியாக வேண்டும் என்று ஆவேசம். அதற்காகவே அம்மாவின் பெயர் என்னவாக இருக்கும் என்று தேடலைத் தொடங்குகிறாள் மகள் பாரிஜாதம். அவள் தன்னைப் பைத்தியக்காரியாக ஆக்கிக் கொள்ளக் காரணமே அவளது அழகுதான் என்பதை உணர்ந்தவள் மகள் பாரிஜாதம். அவளுக்கே அம்மாவின் அழகின் மீது பொறாமை இருந்தது என்பதை வெளிப்படையாகச் சொல்கிறாள் பாரிஜாதம்.

> அம்மா... எல்லாருடைய அம்மாவையும் போல அவளும் அழகானவள்தான். பேரழகி. கண்ணை உறுத்தாத மெலிதான ஆனால் பொறாமை ஏற்படுத்தும் அழகி. அவளைவிட அழகாகக் காட்டிக்கொள்ள முயற்சித்து முயற்சித்து தோற்றுப் போனவர்களே அதிகம். அவர்களில் நானும் ஒருத்தி

என்பன அந்த வரிகள். ஒருநாள், 'எப்படிம்மா இவ்ளோ அழகா இருக்க? இந்த ஆரஞ்சு கலர் நம்ம குடும்பத்தில யார்கிட்டயுமே கிடையாதே? இத்தனை அழகையும் எங்க இருந்து கொண்டுவந்தேம்மா?' என்று கேட்டு அவளிடம் பதிலை எதிர்பார்த்த மகள் அவள். அதற்கு அம்மா நேரடியாகப் பதில் சொல்லாமல், ஊரில் எல்லாரும் என்னை ஜெயலலிதா மாதிரி

இருக்கிறதாச் சொல்வாங்க. ஆனா எனக்கு ஜெயலலிதாவைவிட சரோஜாதேவிதான் பிடிக்கும் என்று திசை திருப்பியவள். அதற்கான காரணங்களாக சரோஜாதேவியின் பொட்டையும் கொண்டையையும் கொஞ்சல் பேச்சையும் சொல்லித் தனது அழகின் மீதான நம்பிக்கையை வெளிப்படுத்திய அம்மாவுக்கு என்னென்ன பெயர்கள் இருந்தன என்று நினைத்துப் பார்க்கிறாள் பாரிஜாதம்.

பாரிஜாதத்தின் சின்ன வயதில் அம்மா வீட்டில் அம்மாவை எல்லாரும் செல்ல்லம்மா என்று அழைத்தது நினைவுக்கு வருகிறது. ஆச்சி, தாத்தா, தியாகு மாமா,ராஜம் அத்தை, சுமதி நர்ஸ், வீட்டு வேலைக்காரப்பாட்டி என எல்லாரும் அழைத்த செல்ல்லம்மா என்பது அம்மாவின் உண்மையான பெயர் அல்ல. எதிர்வீட்டு செட்டியார் ஆச்சி ஆசையோடும் இசையோடும் அழைக்கும் செல்லப்பெயர். அதற்குப் பிறகு பாரிஜாதம் பிறந்து வளர்ந்த போது பாரிஜாதம் அம்மாவாக ஆனாள். பாரிஜாதத்திற்கு ஒரு தம்பி பிறந்து அவனுக்குச் சரவணன் என்று பெயர் வைத்த போது சரவணன் அம்மாவாக ஆனவள் அம்மா. இவை எதுவுமே அம்மாவின் பெயர்கள் உண்மையான பெயர் அல்ல. மற்றவர்கள் தந்த பெயர். இரண்டு பிள்ளைகள் பெற்றும் குறையாத அம்மாவின் அழகில் மகள் பாரிஜாதத்திற்குப் பெருமை இருந்தது. அணிகலன்களைக் குறைத்து காட்டன் சேலைக்கு மாறிய அம்மாவை அவளது நண்பர்களும் தோழிகளும் அழகம்மா என்று அழைத்ததை நினைவுபடுத்திக் கொண்டாள். அதற்குப் பின்னால் அம்மாவின் அழகு மட்டுமில்லை; எளிமையும் அன்பும் இருந்தன என்பதில் கர்வமும் இருந்தது.

பாரிஜாதம் அம்மாவாக இருந்து சரவணன் அம்மாவாக மாறிய போதும், அழகம்மாவாக வலம் வந்தபோதும் பெயர்கள் மட்டும் மாறவில்லை. ஒவ்வொரு காலத்திலும் அவளது உடைகள் மாறின; உடுத்தும் முறைகள் மாறின. நகைகளும் அவற்றை அணியும் முறைகளும் மாறின. அப்படி மாறியது எல்லாம் அவளது விருப்பங்கள் அல்ல. அவளைச் சுற்றியிருப்பவர்களின் பேச்சுகளும் பொறணிகளும் தான் அப்படி மாற்றம் அடையச் செய்தன. பாரிஜாதம் கல்லூரிக்குப் போன போது மாறாத இளமையை வம்படியாக மாற்றி வயதானவள் என்று காட்ட விரும்பியவள் தனது நீண்ட தலைமுடியை வெட்டிக் குறைத்துத் தனக்குள்

குற்றவுணர்வைத் தேக்கிக் கொண்டவளாக ஆனாள் என்கிறாள் மகள் பாரிஜாதம். அந்தக் குற்றவுணர்வு தான் அவளை மனநிலை தப்பியது எனச் சொல்லிவிட்டு இந்த அழகிய அம்மாவுக்குப் பெயர் ஒன்று இருந்திருக்குமே என்று தேடிப்போகிறாள் மகள்.

எதிர்வீட்டுச் செட்டியார் அம்மாவின் செல்லம்மாவாகவும் பாரிஜாதம், சரவணன் ஆகிய இரண்டு பிள்ளைகளின் அம்மாவாகவும், நண்பர்களின் தோழியர்களின் அழைப்பில் அழகம்மாவாகும் இருந்த தனது அம்மா என்ற பாத்திரத்திற்கு என்ன பெயர் என்பதற்கான சான்றுகள் எதுவும் இல்லை இந்த வீட்டில். அவளது தந்தையின் மனைவியாக இருந்த அவளுக்கு உரிய பெயரோடு ஒரு ஆதாரத்தை அவரும் உண்டாக்கவில்லை என்பதை அறிந்து அந்தப் பெண் அம்மா, மனைவி என்ற பாத்திரங்களைத் தாங்கியதற்கு முன்பு இருந்த பாத்திரங்களின் போது தாத்தாவின் மகளாக இருந்தபோது அவளுக்கு என்ன பெயர் இருந்திருக்கும் என்று தேடிப்போகிறாள். அந்தத் தேடலில் கிடைத்த பெயர் திராவிடச் செல்வி. தாத்தாவின் வீட்டில் அவள் தேடிய மூன்று டிரங்குப் பெட்டிகளில் இருந்த ஆதாரங்கள் அம்மாவின் உண்மைப் பெயரான திராவிடச் செல்வி என்பதை மட்டும் சொல்லவில்லை. அவள் பேச்சுப்போட்டி, கவிதை, ஓவியம், பாடல் எனக் கலைப்போட்டிகளில் பங்கேற்றுப் பரிசுகளும் சான்றிதழ்களும் பெற்றவள் என்பதைச் சொல்கின்றன. அந்தச் சான்றிதழ்களில் தான் அம்மாவின் பெயர் செல்வி. திராவிடச் செல்வி என எழுதப் பெற்றிருந்ததைக் கண்டு மகிழ்கிறாள். அதற்கும் மேலாக அவளின் அம்மா ஒரு இலக்கிய வாசகி என்பதையும் அறிகிறாள்.

ஒரு டிரங்குப் பெட்டியில் ஜெயகாந்தன், லா.ச.ரா,. அசோகமித்திரன் ஆகியோர் எழுதிய நாவல்களோடு சோவியத் யூனியனின் மாஸ்கோ பதிப்பக மொழிபெயர்ப்பு நூல்களும் ஸ்புட்னிக் இதழ்களும் இருந்தன தனது அம்மா, இந்த ஊரிலிருந்து தனது தந்தையின் மனைவியாகி, தனக்கும் சரவணனுக்கும் அம்மாவாக ஆனதால் தொலைத்த வாழ்க்கையையும் நினைத்துக் கொண்டே வந்தவளுக்கு தனது தேடலின் முடிவு அம்மாவின் வாழ்க்கையின் மீதான பரிவும் ஆதங்கமும் அதிகமானது. உடனடியாகக் கிளம்பியவளைத் தடுத்து நிறுத்தி திராவிடச் செல்விக்கு அந்த ஊரில் இன்னொரு பெயரும் இருந்ததை உணர்த்துகிறது இன்னொரு குரல். அந்தக் குரலுக்குரியவள் பொலமாடி பாட்டி.

சின்னவயதில் தன்னைப் பார்த்திருந்த பொலமாடி பாரிஜாத த்தைப் பார்த்து 'யாரு இது பொசலு மகளா' என்று கேட்க, இல்லை நான் 'திராவிடச் செல்வி மகள் பாரிஜாதம்' என்கிறாள். திராவிடச் செல்வியா? அது ஏது புதுப்பேராக இருக்கு. உங்க அம்மையோட பேரு பொசலு என்று சொல்கிறாள். தொடர்ந்து இருவரும் நடத்திய உரையாடலை இப்படித் தருகிறாள்:

அசலு பொசலு தாயி
ஆரஞ்சு கலரு தாயி
தங்கம் யாரு தாயி
எங்க பொசலு தாயி

என்று சிரித்தவள் கண்களில் திடீரென கண்களில் ஒரு துளி.

"எப்படி இருக்கா உங்க அம்மை எங்க பொசலு" என்றார்.

அது என்ன பொசலு என்றேன்

அவ பொறக்கும்போதே பொசலு மாதிரி பொறந்தா. அத்தன வேகம். வலிகூட வரல. அதுக்குள்ள இவவந்து குதிச்சிட்டா வெளில . உங்க ஆச்சி வயித்துல இருந்து வந்துட்டா...

வளரும்போதும் பொசலுமாதிரி தான் வளர்ந்தா.. என்னா வேகம். பத்து வயதிலேயே இருபது வயசுக்கு அறிவு இருக்கும் இல்ல அவளுக்கு,அப்படியே அதே வேகத்துல போயிட்டா எங்கள விட்டுவிட்டு

ஆச்சி சொல்லச்சொல்லப் புரிந்தது. அம்மா புயல் போல இருந்திருக்கிறார். இதுதான் அந்தப் பெயர்.

திராவிடச் செல்வி என்று எழுதப்பெற்ற பெயருக்குப் பின்னால் அவளது ஊரில் இளமைக்காலத்தில் ஊரார் வைத்த பெயர் பிறந்த பிறப்பிலிருந்தே வந்த பெயர் புயல் என்பதைத் தெரிந்துகொண்ட பின் பாரிஜாதத்தின் மனநிலையைக் கவிதா சொர்ணவல்லி

"எங்கோ அறுந்து பறந்துகொண்டிருந்த காத்தாடி நூலின் முனை என் சுண்டுவிரலுக்குள் வந்து சிக்கியது போல் இருந்தது"

அம்மாவின் பெயரைத் தேடும் விதமாக எழுதப்பெற்ற இந்தக் கதை இந்தியப் பெண்களின் இருவேறு வெளிகளில் –இருவேறு

பாத்திரங்களைப் பற்றிய வேறுபாடுகளைத் துல்லியமாகக் காட்டுகிறது.

திருமணம் என்னும் ஆக முக்கியத்துவம் வாய்ந்த நிகழ்வுக்குப் பின் பெண்களுக்குக் கிடைக்கும் பாத்திரங்களின் பெயர் மனைவி. அப்புறம் அம்மா. அதன் பிறகு பாட்டியாகலாம். திருமணத்திற்கு முன் ஒரு பெண்ணின் பாத்திரமாக இருப்பது மகள். மகள் என்னும் பாத்திரமாக ஒரு குடும்பத்தில் இருக்கும் அவளுடைய திறமைகளையும் சுதந்திரத்தையும் தடுப்பவர்கள் குறைவு. மகளாக இருக்கும்போது அவள் மாணவியாக இருக்கிறாள். மாணவப்பருவத்தில் போட்டிகளில் கலந்து கொள்ளலாம். விரும்பிய நூல்களைப்படிக்கலாம். திராவிடச் செல்வியாகப் பலவற்றையும் படித்தாள்; பலபோட்டிகளிலும் கலந்துகொண்டு பரிசுகளைப் பெற்றிருக்கிறாள். அத்தோடு தனது அறிவின் மூலம் அந்த ஊரின் பொதுவெளிக்குத் தேவையான செயல்பாடுகளில் ஈடுபடலாம். அப்படித் துள்ளித்திரிந்த பெண்ணுக்கு ஊரார் தந்த பெயர் பொசலு.

வேறுபாடுகளை உருவாக்கும் நிகழ்வாக இருப்பது திருமணம். திருமணம் என்னும் நிகழ்வே பெண்ணொருத்தியைக் குடும்பப் பொறுப்புள்ளவளாக மாற்றுகிறது என்று மரபான நம்பிக்கைகளும் சமூகத்தின் இருப்பும் சொல்லிக்கொண்டே இருக்கின்றன. ஆனால் நடப்பில் பெண்ணின் திறமைகளையும் அழகையும் அறிவையும் அழித்துத் தொலைத்துவிடத் தூண்டும் ஒன்றாக இருக்கிறது திருமணம் என்பதைத் துல்லியமாக எழுதிக் காட்டியுள்ளார் கவிதா சொர்ணவல்லி.

அம்மாவின் பெயர் கதையை நம்பகத்தன்மை கொண்ட கதையாக வாசிப்பவர்களுக்குத் தருவதற்குக் கவிதா சொர்ணவல்லி உருவாக்கிய சொல்முறை முன்னிலைக் கூற்று முறை. முன்னிலைக் கூற்றுமுறையில் சொல்லப்படும் கதைகளில் சொல்லப்படுபவரும் சொல்பவரும் சமஅளவில் இடம்பெறும்போது இரண்டு பாத்திரங்களும் அதனதன் இயல்பைக் காட்டுபவர்களாக அமைவார்கள். அப்படியில்லாமல் சொல்பவர்களின் இருப்பைக் குறைத்துக் கொண்டு சொல்லப்படும் பாத்திரத்தை விரிவாக எழுதிக் காட்டுவதும் உண்டு. பெண் எழுத்துகளில் பலரிடம் இந்தத் தன்மை உண்டு. அப்படி எழுதும்போது எழுதும்

பெண்களின் கோணம் எழுதப்படும் பெண்களின் பாத்திரங்களை லட்சியப்பாத்திரங்களாகவே எதிர்நிலைப்பாத்திரங்களாகவே ஆக்கிவிடுவதுண்டு. அத்தகைய பாத்திரங்களின் மீது நம்பகத்தன்மையற்ற பாத்திரங்கள் என்ற குற்றச்சாட்டு எழும்போது மறுத்துச் சொல்ல கதைகளில் அகச்சான்றுகள் எவையும் இருக்காது.

★★★

கவிதா சொர்ணவல்லி முன்னிலைக் கூற்று முறையில் சிறப்பான கதைகளை எழுதுபவர் என்பதற்கு இன்னொரு கதையையும் காட்ட முடியும். அந்தக் கதையின் தலைப்பு; டிரங்குப் பெட்டி புகைப்பட பெண். அந்தக் கதையைப் பொன் வாசுதேவன் தொகுத்த விளிம்புக்கு அப்பால் (மே,2017) தொகுப்பில் வாசிக்கலாம். புதிய படைப்பாளிகளின் சிறுகதைகளாகத் தொகுக்கப்பெற்றுள்ள தொகுப்பில் இடம்பெற்றுள்ள அந்தக் கதையும் கதை நிகழும் வெளியாலும், கதையின் ரகசியத்தை மூடி வைத்திருக்கும் பொருளாக டிரங்குப் பெட்டியைக் கொண்டிருக்கிறது என்பது சுவாரசியமான ஒன்று.

சாதிய வேறுபாடுகள் கூர்மையாக வெளிப்படும் சாதிக் கலவரங்களைக் கொண்டாடும் திருநெல்வேலி மாவட்டப் பின்னணியில் அந்தக் கதை நாலாஞ்சேரிப் பையன், மேலத் தெருக்காரப் பெண்ணொருத்தியைக் காதலித்துத் தோல்வியுற்ற துன்பியல் கதையைச் சொல்கிறது. அந்தக் கதையைச் சொல்லும் பெண்ணாக இருப்பவள் அந்தப் பையனின் வள்ளி மச்சானின் முறைப்பெண்ணாக இருப்பவள். நகரத்துப் பள்ளிகளிலும் கல்லூரிகளிலும் படித்தாலும் கோடை விடுமுறைக்குத் தாமிரபரணிக் கரைக் கிராமத்துக்குப் போய் வருபவள். இப்போது அமெரிக்காவில் இருக்கும் அவளது நண்பனோடு ‘பேஸ்புக் சாட்டில்’ பேசும் நவீனப்பெண். தனது பேவரைட்டான ‘மெரில் ஸ்ட்ரீப்’ நடித்த “ ப்ரிட்ஜெஸ் ஆஃப் மேடிசன் கவுன்ட்டி” படம் பார்த்தபோது தனது வள்ளி மச்சானின் கதை நினைவுக்கு வந்ததாகச் சொல்லுகிறாள்.

முன்னர்ச் சொன்னதுபோல் முன்னிலைக் கதை கூற்றுமுறையின் நம்பகத்தன்மையை சாதிய மனம் கொண்டோர் உண்டாக்கும் அச்ச உணர்வின் தீவிரத்தையும் சாதிய வெளிகளில் நிலவும் வேறுபாடுகளையும் இந்தக் கதையிலும் வாசிக்கலாம்.

18. காமத்தின் வலிமை: சந்திராவின் மருதாணி

காமத்தை உயவு நோய் என்கிறாள் குறுந்தொகைப் பாடலில் இடம்பெறும் பெண்ணொருத்தி. அந்தப் பெண்ணை எழுதியவள் ஔவை என்னும் பெண். முட்டுவென்கொல் தாக்குவென்கொல் எனத் தொடங்கும் அந்தப்பாடல், உயவு நோய் கண்ட ஒருவர்,செய்வது இன்னதென்று அறியாது செயல்களில் ஈடுபடுவர் என்கிறது. 'இந்த நோய்க்குக் காரணமான ஆண் வருவான் என்று எதிர்பார்த்துக் காத்திருக்கிறேன்; அவன் வருவதாக இல்லை; என் தூக்கம் போய்விட்டது; என்னைச் சுற்றியிருப்பவர்கள் நிம்மதியாகத் தூங்கிக் கொண்டிருக்கிறார்கள்; ஆ..ஓ..வென்று குரல் எழுப்பிக் கத்தியாவது ஆற்றவேண்டும் போலிருக்கிறது என்பது அவளது ஆற்றாமையின் வெளிப்பாடு. இந்த ஆற்றாமையின் மனத்தவிப்பல்ல. உயவுநோய் உடலின் தவிப்பு.

காமத்தை நோயாகப் பார்க்கும் இந்தப் புனைவுநிலைப் பார்வைக்குப் பின்னால், அந்த நோய் தீர்க்கவே முடியாத ஒரு நோய் என்ற பார்வையும், தீர்க்கப்படவேண்டிய நோய் என்பதாக ஒரு பார்வையும் இருக்கிறது. ஏன் தீர்க்கமுடியாத நோயாகவும், தீர்க்கப்படக் கூடியதாகவும் இருக்கிறது என்பதை இலக்கியங்கள் விதம்விதமாகப் பேசியிருக்கின்றன. மனிதர்களின் எல்லாவகைச் செயல்பாடுகளுக்கும் இயல்புகளுக்கும் அதனதன் போக்கில்

விளக்கங்களை முன்வைக்கும் சமயங்களில் சில காமத்தை உள்வாங்கியனவாகப் பேசுகின்றன. சில நெறிமுறைகள் ஒதுக்கப்பட வேண்டியனவாகப் பேசுகின்றன.

வாழ்க்கையை வாழ்ந்து பார்க்கவேண்டும் என்று நினைக்கும் மேற்கத்தியர்களின் ஆன்மீகமாக இருக்கும் கிறித்தவம் காமத்தை உறவைப் பாவமாகக் கருதுகிறது. உடல் சார்ந்த ஆண்- பெண் உறவு நரகத்திற்கு இட்டுச் செல்லும் ஒன்றாகவே விளக்குகிறது. மனிதர்களுக்கான அமைதியையும் ஓரளவு சமத்துவத்தையும் முன் மொழிந்த பௌத்தமும் காமம் விலக்கப்பட வேண்டிய ஒன்றாகவே நினைத்தது. ஞானத்தை அடைவதற்காகப் புத்தர் துறந்தவைகளில் ஒன்றாகக் காமமும் இருந்துள்ளது. இவற்றிற்கு மாறாகக் காமத்தை வாழ்க்கையின் மூன்று சக்திகளில் ஒன்றாக நினைத்துள்ளது வைதீக சமயம். வாழ்தலில் கைக்கொள்ள வேண்டிய வழிமுறைகளில் அறம், பொருள், காமம் என்ற மூன்றில் ஒன்றாகப் பேசுகிறது. அதன் வெளிப்பாடாகக் காமதேவன் ஒருவனை உருவாக்கிக் கொண்டாடியதைப் பார்க்க முடிகிறது. மனிதர்கள் பின்பற்றத்தக்க சாஸ்திரங்களை எழுதிய நிலையில் காமத்திற்கும் ஒரு சாஸ்திரத்தை காமசாஸ்திரத்தை எழுதியிருக்கிறார்கள். வாத்ஸ்யாயனர் காமசாஸ்திரம் இருபால் உடல்களின் இணைவாகவும் துய்ப்பாகவும் முன்வைத்து விளக்கும் விரிவான நூல். நான்கு புருஷார்த்தங்களில் ஒன்றாகக் காமத்தை முன்வைத்துப் பேசும் சைவ, வைணவ மதங்கள் வாழ்க்கையில் அடையவேண்டிய குறிக்கோள்களில் ஒன்றாகவே காமத்தைக் கருதியுள்ளன. அதன் வழியாகவும் வீடுபேற்றை அடைய முடியும் என்பது நம்பிக்கை. கோயில் சுவர்களில் எழுதப்பெற்ற ஓவியங்களிலும் கூடங்களில் நிறுவப்பெற்ற சிற்பங்களிலும் காமநிலைகள் தவிர்க்கப்படவில்லை என்பதை இன்றளவும் காண்கிறோம். தமிழின் முதன்மையான அறநூலான திருக்குறள் அறத்துப்பாலிலும் பொருட்பாலிலும் பேசிய அறங்களுக்கு மாறாக இன்பத்துப்பாலில் அதைக் கொண்டாட்ட நிலையிலேயே எழுதியுள்ளார். ஒதுக்கப்பட வேண்டிய ஒன்றாக முன்வைக்கவில்லை.

மதங்களுக்கு மாற்றான கருத்துநிலையெடுக்கும் அறிவியல் காமத்தின் காரணங்களையும் அதன் வெளிப்பாடுகளையும் விளைவுகளையும் பேசுகிறது. சமயங்களின் சொல்லாடல்கள் காமத்தையும் புலன் இன்பத்தையும் ஆண்களுக்குரியதாக மட்டும் பேச, அறிவியல்

பாலியல் ஆசைகள் இருபாலாருக்கும் உரியதாக முன்வைக்கிறது. காமத்தின் தோற்றக் காரணிகளாக மனித உடலுக்குள் உந்து சக்தி ஒன்றிருப்பதாகவும் (Drive), அச்சக்தியின் நோக்கமே (Motivation) விருப்பங்களாக (Wish) மாறுகின்றன என்றும் விளக்கிக் காட்டும் போது ஒவ்வொன்றின் பின்னணியிலும் செயல்படு காரணிகளையும் சொல்கிறது. உந்துசக்தியின் காரணிகளாக இருப்பவை உயிரியல் கூறுகளாகவும், நோக்கங்களைத் தீர்மானிப்பவை உளவியல் காரணிகளாகவும் அறியப்படுகின்றன, விருப்பங்களும் வெளிப்பாடுகளும் சமூகப் பண்பாட்டு நடவடிக்கைகளால் தீர்மானிக்கப்படுகின்றன எனக் கோட்பாட்டு ரீதியில் விளக்கும் அறிவியல் அதனதன் சட்டகங்களுக்குள் வினையாற்றுகின்றன என்றும் சொல்கிறது. அறிவியல் விளக்கங்களை அறியாத நிலையில் சமயநெறிகளும் அன்றாட வாழ்வின் சமூகப்பொருளியல் காரணிகளின் நெருக்கடிகளும் சேர்ந்து மனிதர்களின் காமத்தை பாலியல் விருப்பங்களைத் தீர்மானிக்கின்றன; தடைசெய்கின்றன. இவற்றை ஏற்று நடக்கும் மனிதர்களை மட்டுமே பொதுநிலை குணங்கள் கொண்ட மனிதர்களாகவும் அவர்களின் பாலியல் நடவடிக்கைகளை ஒழுங்குநிலைப்பட்ட வடிவங்களில் வெளிப்படும் பாலியலாகவும் விளங்கிக் கொள்கிறோம்.

சமூகத்தின் இருப்புக்காகவும் வளர்ச்சிக்காகவும் மனிதர்கள் தங்களின் வாரிசுகளை உற்பத்தி செய்கிறார்கள்; அதுவே பாலியல் விருப்பம் மற்றும் நடவடிக்கைகளின் பின்னால் இருக்கும் காரணிகள் என்பதை நிலைநிறுத்தக் கண்டுபிடித்த அமைப்பு குடும்பம். அதில் ஒருவனும் ஒருத்தியும் இணைந்து, அவர்களின் வாரிசுகளை உற்பத்தி செய்வதற்காகப் பாலியல் நடவடிக்கைகளில் ஈடுபட அனுமதிக்கப்படுகிறார்கள். இதை ஏற்றுக்கொண்டதாகச் சமூகத்தின் போக்கு இருந்த போதிலும் அதில் தனிமனிதர்களின் விருப்பங்கள் எப்போதும் நிறைவேறுவதில்லை என்பதும் உண்மை. திருமணம் என்னும் ஏற்பாடே அதில் இணைக்கப்படும் இருவரின் விருப்பம் சார்ந்ததாக இருப்பதில்லை என்பதும் உண்மை. ஒரு குறிப்பிட்ட சூழலில் விரும்பித் தொடங்கும் உறவுகள் தொடர்ச்சியாக நீடிக்க வேண்டும் என்று வலியுறுத்துவதும் ஒருவித ஆதிக்கமும் அழுத்தமும் கொண்ட நிலைதான் எனப் பெண்ணியச் சொல்லாடல்கள் முன் வைக்கின்றன. இந்த வலியுறுத்தல்கள் ஆண்களுக்குக் கட்டுப்பாடாக இல்லாத நிலையில் அதற்கான

கோரிக்கைகளை இயக்கமாக ஆண்கள் முன்வைப்பதில்லை. அதே நேரத்தில் பாலியல் கட்டுப்பாடுகள் இல்லாத வாழ்நெறிகளைத் தேடுவதை ஆண்களும் கைவிட்டவர்கள் அல்ல என்பதைப் பலவிதமான குழு நடவடிக்கைகள் காட்டுகின்றன.

ஆண் - பெண் பாலியல் நடவடிக்கைகளுக்காக ஏற்றுக் கொண்டு குடும்ப அமைப்புக்குள் நுழையும் ஆணும் பெண்ணும் தங்கள் விருப்பங்களையும் விடுதலையையும் விட்டுக்கொடுத்தே அதற்குள் தொடர்ந்து வாழ்கின்றனர் எனப் பேசும் புரட்சிகரப் பெண்ணியத்தை உள்வாங்கிய பனுவல்கள் தமிழில் அதிகம் இல்லையென்றே சொல்லலாம். அதே நேரத்தில் கவிதைகளில் ஆதிச் செவ்வியல் பனுவல்கள் தொடங்கிக் காமத்தை முன்வைத்துத் தன்னை- தன் உடலைப் பேசிய பெண்களை வாசிக்க முடிகிறது. இடைக்காலத்தில் ஆண்டாள், காரைக்காலம்மை போன்றவர்களிடம் உடலின் இச்சையைப் பக்தியின் ஈடேற்றமாக மாற்றிக் கட்டமைத்துத் தரும் பனுவல்களை வாசிக்கிறோம். அண்மைக்காலப் பெண் கவிகள் இந்தப் பரப்பிற்குள் நுழைந்தும் வெளியேறியும் போக்குக்காட்டுகின்றனர்.

ஆண்கள் எழுதிய புனைகதைப் பரப்பிற்குள் பெண்ணுடலின் மீதான அபரிமிதமான காமத்தை நேரிடையாகக் காட்டாமல், அவர்களின் பிற விருப்பங்கள் சார்ந்தும், ஈடுபாடுகள் சார்ந்தும் கொண்டாடும் நிலையையும் துய்க்கும் ஆசையையும் வாசிக்க முடிகிறது. ஜி.நாகராஜன், ஜெயகாந்தன், தஞ்சை ப்ரகாஷ் போன்றவர்களின் பிரதிகளில் குடும்ப அமைப்பைத் தாண்டி, பெண்ணுடல்களைக் குற்றவுணர்வின்றித் துய்க்கும் ஆண்களையும் அவர்களுக்குத் தங்கள் உடலை அதே ஈடுபாட்டுடன் தரும் பெண்களையும் வாசிக்க முடிகிறது. இந்த அளவுக்கு பெண்பிரதிகளில் இல்லை மிகக்குறைவு. மீறல்களை விரும்பும் பெண்களின் வகைமாதிரிகளைப் பெண் எழுத்துகளில் வாசிக்க முடிகிறது என்றாலும் பாலியல் நடவடிக்கைகளைக் குற்றவுணர்வின்றித் தொடரும் பிரதிகள் அரிதாகவே உள்ளன. தன் உடலின் போக்கில் காமஞ்சார்ந்த தன் விருப்பத்தை நிறைவேற்றும் ஒரு பெண்ணை வாசிக்க முடியவில்லை. இதற்கு விலக்காக இருக்கிறது சந்திராவின் மருதாணி என்னும் கதை. சிறுகதை எழுத்தாளராகவும் சினிமாவில் செயல்படும் ஆளுமையாகவும் இருக்கும் சந்திராவின் மருதாணி கதை எழுதப்பெற்ற முறையில் ஒரு கிராமத்துப் பெண்ணின்

இயல்பான மனநிலை வெளிப்பாடாகக் காம விருப்பத்தைச் சொல்கிறார். அவளது விருப்பமும் ஈடுபாடும் தண்டனைக்குரியது என்பதும், எதிர்காலக் குடும்ப வாழ்வைச் சிதைத்துவிடக்கூடியது என்பது தெரிந்தபோதிலும், அவளின் உடல் காமம் சார்ந்த முழுமையைத் தேடிக்கொண்டே இருந்தது என்பதாகக் கதையை வாசிக்கத் தருகிறார்.

ஆணுக்கோ, பெண்ணுக்கோ முதல் காதலும் முதல் விருப்பங்களும் தொடரும் எண்ணங்களாகவும் செயல்களுமாகவும் இருப்பதை உறுதிசெய்கிறது மருதாணி கதை மருதாணியின் முதல் விருப்பமாக இருந்தவனோடான உறவையே முழுமையான உறவாக நினைத்து முழுமை அடைந்தாள் என்பதைச் சொல்ல எழுதப்பெற்ற அந்தக் கதையின் தொடக்கம் இப்படி இருக்கிறது:

வெயில் மெல்ல மெல்ல ஊர்ந்து தாழ்வாரத்தின் மேல்கூரையில் விழுந்த நேரம் மருதாணிக்கு வலதுகாலின் கட்டைவிரலில் நரம்பு சுண்டி இழுத்தது. அது தன் மனத்திலிருந்து கிளம்பும் காமத்தின் வலி என்பதை நன்கு அறிவாள். யாருக்கும் தெரியாமல் தன் பாதங்களை சேலைக்குள் மூடி உட்கார்ந்தாள்

திருமணமாகி ஒரு குழந்தையின் அம்மாவாக இருக்கும் மருதாணியின் செயல்களும் விருப்பங்களும் நனவிலியில் நடக்கும் செயல்களாகக் கதையில் காட்டப்படவில்லை. முழுமையான நினைவு நிலையிலேயே எல்லாவற்றையும் செய்கிறாள். அவளது விருப்பத்திற்குரியவனாகக் கதையில் வரும் சுரேஷ், மருதாணியின் கணவன் ஐயப்பனின் நண்பன். இருவரையும் முதன் முதலில் சந்தித்தபோது அவளது ஈர்ப்பும் காமமும் ஐயப்பனிடம் இல்லை; சுரேஷிடமே இருந்தது என்பதைக் கதை குறிப்பாகச் சொல்கிறது

தன் ஊரில் நீராடிவிட்டு வீட்டுக்குத் திரும்பிய வழியில்தான் தன் நண்பன் சுரேஷ் உடன் வந்து இவளைப் பெண் பார்த்து சென்றான் ஐயப்பன். தன் எதிரே வரும் இளைஞர்களில் ஐயப்பனை பார்க்காமல் சுரேஷைப் பார்த்துத்தான் அழகான ஆணாக இருக்கிறானே என்று மருதாணிக்கு எண்ணத் தோன்றியது. தன்னைப் பெண் பார்க்கத்தான் வருகிறார்கள் என்று தெரியாமல் ஏகாந்தமாக அழகிய பெண்ணின் திமிரான நடையுடன் அவர்களை

கடந்து சென்றாள். இவளைத்தான் கட்டிக்கொள்வது என்ற முடிவுக்கு வந்த ஐயப்பன் கைகளை மேலே தூக்கி சந்தோசமாக விசிலடித்துச் சென்றான்.

ஐயப்பனோடு திருமணம் நடக்கப்போகிறது என்றாலும் மருதாணியின் மனமோ வேறுவிதமாகவே நிலைகொண்டிருந்தது.

ஐயப்பன் சொந்தமாக டிராக்டர் வைத்து ஓட்டிக் கொண்டிருந்தான். கல்யாணத்திற்கு முன்பே நான்கைந்து தடவை "இங்க பக்கத்துல காட்டுக்கு உழுது போட வந்தோம். அப்படியே பார்த்துட்டு போயிடலாம்னு" என்று வழிந்தபடி மருதாணி வீட்டு டீக்கடையில் உட்கார்ந்து சென்றார்கள். அப்போதெல்லாம் மருதாணி நீராட ஆற்றுக்கு தன் தோழிகளுடன் போய்க் கொண்டிருப்பாள். பலகாரமும் டீயும் சாப்பிட்டுவிட்டு இருவரும் அவள் பின்னாடியே போவார்கள். போகும் வழியில் ஐயப்பனிடம் தைரியமாகப் பேசிய மருதாணி, சுரேஷைப் பார்த்து வெட்கப்பட்டாள். ஐயப்பன் உடன் திருமணம் முடிந்த பின்னரும் அந்த வெட்கம் தொடர்ந்தது.

நீரோட்டத்தில் அடி ஆழத்தில் படிந்த பாசியாய் சுரேஷின் முதல் பார்வையை மருதாணி மனத்தில் நிலைநிறுத்திக்கொண்டாள்.

சுரேஷ் ஐயப்பனின் நண்பன். அந்தக் கிராமத்தில் வட்டிக்கடன் கொடுத்து வசூல் செய்யும் லேவாதேவிக்காரன்.

அவர்கள் முதலிரவு அறையை சுரேஷ்தான் அலங்கரித்தான். அவனைப்பார்த்து மருதாணியின் உடல் நடுங்கியது. ஐயப்பனை வெளியே தள்ளிவிட்டு சுரேஷை அறையில் இழுத்துக் கொள்ளலாம் என்ற எண்ணம் ஒருநொடி அவள் மனதில் தோன்றும் குற்ற உணர்வுடன் விலகியது. அர்த்தம் கண்டுபிடிக்க முடியாத சிரிப்புடன் அறையை அலங்கரித்து முடித்தவுடன் சுரேஷ் விலகிச்சென்றான்.

சமூக ஒழுங்கை மீறிய உறவுக்கு ஏங்கும் மனத்தோடு மருதாணி இருந்தாள்; அந்த ஏக்கம் அவளது உடலின் முழுமைக்கான தேடல் என்பதாக எழுதும் சந்திரா முழுவதும் மருதாணியை மட்டுமே எழுதுகிறார்; அவளோடு உறவுகொள்ளத் தயங்காத

சுரேஷின் மனநிலையையோ, அச்ச உணர்வையோ எழுதவில்லை. தனது நண்பனின் மனைவி என்ற நிலையைப் பற்றிய நினைப்பே இல்லாமல் சுரேஷ் இயங்கியிருப்பானா என்ற கேள்விக்குக் கதையில் விடை இல்லை. மருதாணியின் மனநிலையைக் கண்டிக்கும் கணவன் ஐயப்பனின் நிலைப்பாட்டையும் எரிச்சலையும் எழுதிக் காட்டியிருக்கும் சந்திரா, சுரேஷைப் பற்றி எழுதாமல் விட்டது ஏனென்று தெரியவில்லை.

> *அவர்கள் இருவரின் சந்தோஷத்தைப் பார்த்து சுரேஷின் ஞாபகத்தை முழுமையாகத் தன்னிலிருந்து எடுத்து விட்டு ஐயப்பனோடு மன நிறைவோடு வாழ வேண்டும் என்று மருதாணி நினைப்பாள். கொஞ்ச நாள் சுரேஷ் வசூலுக்கு அத்தெருவுக்கு வரும் சமயங்களில் மூர்க்கமாக வீட்டு வேலைகளைச் செய்து கொண்டிருப்பாள். இச்செய்கைகளைப் பார்த்து ஐயப்பனும் மனநிறைவு கொள்வான்.*

கணவனுக்காகவும் குழந்தைக்காகவும் தனது விருப்பத்தைத் தவிர்க்க நினைத்தாள் என எழுதப்பட்ட பகுதியைத் தொடர்ந்து சுரேஷின் குற்றமனத்தையோ, திருட்டுத் தனத்தையோ எழுதியிருக்க வேண்டும். அப்படி எழுதப்படாததால் காமவேட்கை ஒருபால் விருப்பமாக குறிப்பாக மருதாணியின் அத்துமீறிய ஆசை என்பதாக நின்றிருக்கிறது; காட்டப்பட்டிருக்கிறது.கதையில் இடம்பெறும் குறிப்புகள் அப்படியான வாசிப்பைத் தரத் தவறவில்லை. ஓரிடத்தில்,

> *இருவர் பேச்சுக்களும் ஒருநாள் செயலிழந்தன. குழந்தையை வாங்கும் போதும் கொடுக்கும் போதும் ஏற்பட்ட கிண்டல் உடலுக்குள்ளும் தீ மூட்டின.அவனது வருடல் அதிகரிக்க அதிகரிக்க இவள் உள்ளுக்குள் உருகிக் குழைந்தாள்*

என எழுதிக்காட்டுவதோடு, திரும்பத் திரும்ப மருதாணியே சுரேஷை நாடினாள் என்பதாகவும் காட்டுகிறார்.

> *முனியம்மாள் வீட்டிலிருந்த பெண்கள் மழை வரப்போகிறது என்று சொல்லி ஒதுங்க வைக்க கிளம்பிப் போய்விட்டார்கள். சுரேஷ் திண்ணையின் ஓரமாக உட்கார்ந்திருந்தான். சமைத்த பாத்திரங்கள் வீட்டில் குவிந்து கிடப்பதாகக் கூறி அவற்றை விளக்கி வைத்துவிட்டு வருவதாகச் சொல்லி குழந்தையை*

முனியம்மாள் வீட்டில் விட்டுவிட்டு சுரேஷுக்குத் தீர்க்கமான சமிக்கை ஒன்றை காட்டி விட்டு போனாள் மருதாணி. போன சிலநிமிடங்களில் கழித்து சுரேஷ் அவள் வீட்டுக்குள் நுழைந்தான்.

தான் கனவில் கண்டதை மருதாணி நிஜத்தில் வெல்லத் தொடங்கினாள்.

அவள் சேமித்து வைத்திருந்த காதலெல்லாம் காமமாக உருவாகி வழிந்தது. அவளுக்கு ஈடு கொடுக்க முடியாமல் சுரேஷ் திணறினான். அவனது சிறு தொடுகையும் அவளை இன்பத்தின் எல்லைக்கு கொண்டு சென்றது.

மழையின் ஊடே அவள் ஆசை திணறித்திளைத்து முடிவுக்கு வந்தது. வெளியே பெரும் மழை பெய்து ஓய்ந்தது. அவள் உடலும் சம நிலைக்கு வந்தது. ஒருவரின் கைகளை ஒருவர் பிடித்தபடி மூச்சு வாங்கிக் கொண்டிருந்தார்கள். சிறு சத்தமாக ஆரம்பித்த கதவு தட்டல் பெரும் சத்தமாக ஒலித்தது. கைகளை விடுவித்துக் கொண்டார்கள். உடைகளை அணிய அவளுக்கு துணிவில்லை.

இருவரின் இணைவை விவரிக்கும் சந்திராவின் மொழியும் விவரணைகளும் மருதாணியின் முழுமையான விருப்பத்தின் பேரிலும் அடங்காத காம வேட்கையின் காரணமாகவும் நிகழ்ந்தது என்பதாகப் படம் பிடிக்கிறது. பெண்ணின் காம வேட்கைச் சமூகப் பண்பாட்டை மீறுவதற்கான காரணங்களைத் தேடிக்கொண்டிருக்காமல் இயல்பிலேயே அப்படியொரு தன்னுணர்வுடன் இருக்கிறது என்பதை உறுதி செய்யும் விதமாகவே கதையின் முடிவையும் அமைக்கிறார் கதாசிரியர் சந்திரா.

ஐயப்பன் தன் சொந்தக்காரர்களை அழைத்து அந்தக் காரில் ஏறச் சொல்லி விட்டுத் தானும் உட்கார்ந்தான். கார் ஆற்று பாலத்தின் வழியே அவள் ஊருக்கு போனது. குழந்தை ஜன்னல் வழியே ஓடும் மரங்களை வேடிக்கை பார்த்துக் கொண்டு வந்தது. ஐயப்பன் வீட்டுப் பெண்கள் மருதாணியின் பெற்றோர்களிடம் விஷயத்தை சொன்னதும் அவள் அம்மா ஓடிவந்து மருதாணியை அடி அடி என்று அடித்து வீட்டுக்குள் போகச் சொன்னாள். மருதாணியின்

உடல் வலிமை குறைவு காரணமாக ஆணோடு போட்டியிட முடியாதவர்களாகப் பெண்கள் இருக்கிறார்கள் என்ற வாதம் முதன்மை வாதமாக அமையும். ஒருவேலையைப் பெண்கள் செய்வதற்கு எடுத்துக்கொள்ளும் நேரம் மற்றும் சக்தி வெளிப்பாடு கூடுதல் என்பது அதன் பின்னிருந்த காரணங்கள்.

மைய நீரோட்ட விவாதங்களில் தொடர்ச்சியாகவும் முதன்மையாகவும் இருந்த சமூகவியல் காரணங்களின் மீது இடையீடு செய்த அறிதல் முறை உளப்பகுப்பாய்வு முறைகளாகும். வரலாற்றாய்வும் சமூகவியல் ஆய்வும் செய்வதுபோலக் கூட்டத்தை - அதன் செயல்பாடுகளைத் தரவாக எடுத்துக்கொள்ளாமல், ஒவ்வொன்றையும் விவாதிப்பதற்குத் தனிமனிதர்களைத் தனித்தனி அலகுகளாகக் கருத வேண்டும் என்ற அடிப்படையில் முடிவுகளை உருவாக்குவது உளவியல் என்னும் அறிவுத்துறை கடைப்பிடிக்கும் ஆய்வுமுறையியல்.

ஆணாயினும், பெண்ணாயினும் அவர்களின் ஒவ்வொரு நடத்தைகளின் பின்னணியிலும் எதிர்ப்பால் மீதான ஈர்ப்பு காரணமான பாலியல் விழைவுகளும், அதன் தொடர்ச்சியான பாலியல் நடவடிக்கைகளுமே மனிதர்களை இயக்குகிறது என்பது உளவியல் அடிப்படைப் பாடம். அவ்வியக்கம் எப்போதும் பொதுத்தளக் கருத்தியல் கட்டமைப்புகளை மீறுவதை மறைமுக நடவடிக்கையாகச் செய்கிறது. செய்துவிட்டுப் பின்னர் அதனைக் குற்றநடவடிக்கையாக நினைத்துக் குழம்புகிறது. அக்குழப்பத்தின் வெளிப்பாடுகளே குற்றமனம் சார்ந்த தனிமனிதச் சிக்கல்களாக மாறுகின்றன என நீட்டிப்பதும் உளவியல் புரிதல்களே.

இவ்வெளிப்பாடுகள் நேரடியாக வெளிப்படுவதற்கும் மாறாகக் குழப்பங்களாகவும் செயலின்மையாகவும் வெளிப்படக்கூடும். அதனால் அவற்றை உடனிருப்போர் மனச்சிதறலாகவும், மனநோயின் ஒரு பகுதியாகவும் கருத நேரிடுகிறது. அம்மனநோயின் அறிகுறிகள் கனவுகளாகவும் உடன் இருப்பவர்களை மறந்துவிடக் கூடியவர்களாகவும் வெளிப்படும். அதனை அவர்களே உணரவும் செய்வார்கள்; மறக்கவும் செய்வார்கள். தனக்கு மற்றவர்களைவிடக் கூடுதல் சக்தி இருப்பதாகச் சில நேரங்களில் நினைப்பதுண்டு; சில நேரங்களில் மற்றவர்களுக்கு இருக்கும் பொதுவான விருப்பங்களும் ஆசைகளும் தனக்கு இல்லை என்பதான தாழ்வுமனப்பான்மையில்

தவிப்பதும் உண்டு. பொதுவாகத் தனது உடல் மீதான கேள்விகளால் அலைவுறும் மனம் கொண்ட இவ்வகை மனிதர்களைக் குறித்து உளவியல் மருத்துவ அறிவியல் விரிவாகப் பேசுகின்றது.

தனிமனிதர்களின் இவ்வகையான நடவடிக்கைககளை மருத்துவத்தின் பகுதியாகக் கருதி நோய்த்தடுப்பு முறைகளையும் மருந்துகளையும் பரிந்துரைத்துச் சரி செய்ய முடியும் எனவும் நம்புகிறது. மருந்துகள் மற்றும் உரையாடல்கள் வழியாக உடலையும் மனத்தையும் அதன் இருப்பிலிருந்து விலக்கி இப்போதிருக்கும் நிலைக்கு முந்திய நிலைக்கோ, அல்லது வேறு வெளியில் இருக்கும் நிலைக்கோ நகர்த்திக் கொண்டு போவதின் மூலம் இன்னொரு திசைக்குத் திருப்பிக் கொண்டுவந்துவிடலாம் என்றும் நம்புகிறது. ஆலோசனைகளை வழங்குகிறது.

உளவியல் அறிவின் ஆரம்பநிலைக் கருத்துகளைச்சொன்ன சிக்மண்ட் ப்ராய்டின் கண்டுபிடிப்புகள் மீது பெண்ணியவாதிகள் உரையாடல்கள் செய்துள்ளார்கள். உளப் பகுப்பாய்வு என்பது எப்போதும் ஒரு மயக்கமான கோட்பாட்டை முன்வைக்கிறது. ஒருவரது பாலியல் மற்றும் அகநிலைத்தன்மையை தவிர்க்க முடியாமல் ஒன்றாக இணைக்கிறது. அவ்வாறு செய்யும்போது, அவரது தன்னுணர்வும், சமூக அமைப்புகளின் மீதான பற்றும் இணைந்துகொள்ளும். இதனை உள்வாங்கித் தன் கருத்துகளை முன்மொழிந்த சிக்மண்ட் ப்ராய்ட், 'பெண் புதிர்' *(riddle of feminity)*என்ற சொல்லைப் பயன்படுத்தி விவாதிக்கிறார் பெண்களின் பிரச்சினை *(Problem)* யைத் தனித்துவமான விழைவு மற்றும் ஆசைகளின் கூட்டிணைவாகவும், ஹிஸ்டீரியா நோயின் வெளிப்பாடுகளாகவும் கருதி முன்வைத்த கருத்துகள் பெண்ணிய விவாதங்களின் பகுதிகளாக மாறிய காலகட்டத்தில் ஐரோப்பாவில் பிரெஞ்சுப் பெண்ணிய அலை வீசிக்கொண்டிருந்தது. ஆரம்பத்தில் பெண்ணியம் மற்றும் உளப் பகுப்பாய்வு ஆகியவற்றுக்கு இடையேயான எந்தவொரு கூட்டணியும் ஒருவிதத் துரோகத்தனத்தோடு இணைக்கப்பட வேண்டும் என முன்வைத்த கருத்துகளைப் பிரெஞ்சுப் பெண்ணியலாளர்கள் ஏற்றுக்கொண்டு கருத்துகளை முன்வைத்துள்ளனர். அவர்களுள் முக்கியமானவர் ஜூலியா கிறிஸ்தவா முக்கியமானவர். ப்ராய்டின் கண்டுபிடிப்புகளும் அவரது மாணவரான யுங் மற்றும் லக்கானின் பங்களிப்புகளும்- வெவ்வேறு அளவில் ஒவ்வொரு நிலைபாட்டின்

உடலில் வேட்கை அப்போது முழுமையாக நிறைவடைந்தது.

கண்ணீர் ஏதுமற்ற தீர்க்கமான முகத்துடன் அவள் அறைக்குள் போனாள்.

கண்ணீர் ஏதுமற்றுத் தனது காமத்தை பாலியல் விழைவை நிறைவேற்றிய மருதாணியை எழுதிக் காட்ட வேண்டும் என நினைத்த சந்திராவின் எழுத்து பெண்ணுடலுக்குள்ளும் ஒரு தீராத வேட்கை இருக்கிறது; அது சொல்லப் பெறுவதில்லை; குறைந்த பட்சம் எழுத்தில் கூட எழுதப்பெறுவதில்லை என்று உணர்ந்து எழுதிக்காட்ட வேண்டும் என்று எழுதிய எழுத்தாக இருக்கிறது.

19. கண்காணிக்கப்படுதலின் உளச்சிக்கல்கள்: தீபு ஹரியின் மித்ரா

மகளிர் நிலை, பெண்கள் பங்களிப்பு எனப் பேசிக்கொண்டிருந்த காலகட்டம் தாண்டிப் பெண் இருப்பு, பெண் தன்னிலை உணர்தல், பெண் சமத்துவம் கோருதல், பெண்களின் தனித்துவமான உரிமைகள், பெண் தலைமை தாங்குதல் போன்ற கலைச்சொற்கள் விவாதச் சொல்லாடல்களாக நுழைந்ததுடன் பெண்ணியத்தின் வருகையின் அடையாளங்கள் உருவாகின. அந்தச் சொல்லாடல்கள் அதிகமும் வரலாற்றுக் காரணங்களையும் சமூகவியல் காரணங்களையும், பொருளியல் உறவுகளையுமே முதன்மைப்படுத்தி விவாதித்தன; விவாதிக்கின்றன. அவ்விவாதங்கள் ஒவ்வொன்றும் சமூக நகர்வின் காரணங்களைத் தர்க்கரீதியாக முன்வைக்கின்றன. அப்படி முன்வைக்கும்போது இயல்பாகவே பாலின எதிர்வுகளும் வந்துவிடும்.

அளவையியல் மற்றும் புள்ளியல் அடிப்படையிலான காரண காரியங்களைப் பேசும்போது பால் அடையாளம், பாலினப் பாகுபாடு போன்ற கலைச்சொற்கள் அதிகமும் உதவியாக இருக்கும். பால் அடையாளத்தை முன்வைத்துப் பேசுபவர்கள் பெண்ணுடல், ஆணுடலைவிட வலிமை குறைந்தது என்ற கருதுகோளின் பேரில் விவாதங்களை முன்வைத்தனர்.

மீதும் வேறுபாடுகள் கொண்டவர்களாக இருந்தபோதிலும் ஒவ்வொரு நிலைகளிலும் முக்கியமான விவாதங்களை உருவாக்கியுள்ளனர் .

பெண்களைத் தனியான அலகாக வைத்துப் பரிசீலனை செய்ய வேண்டும் எனப் பேசிய உளவியல் அறிவின் நிலைபாடுகளை உள்வாங்கித் தமிழில் புனைகதைகள் எழுதப்பெற்றுள்ளன. அப்படி எழுதப்பெற்றுள்ளனவை பெரும்பாலும் ஆண்களால் எழுதப்பெற்றவைகளாக இருக்க, ஒன்றிரண்டு புனைகதைகளைப் பெண்களும் எழுதியிருக்கிறார்கள். ஆர்.சூடாமணி, காவேரி போன்றவர்களின் கதைகளில் உளவியல் விவாதங்களை முன்னெடுக்கும் பெண் பாத்திரங்களைப் படிக்க முடிகிறது. அதே போல் அவர்களின் நடவடிக்கைகளை விளக்க உளவியல் முன்மொழிவுகளைப் பயன்படுத்தவும் முடியும். இவர்களல்லாமல், அண்மையில் வாசித்த ஒரு எழுத்தாளர் புதிதாக எழுத வந்துள்ள ஒருவரின் கதை முழுமையும் உளவியல் விவாதங்களைப் பேசுவதற்கான கதையாகவே கட்டமைக்கப்பட்டுள்ளது. தமிழினி *(ஆகஸ்டு, 17, 2019)* என்னும் இணைய இதழில் வாசிக்கக் கிடைத்த மித்ரா என்னும் கதையை எழுதியவரின் பெயர் தீபுஹரி. கதையின் தொடக்கப் பத்தியே உளவியல் சிக்கலை விவாதிக்கப் போகும் கதை என்பதை உறுதிசெய்யும் வரிகளைக் கொண்டே அமைக்கப்பட்டிருக்கிறது.

> *மித்ரா இறந்து போயிருந்தாள். ஆனால் அது கனவிலா, நிஜத்திலா என்று தெரியவில்லை. அவளுக்குச் சமீப காலமாக, பல நேரங்களில் தன்னுடைய இருப்பு குறித்து நிறைய சந்தேகங்கள் வருகின்றன. தன்னுடைய இருப்பு என்பது நிஜ உலகத்தில் இருக்கிறதா, இல்லை தான் கனவில் வாழ்ந்து கொண்டிருக்கும் ஓர் உயிரினமா என்ற கடுமையான சந்தேகம் அவளுடைய மூளையை அரித்துக் கொண்டிருந்தது. பெரும்பாலான நேரங்களில் அவளால் கனவுக்கும் உண்மைக்குமான வேறுபாட்டை இனம் பிரித்துக் காண முடியவில்லை.*

வாசிப்பவர்களுக்கு ஆர்வத்தை உண்டாக்கும் இந்தத் தொடக்கத்தைக் கொண்டு தொடங்கிய கதை,

> *அதன் பின் நெடுநேரம் உரையாடி முடித்து அவளை மீண்டும்*

> *உள்ளே அழைத்துச் செல்ல நிர்மலன் வெளியே வந்த போது, மித்ரா அந்தப் பெரிய அமைதியான வரவேற்பறையில் தன்னுடைய பெயர் திரும்ப அழைக்கப்படுவதற்காக, அவள் அம்மாவின் தோளில் தலை சாய்ந்தபடி காத்திருந்தாள்.*

என நோயாளியாக மருத்துவமனையில் காத்திருந்தாள் என முடிகிறது. இந்தத் தொடக்கத்திற்கும் முடிவுக்கும் இடையில் அவள் தன்னை தனது இருப்பைக் கனவாகவும் நிஜமாகவும் மாறிமாறி நினைத்துக்கொள்வதற்கான காரணங்களை முன்னும் பின்னுமாக நகர்த்திச் சொல்கிறது.

ஆரம்பத்திற்குப் பிறகு, தொடர்ந்து எழுதப்பட்டுள்ள பத்திகளின் விவரணைகள் மித்ராவின் நடவடிக்கைகள் ஒவ்வொன்றையும் விவரித்து சிதறல் மனங்கொண்டவளின் நினைப்புகளாக விவரித்து விடுகிறது. மொத்தத்தில் கதையின் மையப்பாத்திரமான மித்ராவின் எண்ணங்களும் அதன் விளைவுகளுமே கதையின் விவாதங்கள் என்ற குறிப்பைத் தரும் விவரிப்புகள் அவை. மித்ராவே தன்னையொரு சிதறல் மனநிலையில் இருக்கும் நபராக நினைத்துக்கொண்டு மருத்துவரை நாடவேண்டும் என நினைக்கிறாள். தன்னைத் தனது கணவன் நிர்மலன் கண்காணிக்கிறான்; கொலைசெய்துவிடுவானோ என்ற ஐயம் தோன்றிக்கொண்டே இருக்கிறது; இது வெறும் ஐயம் தான். அந்த ஐயத்திலிருந்து விடுபட உதவ வேண்டும் உடன் பணியாற்றும் மதியிடம் உதவி கேட்கிறாள். அவர்களிடையே நடக்கும் அந்த உரையாடல் இது:

> *அலுவலக இடைவேளையில், மித்ரா, மதியிடம் இதைப் பற்றிக் குறிப்பிட்ட போது, அவன் இதற்கு என்ன பதில் சொல்வதென்று தெரியாமல் குழம்பினான். "சும்மா கண்டதையும் யோசிக்காதே, உன்னைக் கொல்ல என்ன மோட்டிவ் இருக்கு நிர்மலனுக்கு?" என்று சமாதானம் கூறினான். மேலும் ஒரு பிரபலமான மனநல மருத்துவர் ஒருவர் பெயரைக் குறிப்பிட்டு, தன்னால் இந்த வார இறுதியில் அவரிடம் அப்பாய்ன்மெண்ட் வாங்க முடியும் என்றும், மித்ரா விரும்பினால் அவளை அங்கே அழைத்துப் போவதில் தனக்கு எந்தப் பிரச்சினையும் இல்லை என்றும் கூறினான். மித்ரா ஒரு புன்னகையோடு அதை மறுத்துத் தலையசைத்தபடி தன்னுடைய கேபினுக்குத்*

திரும்பினாள். அவளுடைய படுக்கையறையில் சிறிய சிறிய காமெராக்களைப் பொருத்தி நிர்மலன் அவளைத் தொடர்ந்து கண்காணித்துக் கொண்டிருப்பதையும் அவளுடைய முகநூலையும் வாட்ஸப் செயலியையும் அவன் உளவு பார்த்துக் கொண்டிருப்பதையும் பற்றி அவனிடம் சொல்லாதது குறித்து அவளுக்கு ஓர் ஆறுதல் உண்டாயிற்று. யார் கண்டது? இப்போது இவன் கூட அவனுடைய ஆளாக மாறியிருக்கலாம். தான் அலுவலகத்தில் என்ன செய்கிறோம், யார் யாரிடம் பேசுகிறோம், எங்கே போகிறோம் என்பதை எல்லாம் இப்போது நிர்மலனுக்குச் சொல்வது இவனாகக் கூட இருக்கலாம். மித்ராவுக்கு திடீரென்று தன்னைச் சுற்றி இருக்கிற எல்லோர் மேலும் சந்தேகம் வந்தது. தன்னை இவர்கள் எந்நேரமும் கண்காணித்துக் கொண்டிருப்பது போலவும், தனக்கு எதிராக ஏதோ செய்ய அனைவரும் திட்டமிடுவது போலவும் உணர்ந்தாள். அது அன்றைய நாள் முழுவதும் அவளுடைய அமைதியைக் குலைத்தபடி இருந்தது.

தன்னுடைய இருப்பை எப்போதும் உண்மையல்ல என்று நினைத்துக்கொள்வதின் காரணங்களைத் தேடும் மித்ரா, தொடர்ச்சியாக மனநல மருத்துவத்தின் துணையை நாடுபவளாக இருப்பதாகக் கதை நகர்த்தப்பட்டுள்ளது. இணையம் வழியாகத் தனது பிரச்சினைகளையொத்த சிக்கல்களில் இருப்பவர்கள் எவ்வாறு அன்றாட வாழ்க்கையை நகர்த்துகிறார்கள் என்று தேடுகிறாள். முடிவில் தானே ஒரு மருத்துவரை நாடிச் சென்று விநோதமாக எதுவும் பேசாமல் திரும்பும் சூழலை விவரிக்கும் கதை, ஒரு உச்சநிலையைக் காட்டுகிறது.

“நீங்கள் உள்ளே வந்து அரைமணி நேரமாகி விட்டது. நீங்கள் உங்களுடைய பிரச்னையைச் சொன்னால் தான், உங்களுக்கு எப்படி உதவ முடியும் என்று என்னால் யோசிக்க முடியும்” என்று மறுபடியும் கூறி மித்ராவை நோக்கிப் புன்னகைத்தார் மருத்துவர்.

மித்ரா மீண்டுமொருமுறை உதட்டை ஈரப்படுத்திக் கொண்டாள்.

சிறிது நேரத்திற்குப் பிறகு, “எனக்கு எதுவுமே பேசத்

தோன்றவில்லை. எதுவும் பேசாமல் இங்கேயே இப்படியே உட்கார்ந்து இருக்க வேண்டும் போல இருக்கிறது" என்றாள்.

மித்ரா, தனது பிரச்சினைகளுக்கான காரணங்கள் தூக்கமின்மையில் இருப்பதாக நினைக்கிறாள். அதற்கான மருத்துவ ஆலோசனைகளும் மருந்துகளுமே அவளது எதிர்பார்ப்பு. ஆனால் உளவியல் மருத்துவம் அவ்வாறு எல்லையைச் சுருக்கிக் கொள்வதில்லை. இதுபோன்ற சிக்கல்களின் பின்னணியில் நிறைவேறாத பாலியல் விருப்பங்கள் இருக்கக்கூடும் என்பது அதன் கணக்கு. அதனை அறியும் பொருட்டு மித்ராவின் கணவனும் அவளது அம்மாவும் விசாரிக்கப்படுவதாகக் கதை நகர்த்தப்படும்போது, விவாதம் என்பதைத் தாண்டி கதைக்கான இன்னொரு திசை உருவாகிறது. தங்கள் குடும்ப வழியிலும் மித்ராவின் கணவன் நிர்மலனின் குடும்ப வழியிலும் இதுபோன்ற மனச்சிக்கல்கள் கொண்ட எவரும் இருந்ததில்லை என்று தெரிகிறது. இருவருமே அதை உறுதிசெய்கிறார்கள். அதேபோல் நிர்மலனும் செக்ஸ் விசயத்தில் அவளிடம் அதீதமான விருப்பமோ, வெறுப்போ இல்லை. பொதுவான ஈடுபாடு கொண்டவளாகவே இருக்கிறாள் என்பதை உறுதி செய்கிறான். அப்படியானால் இவளைப் பாடாய்ப்படுத்தும் மனச்சிக்கலுக்கான காரணம் எதுவாக இருக்கும் எனக் கேள்வி எழும்போது, மித்ராவின் அம்மா தரும் ஒரு நிகழ்ச்சி அவளது படிப்புக் காலத்தில் விடுதியில் நிகழ்ந்த நிகழ்ச்சி அவளைக் குற்ற உணர்வுகொண்டவளாக மாற்றியிருக்கலாம் என்று ஊகிக்கிறார். மித்ராவின் தோழி கார்த்திகா கூறியதாக விவரிக்கப்படும் அந்நிகழ்வு:

> *யாரோ வரும் அரவத்தைத் தொடர்ந்து செருப்பைக் கழற்றி விடும் ஒலி. மித்ரா ஒரு சிறிய எதிர்பார்ப்புடன் எழுந்து அமர்ந்த போது, கார்த்திகா தடாலெனக் கதவைத் திறந்து கொண்டு உள்ளே நுழைந்தாள். மித்ரா சந்தோசமாகக் கூச்சலிட்டபடியே எழுந்து ஓடி அவளைக் கட்டிக்கொண்டு "கிடைச்சுதா? கொண்டு வந்தியா?" என சந்தோசம் கலந்த பதட்டத்தோடு அவளிடம் கேட்ட போது, அவள் சிரித்துக் கொண்டே அவள் கைப்பையை திறந்து, இரண்டு முழு அட்டை மாத்திரைகளை எடுத்து அவள் முகத்துக்கெதிரே ஆட்டிவிட்டுப் படுக்கையில் விசிறினாள். "இன்னிக்கு சீக்கிரம் சாப்டுட்டு ரூமுக்கு வந்துடலாம்" என அவள் சிரித்துக்*

> *கொண்டே சொன்ன போது , மித்ரா அவளை இழுத்து தன் மொத்த மகிழ்ச்சியையும் வெளிப்படுத்தும்படியாக முத்தமிட்டு விட்டு, படுக்கையில் கிடந்த மாத்திரைகள் மீது ஆசையாக விழுந்தாள்.*

அந்த மாத்திரைகள் கலவிக்கிணையாகக் குதூகலத்தைத் தரும் போதை மாத்திரைகள் நினைவில் இருக்கிறதா? திரும்பவும் பயன்படுத்திக் குதூகலம் கொண்டதால் ஏற்பட்ட குழப்பமா? என்பதைக் கதையின் இறுதிப்பகுதியில் தருகிறார் கதாசிரியர்.

தனது திருமணத்திற்குப் பின் தனது கணவன் பிரிந்திருந்த நாட்களில் தான் இதுபோன்ற மனக்குழப்பங்கள் உருவானதாக காட்ட நினைக்கும் மித்ராவின் நோக்கம் என்ன? உண்மையில் அவனது பிரிவே அவளை இப்படியாக்கியது என்பதாக முதலில் நினைக்க வைக்கிறது. ஆனால் அவளது பழைய விருப்பங்களை போதை மாத்திரைகளை எடுத்துக்கொள்ளும் விருப்பங்களை அறிமுகப்படுத்திக் கொண்டதின் விளைவுகளே இந்த மனக்குழப்பத்திற்கான காரணம் என்பதோடு, அதனைத் தனது கணவனிடம் மறைக்க விரும்பும் குற்ற மனமே அதனைச் செய்கிறது என்பதைக் கதையின் திருப்பமாக வைத்துள்ளார். போதை மாத்திரையை அவளுக்கு இப்போது அறிமுகப்படுத்தியது அவளுடன் பணியாற்றும் மதி என்பதும், திருமணத்திற்குப் பின்னான சில வேலைகளில் நடந்துள்ளது என்பதும் சொல்லப்படுகிறது. அதன் காரணமாகவே அவளது இருப்பும் நடப்பும் கனவா? நிஜமா? என்ற எண்ணம் தோன்றுகிறது. அதைக் கணவன் அறிந்துவிட்டால் ஏற்படும் விளைவுகளைக் கருதியே அதனை மறைக்க முயல்கிறாள். தனக்கு இருக்கும் போதைப் பழக்கத்தை- மாத்திரைகளை எடுத்துக்கொண்டு தனது உடலை இன்மையாக ஆக்கிக் கொள்ளும் உச்சநிலையைக் கணவனிடம் மறைக்க முயலும் தவிப்பே மொத்தச் சிக்கலும் என்பதாகக் கதை எழுதப்பட்டுள்ளது. அதற்காக முதலில் கணவன் நிர்மலனின் தவிப்பை முன்வைக்கிறார். அதன் பின்பு அலுவலக நண்பன் மதியோடும் சில தோழிகளோடும் களித்திருந்த காட்சிகளையும் எழுதிக் கதையை முடிக்கிறார்:

> *ஊர் திரும்ப வெறும் மூன்று நாட்களே இருந்த நிலையில், ஒரு நாள் நள்ளிரவில் மித்ரா தொலைபேசியில் அழைத்து,*

"நிர்மலன் நீ ரொம்ப நல்லவன் தான். ஆனாலும் நாம் இருவரும் திருமணம் செய்து கொண்டிருக்கக் கூடாது. நாம் ரொம்பத் தவறான முடிவை எடுத்து விட்டோம். நீ நான் நினைக்கிற மாதிரியான ஆள் இல்லை. இதோ இப்போது கூட ஒரு பறவையாக மாறி இந்த மொட்டை மாடிச் சுவரில் இருந்து விர்ரென்று பறந்து போய் விட நினைக்கிறேன். நீ இப்படியெல்லாம் எப்போதாவது நினைத்திருக்கிறாயா? இல்லையென்றால் நாம் கண்டு முடித்த பிறகு கனவுகள் எல்லாம் எங்கே போகின்றன என்றாவது யோசித்திருக்கிறாயா?" என்று ஏதேதோ கேட்டாள். எனக்கு ரொம்ப பயமாகி விட்டது. இத்தனை நாட்களில் அவள் ஒருமுறை கூட இப்படிப் பேசியதில்லை.

நான் பதறிப் போய் அவளிடம், "இப்போது நீ எங்கே இருக்கிறாய்? உன் பக்கத்தில் யார் இருக்கிறார்கள்?" என்று கேட்டதை எல்லாம் அவள் பொருட்படுத்தவே இல்லை. "ஆனால் உனக்குத் தெரியுமா? இப்படியெல்லாம் மௌனி யோசித்திருக்கிறார், பிராய்ட் யோசித்திருக்கிறார். ஆனால் என் விதி நான் உன்னைக் கல்யாணம் பண்ணிக் கொண்டு விட்டேன்" என்று சொல்லிச் சிரிக்கிறாள். யோசித்துப் பாருங்கள் நான் குர்கானில் உட்கார்ந்து கொண்டு இருக்கிறேன்.

அடுத்த நாள் காலையில் அழைத்தால் எதுவுமே நடக்காத மாதிரி, "ஏன் இப்போவே வர, அதான் இன்னும் மூணு நாள் இருக்கில்லே" என்கிறாள். இரவு பேசிய ஒரு வார்த்தை கூட அவளுக்கு நினைவில்லை. இப்படி ஒன்று நடந்தது என்பதை அறியாதவள் போலவே என்னிடம் பேசினாள்.

இது நிர்மலனின் தவிப்பு.

லெனோரா இந்த முறை எந்த மாத்திரையையும் ஆல்ஹகாலில் கலந்து முயற்சிக்க வேண்டாம் என்று உறுதியாகக் கூறிவிட்டாள். அவளுக்கு போனமுறை வினோத் சுய நினைவு தப்பி ஆறு மணிநேரங்கள் விழிக்காமல் கிடந்தது பயத்தை ஏற்படுத்தி விட்டது. மித்ராவுக்கும் வினோத்துக்கும் இதில் பெரிய விருப்பம். என்ன மாத்திரையை எவ்வளவு டோஸ் எடுத்தால் யூஃபாரிக் மனநிலை (Euphoric) வரும்,

எந்தெந்த ஜெனிரிக் மருந்துகளில் எவ்வளவு சதவிகிதம் ஓப்பியாய்ட் வகை மருந்துகள் சேர்த்தப்பட்டு இருக்கிறது என்பது போன்றவற்றைத் தெரிந்து கொள்வதில் ஒரு பெரிய சுவாரஸ்யம். இருமல் மருந்துகள், மன அழுத்தத்தைக் குறைக்கத் தயாரிக்கப்படும் மாத்திரைகள், வலி நிவாரணிகள் போன்றவற்றில் பயன்படுத்தப்படும் இல்லிஸிட் ட்ரக்ஸ் (Ilicit Drugs) எனப்படும் பல நாடுகளில் பயன்படுத்தத் தடை விதிக்கப்பட்டுள்ள மருந்துப் பொருட்கள் இந்தியாவில் எந்தெந்த நிறுவனம் தயாரிக்கும் மருந்துகளில் எவ்வளவு சதவிகிதம் பயன்படுத்தப்படுகிறது என்பதெல்லாம் இருவருக்கும் புள்ளிவிவரமாகத் தெரிந்திருந்தது. சென்னையில் மருத்துவரின் பரிந்துரைகள் எதுவும் இல்லாமல் கேட்கும் மருந்துகளைக் கொஞ்சம் அதிக விலைக்குக் கொடுக்கும் சில கடைகளையும் இவர்கள் தெரிந்து வைத்திருந்தார்கள். ஒரு முறை சிகரெட் பழக்கத்தை விடுவதற்காக கொடுக்கப்படும் மாத்திரைகளை உபயோகித்த போது, அது கொடுத்த மனக்கிளர்ச்சியில் மித்ரா கலவிக்கு நிகரான போதையை இது தனக்கு அளிப்பதாக டீபாய் மீது ஏறி நின்று அறிவித்தாள்.

இது மித்ரா மறைக்க நினைத்த நினைப்பு.

கணவனால் கண்காணிக்கப்படுகிறோம் என்ற நினைப்பில் இருக்கும் அவள், அவளை ஒவ்வொரு ஆணும் கண்காணிக்கிறார்கள் என்றே நம்புகிறாள் என்று நினைக்கிறாள் என்பதை உறுதி செய்வதற்காக திருமணத்திற்குப் பின்னான மருத்துவ ஆலோசனை வழங்கிய மருத்துவரைச் சந்தித்த நிகழ்ச்சியையும் இந்த மருத்துவரிடம் கூறுகிறான். அவர் அவளைப் புரிந்துகொள்ளவில்லை என்றும், அதிக மாத்திரைகளைக் கொடுத்து என்னைக் குற்றமனத்திற்குள் தள்ள நினைக்கும் அவர் ஒரு ஆணாதிக்கம் நிரம்பியவர் எனக் குற்றம் சுமத்தியவர் என்பதையும் மருத்துவரிடம் கூறித் தன் மனைவி மித்ராவைத் திரும்பக் கிடைக்கச் செய்யும் முயற்சியில் இருந்தான் என்பதையும் கதையின் முடிவாக வைக்கிறார்.

புனைகதைகளின் பொதுத்தன்மைகளாக நிகழ்வுருவாக்கம், பாத்திர முன்வைப்பு, வெளி வருணனை போன்றன அமையும். மையப்பாத்திரமோ அதனோடு தொடர்புகொள்ளும்

மற்ற பாத்திரங்களோ ஒன்றுக்கு மேற்பட்ட நிகழ்வுகளால் இணைக்கப்பட்டுக் கதை வடிவம் கொள்ளும் விதமாக எழுதப்படுவது தமிழ்ச்சிறுகதைப்பரப்பில் அதிகம் கிடைக்கும் வடிவங்கள். ஆனால் உளவியல் விவாதத்தை முன்னெடுக்க வேண்டும் என்பதற்காக எழுதப்பட்டுள்ள மித்ரா கதை அந்த வடிவங்களை உதறிவிட்டுச் சில வகையான சந்திப்புகள் வழியாகவும் உரையாடல்கள் வழியாகவும் நகர்கிறது. அவளுக்கு இருக்கும் சந்தேகம் அவள் கணவன் மீதுதான். அவனைக் கணவனாக நினைக்காமல் தன்னைத் தொடர்ச்சியாகக் கண்காணிப்பவனாக நினைக்கிறாள். அப்படி நினைப்பது அவளே உருவாக்கிக் கொண்ட மனப்பிரம்மை. அப்பிரம்மைக்குக் காரணம் அவளது அலுவலக நண்பன் அறிமுகப்படுத்திய போதை உலகம். அந்த உலகம் புதியதுகூட அல்ல. அவளின் பதின் வயதுக்காலத்தில் அறிமுகமான ஒன்றுதான். பாலியல் சார்ந்தோ, அல்லது அதனையொத்த வேறுவிதமான குற்றநிகழ்வுகளிலோ ஈடுபட்ட மனம் எப்போதும் திரும்பவும் அதை நினைவுபடுத்திக் கொண்டு அதனை நாடிச் செல்லும்; அதே நேரத்தில் அதிலிருந்து விலகிவிடவும் நினைக்கும். அந்த இரட்டை நிலையே ஒவ்வொருவருடைய இருப்பையும் கனவா? நிஜமா? என்ற கேள்விக்குள் தள்ளிவிடும். இந்த உளவியல் சிக்கலை எழுதிய இந்தக் கதையில் இடையிடையே உளவியலாளர்களின் மேற்கோள்கள் ஆங்கிலத்திலேயே தரப்பட்டுள்ளதின் காரணங்கள் ஏனென்று தெரியவில்லை. அம்மேற்கோள் கதையின் முதல் வரியாகவும் இடையிடையேயும் இடம் பெற்றுள்ள வரிசையிலேயே கீழே தரப்பட்டுள்ளது.

"People don't have ideas, ideas have people."
-Carl Jung

"All are lunatics, but he who can analyze his delusion is called a philosopher."
-Ambrose Bierce

"Reality is just a crutch for people who can't handle drugs."
- Robin Williams

"Where does a thought go when it's forgotten?"
- Sigmund Freud

இம்மேற்கோள்கள் இடையிடையே தோன்றி வாசிப்பது புனைகதையல்ல; ஒரு விவாதக் கட்டுரை என்பதின் அருகில் நகர்த்துகின்றன. உளவியல் சிந்தனைகளை முன்வைத்து அதனை விளக்குவதற்கான நிகழ்வுகளும் காட்சிகளும் கோர்க்கப்பட்டுள்ளன என்பதை உருவாக்காமலேயே இந்தக் கதை வாசிக்கத் தக்க கதையாக எழுதப்பட்டிருக்கலாம். அத்தோடு பெண் மனச்சிக்கலுக்கு ஆணைக்காரணமாக்காமல், அவளுக்குள்ளேயே மறைக்கப்பட்ட உண்மை இருந்தது என உளவியலின் அடிப்படைப் பார்வையை முன்வைத்த கதையாகவே இக்கதை கவனிக்கப்படும் கதையாக உள்ளது.

20. உடலின் வேட்கை:
கறுப்பி சுமதியின் முகில்கள் பேசட்டும்

"வாழ்வில் இனிமேல் ஒருபோதும் கிடைக்காத சந்தர்ப்பம் என்று எதுவோ இயக்கிக் கொண்டிருந்தது. ஆடி அடங்கி நித்திரையில் மூழ்கி நான் கண் விழித்துக் கொண்டபோது அதிகாலையாகியிருந்தது. பக்கத்தில் சயன் சீரான மூச்சோடு நித்திரையாயிருந்தான். நிர்வாணமாய் இரு உடல்கள். நான் எழுந்து உடுப்பை போட்டுக்கொண்டு அவன் நெற்றியில் முத்தமிட்டு விட்டு எனது அறையை நோக்கி ஓடிப் போனேன். நண்பிகள் விழித்துக் கொள்ளு முன்னர் போய்விட வேண்டும் அவர்களுக்கு இரவு நான் எங்கு தங்கினேன் என்று சொல்லப் போகிறேன் ? தெரியவில்லை. ஆனால் உண்மை சொல்லப் போவதில்லை என்பது மட்டும் எனக்குத் தெளிவாகத் தெரிந்தது."

ஒரு ஆடவனோடு உறவுகொண்டுவிட்டுக் களிப்புடன் வெளியேறும் பெண்ணொருத்தி தான் தங்கியிருக்கும் நண்பிகளோடு தங்கியிருக்கும் இன்னொரு அறைக்கு ஓடிப்போவதைச் சொல்லும் கதாபாத்திரம் பெண். ஓடிப்போய் தன் நண்பிகளிடம் உண்மை சொல்லப்போவதில்லை என்றும் சொல்கிறாள். அப்படிச் சொல்லக் கூடாது என்பதில் தெளிவாக இருப்பதாகவும் சொல்கிறாள்.

யாரும் பார்க்கும் முன் ஓடிப்போய்விட வேண்டும் எனவும், யாருக்கும் தெரியக்கூடாது எனவும், நினைக்கும்போது அந்த உறவைத் தகாத உறவு எனச் சமூகம் வகைப்படுத்தும் என்பதையும்

அறிந்திருக்கிறாள். முறைப்படியான அங்கீகரிக்கப்பட்ட திருமணத்தின் வழியாகக் கணவனான ஆணோடு மட்டுமே உடலுறவு கொள்ளச் சமூகம் அனுமதிக்கிறது. இந்தக் கட்டுப்பாடு பெண்ணுக்கு மட்டுமே இருக்கும் கட்டுப்பாடு. அந்த உறவை மட்டுமே தக்க உறவு தகுதியான உறவு என்கிறது. அதைத் தாண்டிய எல்லாவகை உறவையும் தகாத உறவு என்று வகைப்படுத்தித் தண்டிக்கிறது சமூக நடைமுறை. சமூக நடைமுறைகள் ஒத்துக்கொள்ளாத உறவில் ஈடுபட்ட பெண் அதைப் பெரும் சாபமாகக் கருதி விமோசனத்திற்காகக் காத்திருந்ததை நமது புராணக் கதைகளும் தொன்மக் கதைகளும் சொல்லியிருக்கின்றன.

பத்தினிப் பெண்களின் கதைகளாகவும், தெய்வக்கற்பின் வெளிப்பாடுகளாகவும் சொல்லப்பட்ட கதைகளைத் தாண்டி நவீனத்துவம் நுழைந்த பின் எழுதப்பெற்ற கதைகளும் கூடப் பெண்ணின் மனம் எப்போதும் குற்றவுணர்வுக்குள் தவித்தது என்றே எழுதியிருக்கிறார்கள். திருமணத்திற்கு முன்பு ஒருவனைக் காதலித்துவிட்டு உடல்சார்ந்த தொடுதல்களும் உறவுகளும் நடந்த நிலையில் அவனைக் கல்யாணம் செய்துகொள்ள முடியாத சூழலில் பெரும் குற்றவுணர்வோடு தனது உடலைச் சுமந்து திரியும் பெண்களை இலக்கியங்களும் நாடகங்களும் சினிமாக்களும் காட்டியுள்ளன. இன்னொரு பெண்ணோடு கணவன் கொண்ட தகாத உறவை ஏற்றுக் கொண்டு கொண்டாடியவர்களை உதாரண மனுசிகளாகவும் முன்வைத்துள்ளன பழைய இலக்கியங்கள். இதன் எதிர்நிலையில் ஆண்கள் வாய்ப்புக்கிடைத்தபோது இன்னொரு பெண்ணிடம் உறவுகொண்டதைப் பெரும் குற்றமாகக் கருதாமல் பெருமையாகச் சொல்லிக் கொள்வதையும்கூட இலக்கியங்கள் எழுதிக் காட்டியுள்ளன. தனது மனைவியிருக்கும்போது இன்னொரு பெண்ணை முறைப்படியாகத் திருமணம் செய்துகொள்ள விரும்பும் ஆணுக்குப் பெண் அனுமதி தரலாம்; அவள் அனுமதியோடு செய்யப்படும் இரண்டாவது, மூன்றாவது திருமண உறவுகள் சட்டப்படி செல்லும் என்பதுதான் நடைமுறை. இத்தகைய நடைமுறைகள் பெண்ணுக்கு இல்லை.

ஒரு பெண் உடல் ஒரேயொரு ஆணுடலோடு மட்டுமே உறவு கொள்ளவேண்டும்; அதுவே கற்புநிலை என்ற வரையறையின் பேரில் உருவாக்கப்பெற்ற தக்க உறவு *X* தகாத உறவு என்ற எதிர்நிலையை ஆண்கள் எழுதிய பனுவல்கள் பெரும்பாலும் கேள்விக்கு

உட்படுத்தவில்லை. அப்படியான உறவுகளை மையப்படுத்திக் கதைகளை எழுதியிருந்தாலும் பெண்கள் தொடர்ச்சியாகக் குற்றவுணர்வில் தவித்ததாகவே எழுதியுள்ளனர். விதிவிலக்காக ஜெயகாந்தனின் கதைகளை மட்டுமே சொல்லமுடியும். தமிழில் கவிதைகள், கதைகள் எழுதிய பெண்களும் பெரிதாக விவாதிக்கவில்லை.

கற்புநிலை என்று சொல்லவந்தால் இருகட்சிக்கும் அதனைப் பொதுவில் வைக்க வேண்டும் என்ற சொல்லாடலிலிருந்து உருவாகும் பெண்ணெழுத்துகளில் இவையெல்லாம் விவாதப்பொருளாக ஆகவேண்டியவை. பாலியல் விருப்பம், பாலியல் தெரிவு, பாலியல் கொண்டாட்டம், பாலியல் விடுதலை போன்றன ஆண்களுக்கானவை மட்டுமல்ல; பெண்களுக்குமானவை என்கிறது தீவிர நிலைப் பெண்ணியம். எதிர்ப்பாலினரின் மீதான ஈர்ப்பும் உடல்களின் உரசல்களும் சேர்க்கையும் அன்றாட நிகழ்வுகளைப் போன்றவையே. வழக்கமான உணவுக்குப் பின்னும் புதிதாகப் பார்க்கும் ஒரு கனியையோ, குடிபானத்தையோ ருசித்துப் பார்க்கும் ஆசைபோன்றது எனக் காட்ட முயல்கிறது.

வெகு இயல்பாக ஏற்படும் பாலியல் விருப்பத்தைக் கற்போடு சேர்த்துப் புனிதமாக்கியதின் விளைவாகவே தக்க உறவு; தகாத உறவு என்பதான சொல்லாடல்கள் உருவாகின. அதன் தொடர்ச்சியாகக் குற்றவுணர்வு கொண்ட மனத்தின் தவிப்புகளை எழுதிக்காட்ட வேண்டியதாகியது என்பது அவ்வகைப்பெண்ணியவாதிகளின் நிலைப்பாடு. இந்நிலைப்பாட்டைக் கவிதைகளில் நீண்ட காலமாகச் சொல்லிவருகின்றனர் பெண்கள். கவிதை வடிவம் வெளிப்படையாக எதனையும் காட்டாது என்பதால் அதற்குள் செயல்படும் பெண் மனத்தை வாசிப்பவர்களின் நிலைப்பாட்டிற்கேற்ப விளக்கம் சொல்லிக் கொள்கிறார்கள்.ஆனால் புனைகதை அப்படியான பூடகத்தை அனுமதிப்பதில்லை. அதற்கு ஒருவித வெளிப்படைத் தன்மை உண்டு. கதையின் மைய விவாதத்தை வெளிப்படையாகவோ, குறிப்பாகவோ காட்டிக்கொள்ளாமல் கதையை முடித்துவிட முடியாது.

தீவிரவாதப் பெண்ணிய நிலைபாட்டைத் தொடர்ச்சியாகத் தனது கதைகளில் எழுதிப் பார்க்கும் தமிழ்ப் புனைகதையாளராக இருக்கிறார் கறுப்பி சுமதி அண்மையில் வந்துள்ள உங்களில்

யாராவது முதல் கல்லை எறியட்டும். (கறுப்புப்பிரதிகள்,2018)என்ற சிறுகதைத் தொகுதியில் இருக்கும் 13 கதைகளுமே பெண்ணியம் என்னும் கோட்பாட்டு நிலையை உள்வாங்கிப் பெண்களையும் ஆண்களையும் முன்வைக்கும் கதைகளாக இருக்கின்றன. 13 கதைகளில் மூன்றாவது கதையாக இருக்கும் முகில்கள் பேசட்டும் என்ற கதையின் மையவிவாதமே தொடக்கத்தில் தரப்பட்ட விவரிப்பு. விவரிக்கப்படும் அந்த நிகழ்வில் இடம்பெறும் அந்தப் பெண் என்னவகையான மனநிலையில் இருந்தாள் என்பதையும் அவளது மனவோட்டம் என்னென்ன முடிவுகளை எடுத்தது என்பதையும் கதையில் எழுதிக் காட்டுகிறார் கறுப்பி சுமதி:

> *அதன் பின்னர் பெட்டிகளை அடுக்குவதும், ஓய்வெடுப்பதும், இந்தியப் பயணத்தை மீட்டுப் பார்த்து சிரித்து மகிழ்வதுமாக இரண்டு நாட்களையும் கழித்து கனடா திரும்பினோம்.அந்த இரண்டு நாட்களும் நான் தனியே இருப்பதை தவிர்த்தேன்.*
>
> *என் நினைவு சயனைச் சுற்றி வருவதை தவிர்ப்பதற்குத்தான் அப்படிச் செய்தேன் என்பதை நானே ஒப்புக்கொள்ள மறுத்துக் கொண்டிருந்தேன். என் சந்தோசத்தை அமுக்கி குற்ற உணர்வு மேலோங்கி மேலோங்கி என்னை அவஸ்தைக்குள் தள்ளி விடாமல் பார்த்துக் கொள்ள வேண்டும் என்பதில் நான் உறுதியாக இருந்தேன்*
>
> *உண்மைக் காதலுக்குத் துரோகம் செய்துவிட்டேன் என்று அவஸ்தைப் படவோ, இல்லாவிட்டால் நியாயப்படுத்தவோ நான் விரும்பவில்லை. "யு நோ வாட்?" உங்களுக்கு இதெல்லாம் விளங்காது. எனக்கும் சயனுக்கும் ஒரே அலைவரிசை, இரண்டு பேரும் டிக்கன்ஸ்சை விழுந்து விழுந்து வாசிப்போம். கொரோசாவாவின் திரைப்படங்கள் என்றால், அம்மாடியோவ் சாப்பாடுகூட வேண்டாம். வீட்டில் எப்போதுமே கசல் மியூசிக்தான். இத்யாதி இத்யாதி நான்சென்ஸ் எல்லாம் அவிழ்த்து விடப் போவதில்லை அந்த இரவு ஐ வாஸ் லுக்கிங் ஃபார் எ குட் கெம்பெனி. அவ்வளவுதான் அந்த இடத்தில் சயனுக்குப் பதிலுக்காக வேறு ஒரு ஆண் இருந்திருந்தாலும் இப்படித்தான் நடந்திருக்குமா என்று கேட்டால் என்னிடம் பதில் இல்லை .இருக்கலாம் இல்லாமலும் இருந்திருக்கலாம்*

> *சம்திங் அபொட் சயன்.. என்னை அவனிடம் இழுத்துச் சென்றது அவ்வளவுதான்.*

அந்த நிகழ்வை மறக்கத் தக்க நிகழ்வாகச் சொல்லும் அவள் இதையெல்லாம் தனது கணவனிடம் சொல்லிப் பாவ மன்னிப்புக் கேட்கப்போவதில்லை என்பதிலும் தெளிவாக இருக்கிறாள். இந்தத் தெளிவு நடைமுறை வாழ்க்கையில் பலரும் கொண்டிருக்கும் தெளிவுதான். ஆண்கள் ஒவ்வொரு கணத்திலும் வெவ்வேறு குற்ற நடவடிக்கைகளைச் செய்துவிட்டு மறந்துவிட்டு நகர்ந்துவிடுகிறார்கள்; ஆனால் பெண்கள் மட்டும் குற்றவுணர்வுக்குள் தவிப்பதாகச் சொல்லப்படுகிறது. ஏன் பெண்கள் மட்டும் தங்கள் வாழ்க்கையை இழக்க வேண்டும் என்ற கேள்வியாக இருக்கிறது. அதனையும் கதையின் நிறைவுப்பகுதியில் சொல்லிவிடுகிறார்:

> *அவனோடுடனான எனது வாழ்க்கையை எதற்காகவும் இழக்க நான் தயாராயில்லை. இந்திய பயணத்தில் அனைத்தையும் நான் ஜேயிற்குச் சொல்லிக் குதூகலிக்க போகின்றேன்.ஆனால் ஒன்றை மட்டும் மறைக்கப் போகிறேன். என் மும்பை பயணம் மறக்க முடியாத ஒன்று அதில் சயன் ஒரு துளி மட்டுமே.*
>
> *விமானம் முகில்களுக்குள் நுழைந்து சென்று கொண்டிருந்தது நான் சாய்ந்து கண்களை மூடிக்கொண்டேன். எனக்கு ஜே விமான நிலையத்தில் காத்திருப்பான் (ஜெ. அவளது கணவன்)*

சயனோடு ஏற்பட்ட உறவு ஒருதுளி எனச் சொல்லும் அவள், அவனைச் சந்தித்ததையும் ஈர்க்கப்பட்டதையும் பெரும் தயக்கத்தோடு நடந்ததாகவோ, குற்றச் செயலில் ஈடுபடப்போகிறோம் என்ற தவிப்போடு செய்ததாகவும் காட்டவில்லை. இந்தக் கூறுகளே அந்தக் கதையைத் தீவிரநிலைப் பெண்ணியக் கதையாக முன்வைக்கிறது.

முகில்கள் பேசட்டும் கதையின் விவாதப்பொருள் இதுதான். ஆனால் கதையின் கட்டமைப்பில் இந்நிகழ்வின் இடம் ஐந்தில் ஒரு பங்குதான். மற்ற நான்கு பங்கு அவர்களின் பயண ஏற்பாடு, மும்பையில் சுற்றித்திரிதல், அங்கே நினைவுப் பொருட்களை வாங்கிப் பெட்டிக்குள் நிரப்புதல், இரவில் தங்குதல் எனப்

பயணத்தையே விரிவாக எழுதியிருக்கிறார். இந்தப் பயணம் வழக்கமாகப் போகும் பயணமல்ல. கணவன் இல்லாமல் நண்பிகளாகச் சேர்ந்து திட்டமிட்டுக் கனடாவிலிருந்து வந்த இந்தியப் பயணம். மற்றவர்களுக்குக் கணவர்களின் நெருக்கமும் அன்பும் இப்போது உடைமைப்படுத்தும் நிலையில் இல்லை. ஒருவிதமாக விடுபட்ட பறவைகள். நால்வரில் இவள் இலங்கைத் தமிழ்ப்பெண்.இவளை விட்டுவிட்டு அவளது கணவன் ஜெயக்குமார் பல பயணங்களை மேற்கொள்வான். கசன்ரா,டோனா, ஜனிபர் ஆகிய மூவரும் அவளோடு உடன் பணியாற்றுபவர்கள்.வெவ்வேறு மொழிப்பின்னணி,தேசப்பின்னணிகளோடு கனடாவிற்கு வந்தவர்கள்.

தனியாக நான்கு பெண்கள் மேற்கொண்ட அந்நிய நாட்டுப் பயணத்தைச் சொல்வதாகவே கதையின் பெரும்பகுதி இருக்கிறது. ஆனால் கதை எழுப்பும் விவாதம் கடைசிப்பகுதியில் தான் விவரிக்கப்படுகிறது. இருவார காலப் பயணத்தின் போக்கில் அதுவும் நிகழ்வதாகச் சொல்ல வேண்டும் எனத் திட்டமிட்டு எழுதியுள்ள கவனம் முக்கியமானது. இப்படியானதொரு நிகழ்வு நடக்கப்போகிறது என்றொரு முன் குறிப்புகள் எதுவும் கதையில் இல்லாமல் திடீரென்று அந்தச் சந்திப்பு நிகழ்ந்ததாகவும் தங்கள் இணைகளைப் பிரிந்திருந்த இருவருக்கும் அந்த இரவு தேவைப்பட்டது; அதில் ஈடுபட்டார்கள் என்பதாக எழுதுகிறார்.

> *அவன் தமிழில் கேட்டான் கனடா வா என்று. எனக்கு ஆச்சரியமாக இருந்தது.*
>
> *அவன் ஹிந்திக்காரன் என்று நான் நினைத்திருந்தேன். நான் ஓம் என்பதாய் தலையை அசைத்தேன். தான் ஒஸ்திரேலியாவிலிருந்து விடுமுறைக்கு வந்திருப்பதாக சொன்னான்.மீண்டும் மௌனம். புன்னகை, பார்வைகள் சுழன்றன எனது ரிங்க் முடிந்திருந்தது . வெயிட்டரிடம் கைகாட்டி எனக்கு இன்னுமொரு ரிங்க் ஓடர் செய்தேன். தனக்கும் ஒன்று என்றான். ரிங்க்ஸ், நடனம், உரையாடல் என்று சில மணித்தியாலங்கள் ஓடிக்கொண்டிருந்தன. இந்தச் சில மணித்தியாலங்களில் நான் அவனைப் பற்றி தெரிந்து கொண்டவை. சயன் திருமணம் ஆனவன் இரண்டு ஆண் குழந்தைகளுக்குத் தகப்பன். மனைவியும்,குழந்தைகளும்*

மனைவியின் பெற்றோரோடு விடுமுறையை கழிக்க லண்டன் போய்விட்டார்கள். பையனுக்கு லண்டன் பிடிக்காது. அவன் கனவுகளில் ஒன்று இந்தியாவின் அனைத்து மாநிலங்களையும் சுற்றிப் பார்க்க வேண்டும் என்பது. மும்பையைச் சுற்றி பார்க்கும் ஆவலோடு சில நண்பர்களோடு வந்திருக்கிறான்.

பாலியல் விருப்பங்களும் தெரிவுகளும் திட்டமிட்டு நிகழ்வன அல்ல; அதன் போக்கில் உடல்கள் அவாவுகின்றன என எழுதிக்காட்டியுள்ள கறுப்பு சுமதி இந்தக் கதையில் கவனிக்கத் தவறிய ஒன்றைச் சுட்டிக்காட்ட வேண்டும். தனது விருப்பத்தைத் தெரிவு செய்து ஈடுபாடு காட்டும் கதாபாத்திரத்திரத்திற்குப் பெயரிடாமலேயே கதையைச் சொல்கிறார். மற்றப் பாத்திரங்கள் எல்லாம் புனைவுப்பெயர்களோடு இருக்கின்றன. ஒருவேளை சயன் உள்பட அனைத்துப் பெயர்களும் உண்மையான பெயர்களாக இருக்கலாம். ஆனால் முகில்கள் பேசட்டும் கதையின் கதைசொல்லியாகவும் மையவிவாதத்தைத் தாங்கும் பாத்திரமாகவும் இருக்கும் அவளுக்குப் பெயர் இல்லை. அத்தோடு எப்போதும் 'நான்' என்று தன்மைக் கூற்றாகவே நிகழ்வுகளையும் மனவோட்டங்களையும் உரையாடல்களையும் சொல்கிறார். கதைக்குள் இருக்கும் இவ்விரண்டு கூறுகளும் சேர்ந்து புனைகதையைக் கட்டுரையாக மாற்றிவிடும் வாய்ப்புகளே அதிகம். கட்டுரையாக வாசிப்பதற்குக் கறுப்பி சுமதியின் கனடா வாழ்க்கை, தொடர்ச்சியான பயண ஈடுபாடு, கலை இலக்கியச் செயல்பாடுகளில் அவரது சார்புநிலை போன்றனவும் சேர்ந்துகொள்ளும் என்பதையும் கவனிக்க வேண்டும். இந்தத் தொகுப்பிலிருக்கும் பெரும்பாலான கதைகளில் இந்தக் குறைபாடு இருக்கிறது. தன்மைக் கூற்றில் சொல்லப்படும் புனைவுகள் எழுதுபவரின் இரண்டகமற்ற மனநிலையையும் பெண்ணியம் போன்ற கருத்துநிலையில் அவருக்கு இருக்கும் ஈடுபாட்டையும் காட்டலாம். அது ஒருவித பலம்தான். ஆனால் புனைகதையின் அழகியலைக் குறைத்து விடும் ஆபத்துக் கொண்டது. இந்தக் கதையை மட்டுமல்லாமல் அந்தத் தொகுப்பில் உள்ள கதைகளைப் படர்க்கை கூற்றில் எழுதியிருந்தால் அவை உண்டாக்கக் கூடிய தாக்கம் கூடுதலாக இருக்கும் என்பது எனது கணிப்பு.

21. மட்டுப்படுத்தப்படும் மென்னுணர்வுகள்: தமிழ்நதியின் நித்திலாவின் புத்தகங்கள்

நாடகக் கலையைக் கற்பிக்கும் நாடகப்பள்ளிகள் இப்போதெல்லாம் நடிகர்களின் பேச்சு மொழியையும் மனதின் நினைப்பையும் இயைந்து போகும் விதமாக உடல்மொழியை வயப்படுத்துவதற்கு வட்டாரக் கலைகளையும், நாட்டார் ஆட்டங்களையும் கூத்துகளையும் கற்றுத்தரும் பயிற்சிகளை அளிக்கின்றன. நான் பணியாற்றிய புதுவை நாடகப்பள்ளியில் முதன்முதலாகத் தெருக்கூத்துப் பயிற்சியொன்றை வழங்கும் நோக்கத்தோடு பயிற்சிமுகாம் ஒன்றை நடத்தினோம். முகாமின் வெளிப்பாட்டை மேடையேற்றிப் பார்க்கவேண்டும் என்ற கட்டாயத்தின் பேரில், திரௌபதி வஸ்திராபஹரணம் என்னும் கூத்தை நிகழ்த்தப் பயிற்சிகளை வழங்கினார்கள் புரிசை கண்ணப்பத் தம்பிரானும் அவரது மகன் சம்பந்தனும். அந்தப் பயிற்சி முகாமில் நாடகப்பள்ளியின் மாணவிகளும் பங்கேற்றார்கள். அவர்களுக்கு ஆட்டப்பயிற்சியையோ நிகழ்த்துதல் பயிற்சியையோ வழங்காமல் குரல்பயிற்சியாகப் பின்பாட்டுப் பயிற்சியில் மட்டும் சேர்த்துக்கொண்டார்கள் கூத்துக்கலைஞர்கள். ஆனால் மாணவிகளில் ஒருத்தி தானும் கதாபாத்திரமேற்று தெருக்கூத்து ஆடவேண்டும் என்று விரும்பினார்.

திரௌபதி என்னும் பெண் மையக் கூத்தில் அந்தப் பாத்திரத்தை ஆண்களில் ஒருவர் பெண்ணாக வேடமிட்டு நடிப்பது சரியல்ல

179

என்று வாதிட்டார். மரபான கூத்தில் ஆண்களுக்கு மட்டுமே பயிற்சி வழங்கிப் பழக்கப்பட்ட கண்ணப்பதம்பிரானின் மனம் முதலில் ஒத்துக்கொள்ளவில்லை. காலத்தின் போக்கையும் நாடகப்பள்ளியின் சூழ்நிலையையும் எடுத்துச் சொல்லி அவரது மகன் சம்பந்தன் சம்மதிக்க வைத்தார். மேடையேற்றத்தில் அந்தப் பெண்ணே திரௌபதியாக வேடமிட்டு நடித்தார். அப்படி மேடையேறியது வரலாற்று நிகழ்வாகப் பதிவுசெய்யப்பட்டது. கூத்துப் பயிற்சிக்கு முன்பே சோபாக்ளீஸின் ஆண்டிகனியைத் துர்க்கிர அவலமாக மேடையேற்றியபோது மையப்பாத்திரமாகப் பெயரிடப்பெற்ற யாமினிக்கு ஒரு பெண்ணையே தேர்வுசெய்து நடிக்க வைத்தது மதுரை நிஜநாடக இயக்கம். யாமினிக்கு வழங்கப்பட்ட அடவுகளில் பெரும்பாலானவை திரௌபதிக்கு வழங்கப்படும் அடவுகளே. அப்போது அதை பெண் ஆடலாமா? என்ற கேள்வி எழவில்லை.

பல நூற்றாண்டுகளாகப் பறை ஆட்டத்தை ஆண்கள் மட்டுமே ஆடி வந்தனர்; ஆனால் திண்டுக்கல் சக்திக்குழுவினர் கால் நூற்றாண்டுக்கு முன்பு பயிற்சி எடுத்துக்கொண்டு மேடையேறினார்கள். அனைவரையும் பெண்களாகக் கொண்ட சக்திக் கலைக்குழுவின் அடவுகளைப் போல வேகமும் அழகியலும் வெளிப்படுத்தும் பறையாட்டக்குழுவைத் தமிழ்நாட்டில் தேடத்தான் வேண்டும். சக்திக் கலைக்குழுவுக்கு முன்பு பறையைத் தொடப் பெண்களுக்கு அனுமதி இருந்ததில்லை.

உடல் வலிவும் சக்திப் பெருக்கமும் தேவைப்படும் நாட்டார் கலைகளைப் பயிற்சி செய்ய அனுமதிக்காததில் பெண்கள் ஆண்களைவிட உடல் வலிமை குறைந்தவர்கள் என்ற எண்ணம் இருக்கிறது. அத்தோடு கலைகள் தெய்வங்களோடு தொடர்புடையது; தெய்வப்பாத்திரங்களை ஏற்று நடிக்கவேண்டியது. அதற்குப் பெண்களுக்கு அனுமதி இல்லை என்ற கருத்தியல் ஓட்டமும் இருக்கிறது. உடல் வலிமைசார்ந்த கலைகளில் மட்டுமே பெண்கள் ஒதுக்கிவைக்கப்பட்டார்கள் என்பதில்லை. நுண்கலைகளிலும் கூடப் பெண்களுக்கான இடம் மறுக்கப்பட்டதே நம் வரலாறு; மரபு.

இருபது ஆண்டுகளுக்கு முன்னால் வாரப்பத்திரிகை ஒன்று நாகசுரம் வாசிக்கும் சகோதரிகளை அட்டைப் படத்தில்

வெளியிட்டுச் சிறப்புக்கட்டுரை ஒன்றை வெளியிட்டிருந்தது இப்போது நினைவுக்கு வருகிறது. நாகசுரம் வாசித்தல் என்பது கோயில் திருவிழாக்களிலும் திருமண நிகழ்வுகளிலும் இயல்பாக நடக்கும் ஒன்று. தமிழ்நாட்டில் தேர்ந்த நாகசுரக் கலைஞர்கள் இருக்கிறார்கள் என்பது அனைவருக்கும் தெரிந்த ஒன்று. அவர்களைப் பற்றியெல்லாம் தனியாக அட்டைப்படம் போட்டுக் கட்டுரை எழுதியதில்லை. சகோதரிகள் இருவர் அவரது அப்பாவிடமிருந்து கற்றுக்கொண்டு மேடையேறி நாகசுரம் வாசித்தது அப்போது பெருஞ்செய்தி.

கற்றலும் கற்பித்தலும் பொதுவானது என்ற நிலை உருவாக்கப்பட்ட பின்பும் வாசித்தலும் விவாதித்தலும் பெண்களுக்குரியதல்ல என்ற கருத்தோட்டம் கல்லூரிக் கல்வியளவில் இருப்பதை மறுப்பதற்கில்லை. பாடப்புத்தகங்களைத் தாண்டி வாசிக்கும் ஆண்கள் வீட்டில் கொண்டாடப்படுவதைப் பார்க்கிறோம். அப்படியொரு பெண் வீட்டில் இருப்பதைச் சொல்லிக்கொள்ளக் குடும்பத்தார் தயாராக இல்லை என்பதையே திருமணம், பெண் பார்த்தல் போன்ற நிகழ்வுகளில் பார்க்கிறோம். “பாட்டுப்பாடுவாள்; நடனம் ஆடுவாள்” என அறிமுகப்படுத்தும் காட்சிகளை வைக்கும் திரைப்பட இயக்குநர்கள், “நாவல்/கவிதை வாசிக்கும்” விருப்பம் கொண்ட பெண்ணை பாத்திரமாக்கிக் காட்டவில்லை. குழந்தைப் பருவத்தில் வகுப்பறைக்கல்வியைத் தாண்டிக் கூடுதல் திறன் சேர்த்தல் என்பதற்காகப் பெண் பிள்ளைகளைப் புல்லாங்குழல் வகுப்புக்கும் ஓவியப்படிப்புக்கும் தனிப்படிப்பாகச் சேர்த்துவிடுதல் மிகவும் அரிது.

காதலைச் சித்திரிக்கும் அகப்பாடல்களையும் உள்ளார்ந்த காமத்தைச் சொல்லும் ஆண்டாள் பாடலையும் பாடமாக வைக்கும்போது வராத எதிர்ப்புகள்,நிகழ்கால வாழ்க்கையையும் ஆண் பெண் உறவுகளையும் எழுதிக்காட்டும் புனைகதைகளையும் நாடகங்களையும் வைக்கும்போது தீவிரமாக எழுகின்றன. ஆசிரியர்களே எதிர்த்துக் குரல்கொடுக்கிறார்கள். நீக்கும் அதிகாரம் கொண்ட அமைப்புகளுக்குக் கடிதங்கள் எழுதுவார்கள் என்பது எனது அனுபவம். நவீனப் புனைகதைகளும் கவிதைகளும் பாடமாக இருக்கத் தேவையில்லாதவை என்பதும்; வாழ்க்கைக்குப் பயன்படாதவை என்பதும் எதிர்ப்பவர்களின் நிலைப்பாடு. எல்லாவற்றையும் மீறிப் பாடமாக வைத்து விட்டாலும் அதனைப்

படித்துப் பாடம் நடத்த மாட்டேன் என அடம்பிடிக்கும் ஆசிரியர்களை குறிப்பாகப் பெண் ஆசிரியைகளைச் சந்தித்திருக்கிறேன். தென்மாவட்டக் கிறித்தவக் கல்லூரிகளில் இப்போதும் இதுதான் நிலை.

கலைகளில் ஈடுபாடு கொண்ட குறிப்பாக நுண்கலைகளில் ஈடுபாடு கொண்ட பெண்கள் குடும்ப வாழ்க்கைக்கு ஒத்துவராதவர்கள் என்ற மனநிலை ஒவ்வொருவருடைய எண்ணவோட்டங்களிலும் இருக்கிறது. நுண்கலைகளைக் கற்றல் என்பதின் தொடர்ச்சியாக வாசிப்புப் பழக்கமும் பெண்களுக்குரியதல்ல என்ற ஒதுக்கல் பார்வையையும் சேர்த்துச் சொல்லவேண்டும். இத்தனைக்கும் தமிழின் தொல் இலக்கியங்களான செவ்வியல் கவிதைகளை எழுதியவர்களின் எண்ணிக்கையில் குறிப்பிடத்தக்க எண்ணிகையில் பெண்கள் இருக்கிறார்கள். செவ்வியல் கவிதைகள் எழுதிய 40 -க்கும் மேற்பட்ட பெண்கவிகளில் ஔவை, காக்கைபாடினி, ஒக்கூர் மாசாத்தி, அள்ளூர் நன்முல்லை போன்ற பெண்களின் பங்களிப்பு கவனிக்கத்தக்க அளவில் இருக்கிறது. கவிகளாக மட்டுமல்லாமல்,பாடினிகளாகப் பாணர்களோடு கலையீடுபாட்டுடன் இருந்த மகளிர் நிலையை அதே செவ்வியல் பனுவல்கள் காட்டுகின்றன.

இந்த நிலையை மாற்றிப் பெண்களுக்கான இடத்தைத் தவிர்க்கும்படி ஒதுக்கும்படி வலியுறுத்தியதில் சமய நம்பிக்கைகளுக்கும் அவற்றின் அடிப்படையில் உருவாக்கப்பட்ட அமைப்புகளுக்கும் முக்கியமான பங்குண்டு. கட்டுதிட்டான குடும்ப அமைப்பே பெண்களை இரண்டாம் நிலைப்பட்டவர்கள் என்பதாக நம்பச்செய்து, ஆணைச் சார்ந்து வாழவேண்டியவர்களாக மாற்றியது என்பதை மானிடவியல் கொள்கைகள் விவரித்துள்ளன. இதனைத் தகர்க்கும் நோக்கோடு புதுயுகப் பெண்கள் நடனம், ஆட்டம், நடிப்பு போன்ற நிகழ்த்துக்கலைகளிலும் இசை, ஓவியம்,வாசிப்பு போன்ற நுண்கலைகளிலும் ஈடுபாடு காட்டிவருகின்றனர். ஆண்களுக்கு இணையாக எழுதவும் செய்கின்றனர்.

கலை ஈடுபாட்டில் பெண்களின் வெளிகள் குறைக்கப்படுகின்றன; அவர்களின் விருப்பங்களுக்குத் தடைகள் இருக்கின்றன என்பதை நேரடியாகப் பேசாமல், நுட்பமாகப் பேசும் ஒரு கதையொன்றை எழுதியுள்ளார் எழுத்தாளர் தமிழ்நதி.அவரது மொத்த எழுத்திலும்

மையவிவாதங்களைப் பெண்ணிய மையமாகவே தருகிறார் எனச் சொல்ல முடியாது. ஏனென்றால் அவரது எழுத்தின் நோக்கங்கள் ஈழத்தில் நடந்த தேசிய இனப் போராட்டப் பின்னணியை -குறிப்பாக ஈழவிடுதலை யுத்தத்தில் புலிகளின் பங்களிப்பை விரிவாகப் பேச வேண்டும் என நினைப்பவை. அவையே அவரது எழுத்துகளின் முதன்மை அடையாளம். நீண்ட நெடிய போர்க்கால வாழ்வைப் பேசும் அவரது பார்த்தீனியம் நாவலில் மட்டுமல்லாமல், கவிதைகளிலும், சிறுகதைகளிலும் போரிலும் போருக்குப் பின்னும் பெண்களின் பங்களிப்பும் அர்ப்பணிப்பும் எத்தகையனவாக இருந்தன என்பதை விரிவாகத் தருகின்றன.

இனவிடுதலை / இனவழிப்புப் போர்க்காலம் என்னும் பெரும்போக்கான எழுத்துப் பரப்புக்கிடையே ஒரு பெண்ணாக உணரும் பாத்திரங்களை பாத்திரங்களின் தருணங்களைப் புனைகதைகளாக எழுதியும் தந்துள்ளார். அவரது மாயக்குதிரை என்னும் தொகுப்பில் இருக்கும் பாதிக்கும் மேற்பட்ட கதைகள் அப்படிப்பட்டவையாக இருக்கின்றன. கதைசொல்லியை, ஆசிரியக் கதைசொல்லியாக நிறுத்தியே பெரும்பாலான கதைகள் சொல்லப்பட்டுள்ளன. அதனால் அவற்றில் ஒருவிதத் தன்வரலாற்றுத் தன்மை தொனிக்கிறது என்றாலும், இக்கதைகளில் பெண்கள் சந்திக்கும் அடிப்படை முரண்களை எழுதும்போது பொதுநிலைக்கு நகர்த்திப் படர்க்கைக் கதாபாத்திரமாகக் கதைசொல்லியை மாற்றிப் புனைவை முழுமையாக்கவும் செய்துள்ளார். அதற்கு எடுத்துக்காட்டாக இருக்கும் கதையாக நித்திலாவின் புத்தகங்கள் இருக்கிறது

தொடர்ச்சியாக வாசிப்பதையும் புத்தகம் சேர்ப்பதையும் பிடிவாதமாக மேற்கொள்ளும் பெண்ணொருத்தி“பெண்” எனும் பொதுப்பாத்திரத்திலிருந்து விலக்கப்பட்டே பார்க்கப்படுகிறாள் என்பதை முன்வைக்கும் ‘நித்திலாவின் புத்தகங்கள்’ என்னும் கதையில் எழுப்பப்படும் மையமான கேள்வி, நித்திலாவுக்கும் அவளது அம்மாவுக்கும் இடையே நடக்கும் உரையாடல் வழியாக வெளிப்படுத்தப்படுகிறது

> *அவளுடைய பதினாறாவது வயதிலிருந்து அம்மா அந்தக் கேள்வியை அவளிடம் கேட்க தொடங்கினாள். முதலில் வருத்தத்தோடும் பிறகு எரிச்சலோடும். நாளாகக்*

> *கோபத்தோடும் அதே கேள்வியை கேட்டாள்.*
>
> *"நீ ஏன் இப்படி இருக்கிறாய்?"*
>
> *"எப்படி இருக்கிறேன்?"*
>
> *"மற்ற பொம்பளைப் பிள்ளையளைப் போலை நீ ஏன் இருக்க மாட்டேனென்டிறாய்"*

மற்ற பொம்பளைப்பிள்ளையள் என்பவர்கள் குடும்ப அமைப்பிற்குரியவர்களாக இருக்கிறார்கள். இவள் அப்படி இல்லை என்பதுதான் அம்மாவின் வருத்தம். குடும்ப அமைப்பிற்குத் தகவாக ஆதல் என்பதில் வாசிக்க வேண்டும் என்ற தனது விருப்பமும், வாசிக்க முடியவில்லை என்றாலும் அவற்றைச் சேர்த்துச் சேர்த்து வைத்துக்கொள்ள வேண்டும் என்ற ஆசையும் காணாமல் போய்விடும் என்ற நினைப்புக் கொண்ட நித்திலாவின் போக்கையும், அதனை எதிர்கொள்ளும் அம்மா, அவளது கணவர், மற்றும் உறவினர்களின் போக்கையும் கதை நுட்பமாக எழுதிக்காட்டுகிறது.

இதையே கதையாக எழுதிக் காட்ட நினைத்த தமிழ்நதி, அம்மாவின் கோபம் உச்சமாக வெளிப்பட்ட காட்சி ஒன்றைச் சித்திரிப்பதன் மூலம் கதையைத் தொடங்குகிறார்:

> *நடப்பது இன்னதென்று அவளது மூளை கிரகித்துக் கொள்வதற்கிடையில் மீண்டும் சில பறந்து வந்தன. அவள் வாசித்துக்கொண்டிருந்த புத்தகத்தில் அதற்கு முந்திய நொடிதான் ஒரு கொலை நடந்து முடிந்து ரத்தம் கூழாகத் தரையில் பரவிக்கொண்டிருந்தது. கொலை செய்த காத்யா சாவதானமாக அந்த நொடிதான் வெளியேறிச் சென்றுகொண்டிருந்தாள்*
>
> *அம்மா புத்தகங்களைத் தூக்கி எறிந்ததைப் பார்த்த கணத்தில் கோபம் பொங்கியது. வேறு யாராவது அப்படி செய்திருந்தால் சன்னதம் ஆடித் தீர்த்து இருப்பாள். ஆனால் அம்மாவை ஒன்றும் சொல்ல முடியவில்லை.*

பொதுவாக அம்மாக்கள் பெண்பிள்ளைகள் மீது பிரியங் கொண்டவர்கள். அவர்களது நியாயமான விருப்பங்களை நிறைவேற்றத் துணை நிற்பவர்கள். நித்திலாவின் அம்மாவும்கூட

அப்பபடிப்பட்டவள்தான். ஆனால் நித்திலாவின் புத்தகக் காதல், அம்மாவின் பொறுமையையே சோதித்துவிட்ட போக்குக் கொண்டது என்பதைக் கதையில் காட்சிகளாக வைக்கிறார். அதனை உணர்த்தும் ஒரு காட்சியும் உரையாடலாகவே இருக்கிறது:

பள்ளிக்கூடம் விட்டதும் ஓட்டமாய் ஓடிப் போய் தன் புத்தகங்களிடம் புகுந்து கொள்வாள்

"சாப்பிடு" அம்மா வெளியில் இருந்து குரல் கொடுப்பாள்

"அஞ்சு நிமிஷம்"

"சாப்பிட வா"

"ரெண்டு நிமிஷம்"

"எவ்வளவு நேரம் கூப்பிடுறது?"

இவ்விதமாக நிமிடங்கள் மணித்தியாலங்களாகக் கரைந்து போவது வழக்கமாயிருந்தது. கடைசியில் பொறுக்க மாட்டாமல் கடுகடுத்து முகத்தோடு அம்மா வந்து நிற்கும்போது வேறு வழி இல்லாமல் எழுந்து செல்வாள்.

உரையாடலாக இல்லாமல் சில காட்சிகள் வருணனையாகவும் எழுதப்பட்டுள்ளன. வீட்டுக்கு வருகிறவர்களோடு உரையாடுவதில்லை; எப்படி அவர்களோடு பேச வேண்டும் என்பது அவளுக்குத் தெரியாது; அவளது உலகமெல்லாம் புத்தகம் தான். வீட்டில் வாசிப்பது மட்டுமில்லாமல், நூலகத்திற்குச் சென்றும் வாசிப்பாள். வீட்டிற்கு நூல்களை நூலகத்திலிருந்து எடுத்து வந்தும் வாசிப்பாள். எடுத்துவர முடியாத நூல்களின் பக்கங்களைக் கிழித்துக் கொண்டுவந்தும் வாசிப்பாள் எனக் காட்டுவதின் மூலம் நித்திலாவின் புத்தகக் காதலை விரிவாக காட்டுகிறார் தமிழ்நதி. நூல்களுக்கும் அவளது எண்ணங்களுக்குமான உறவைச் சொல்லும் இரண்டு வருணனைகள். முதலாவது பொதுவெளியில் நடந்தது; இன்னொன்று அந்தரங்கத்தில்:

கையில் ஒரு சதம் கூட இல்லாதபோதிலும் புத்தகக்கடைகளுக்குப் போவாள். புத்தகங்களின் முதுகை பார்த்துக்கொண்டு நிற்பதே அவளுக்குப் போதுமானதாக இருந்தது. அங்கு நிற்கும் போது காலம் புரவியின் கால்கள்

கொண்டு பாய்ந்தோடியது சுற்ற வர இருக்கும் பொருட்கள், மனிதர்கள், ஓசைகள் எல்லாம் அந்நேரங்களில் மறந்து மறைந்து போயின.

முதலிரவில் "உனக்கு என்னவெல்லாம் பிடிக்கும்?" என்று கணவனானவன் கேட்டபோது தாமதிக்காமல் "புத்தகங்கள்" என்றாள். அரையிருளில் அவனது முகம் புலப்படவில்லை. எனினும், அந்தப் பதிலால் அவன் திருப்தி அடையவில்லை என்பதை தொடுதலில் உணர்ந்தாள். அவனோடு நிறையக் கதைக்க விரும்பினாள். அவனோ வார்த்தைகளைக் காட்டிலும் செயலையே விரும்பினான்.

நித்திலாவின் புத்தகக்காதல் குடும்ப வாழ்க்கையை நீண்ட நாளுக்கு நீட்டிக்கவில்லை. கணவன் வீட்டிலிருந்து பிறந்த வீட்டிற்கே திரும்ப விடுகிறாள். அதிலும் கூட அவளுக்கு வருத்தம் இல்லை. அவளது அம்மா மட்டுமே வருத்தம் கொள்கிறாள்

"மருமகன் எவ்வளவு நல்லவர். அவரோட நீ ஏன் ஒத்துப் போய் இருக்க கூடாது"

இவளோ கடைசியாக வாசித்த வரியில் அகலாது நின்று கொண்டிருப்பாள். அடுத்த வரியானது எதிர்பாராத திசையில் அவளை அழைத்துச் செல்வதற்குக் காத்திருப்பதன் பதட்டம் உள்ளோடும்

உன்ரை வாழ்நாளிலை இதையெல்லாம் நீ வாசிச்சு முடிக்க போறேல்லை. அம்மாவின் குரல் சாபம் விடுவதை போல ஒலித்தது.

அது நித்திலாவிற்கும் தெரிந்திருந்தது ஆனாலும் அவள் மழைக்காலத்திற்கென எறும்புகள் தானியங்களைச் சேமிப்பது போல, விவசாயி விதைநெல்லைச் சேமிப்பது போல, குழந்தைகள் பிரியமான தின்பண்டங்களை பொதிந்து வைத்திருப்பது போல புத்தகங்களை சேகரித்தாள்

என எழுதுகிறார். நித்திலாவின் புத்தகப்பிரியம் அன்றாட வாழ்க்கையில் ஏற்படுத்திய இழப்புகளைப் பற்றிய எண்ணமே

அவளுக்கு இல்லை. குடும்பச் செலவுக்குத் தேவையான பணத்தேவையைக் கூட அவளாக உணரவில்லை. வீட்டை விற்று அதை வங்கியில் இருப்பில் வைத்து அதில் வரும் வட்டியில்தான் குடும்பம் நடக்கிறது என்பதை உணர்த்தும் விதமாக, அம்மாவின் வலியுறுத்தலுக்குப் பின்னரே அதை அசை போடுகிறாள். அப்போதும் கூட புத்தகங்களோடு தொடர்புடைய வேலைக்குப் போகலாமே என்றுதான் நினைக்கிறாள் நித்திலா.

"நீ ஏன் வேலைக்கு போகக்கூடாது?" நித்திலா திகைத்துப் போனாள். வேலைக்கு போவதென்பது அவளளவில் செத்துப் போவதுதான்! அதற்குச் சற்றும் குறைந்ததில்லை அது. இதுநாள்வரையில் கேட்கப்பட்ட கேள்விகளில் இது அச்சுறுத்துவதாக இருந்தது.

★★★

ஏதாவது புத்தகக்கடையிலோ, லைப்ரரியிலோ எனக்கு வேலை கிடைக்குமா?

அம்மா ஆயாசம் நிறைந்த கண்களால் அவளைப் பார்த்தாள். அங்கேயே விழுந்து செத்துப் போகலாம் போன்ற களைப்பு அவளை மூடியது.

அப்போதுதான் முதலில் சொன்ன அம்மாவின் கூற்று ஓங்கி ஒலிக்கிறது. மற்ற பெண்களைப் போல ஏன் தன் மகள் இல்லையே என்ற வருத்தம் வெளிப்படும் ஒன்றாகவே இருக்கிறது:

"ஊருலகத்துலை உன்னைப் போல ஒரு பொம்பளைப் பிள்ளை இருக்காது" என்றாள் கசப்போடு

"இந்தப் புத்தகங்களை விட்டெறிஞ்சு போட்டு வேலைக்கு போ" என்றாள்

"சாப்பிடவும் வாடகைக்கும் காசு இருந்தால் போதாதா அம்மா?"

வீடு விற்ற பணத்தை வங்கியில் வைப்பிலிட்டு அந்த வட்டியில் சீவனம் போய்க் கொண்டிருந்ததை நித்திலா அறிந்திருந்தாள்

பணத்தின் தேவை, வாழ்க்கையின் இருப்பு, அன்றாட நடப்புகள்

எல்லாவற்றையும் ஒதுக்கி வைத்துவிட்டுப் புத்தகங்களோடு மட்டுமே வாழ்ந்துவிட முடியும் என்ற எண்ணம் கொண்ட அசாதாரண பெண்ணாக இருப்பதில் நித்திலாவுக்குள் ஒரு குற்றவுணர்வு இருக்கிறது. ஆனால் அக்குற்றவுணர்வு இந்த மனநிலையை புத்தகங்கள் மீது கொண்ட விருப்பமும் தேடலும் இருக்கவே கூடாது எண்ணங்கள் என்றும் நினைக்கவில்லை. அதை உணர்ந்துகொண்டு வேலைக்குப் போகலாம் என்று முடிவெடுத்து அம்மாவோடு உரையாடலைத் தொடங்கும்போது அம்மாவின் கடைசி நித்திரையாக மரணம் அணைத்துக்கொள்கிறது என்பதாகக் கதையை முடிக்கிறார் தமிழ்நதி.

"உங்களுக்கு நான் வேலைக்கு போகணும்... அவ்வளவுதானே?"

அம்மா சலனமற்றுக் கிடந்தாள்

வயிற்றில் கலவரத்தின் கனத்தை உணர்ந்தாள். அருகமர்ந்து உலுப்பினாள். அம்மா அசைவற்று கிடந்தாள். மெதுவாக விசும்பியழத் தொடங்கினாள். விசும்பல் கதறலாக மாறியது. யாரோ படி ஏறி வரும் காலடியோசை கேட்டது. சற்றைக்கெல்லாம் கூடம் ஆட்களால் நிறைந்துவிட்டது.

நித்திலா யாருடையவோ தோளில் சாய்ந்து அழுது கொண்டிருந்தாள். அவ்வளவு துயரத்திற்கு இடையிலும் வேலைக்கு போக வேண்டியதில்லை என்று நினைக்க உள்ளுக்குள் சந்தோசமாகத்தான் இருந்தது.

ஆகக்கூடிய துன்பியல் முடிவைக் கொண்டிருக்கும் கதையின் முடிவோடு ஒன்ற முடியாத தவிப்பொன்று வாசிப்பவர்களுக்கு உருவாகும் வாய்ப்புண்டு. இதையெல்லாம் தாண்டி, ஒரு பெண்ணுக்கு இருக்கும் இந்த வாசிப்பு விருப்பமும் நூல்களின் மீதான ஆசையும் ஒரு ஆணுக்கு இருந்தால் குடும்பமும், அதன் உறுப்பினர்களும் இவ்வளவு தூரம் வருத்தப்படுவார்களா? என்றொரு உள்ளார்ந்த கேள்வியை எழுப்பிக் கொண்டே இருக்கிறது. பெண்ணென்றால் 'குடும்பப் பெண்ணாக காலையில் எழுந்து அம்மாவுக்கு உதவியாக வேலை செய்து, கோலம் போட்டு, கோயிலுக்குப் போய்க் கடவுளை வணங்கி, கண் நிறைந்த கணவனைக் கைப்பிடித்து, அவனது கண்ணுக்கு நிறைவளிக்கும் விதமான ஒப்பனைகள் செய்து, உடைகளை

அணிந்து, படுக்கையைப் பகிர்ந்துகொண்டுதான் இருக்கவேண்டுமா? என்ற கேள்விகளின் விரிவாகவே அந்த ஒற்றைக் கேள்வியைப் புரிந்துகொள்ள வேண்டும்.

நித்திலாவின் செயல்களும் விருப்பங்களும் அசாதாரணமானவை என சொல்லிக்கொண்டே அதை விடமுடியாத நிலையையும் பேசும் கதை இந்தக் கேள்விகளை எழுப்புவதற்காக எழுதப்பட்ட கதையாக இருக்கிறது. அதன் மூலம் நித்திலா என்னும் ஒரு வகைமாதிரிப்பெண்ணை எழுதிக்காட்டுகிறார் தமிழ்நதி. அந்தப்பெண், தன் விருப்பங்களை எக்காரணம் கொண்டும் விட்டுக்கொடுக்காத வகைமாதிரிப் பெண்ணாக இருப்பதின் வழிப் பெண்ணியச் சொல்லாடல்களை உருவாக்குகிறாள்

22. தனித்திருக்க விரும்பும் மனம்:
சுஜா செல்லப்பனின் ஒளிவிலகல்

குடும்ப அமைப்பின் பெருமைகளையும் சிறப்புகளையும் ஆராதரிப்பவர்கள், அதற்குள் ஒவ்வொருவரும் இன்னொருவரைச் சார்ந்து வாழவேண்டியவர்களாக இருக்கிறார் என்பதாகப் பேசாமல் ஒவ்வொருவருக்கும் அது பாதுகாப்பைத் தருகிறது என்பதாகவே பேசுகின்றனர். அதிலும் பலவீனமானவர்களாக இருக்கும் பெண்களுக்கு ஆண்களின் பாதுகாப்பும் அரவணைப்பும் குடும்பத்திற்குள் தான் கிடைக்கும் என வலியுறுத்துகின்றனர். அதன் காரணமாகப் பெண்கள் தங்களின் தனித்த அடையாளங்களைப் பேணுவதையும் அதற்கான முயற்சிகளையும் செய்யக்கூடாது என்றும் வலியுறுத்துகின்றனர்.

தனித்திருத்தலின் சுதந்திரத்தைக் கொண்டாடும் மேற்கத்திய வாழ்க்கையில் - அமெரிக்க, ஐரோப்பிய நாடுகளிலும் கூட சேர்ந்து வாழும் கணவன் மனைவிக்குத் தரப்படும் மரியாதைகளும் மதிப்பும் அதிகம் என்பதைப் பார்த்திருக்கிறேன். சமூகமாக அமைப்பாக வாழ்வதை விரும்பும் நபர்கள் எப்போதும் பிரிவதைப் பற்றி நினைப்பதில்லை. ஆனால் ஒவ்வொரு கட்டத்திலும் தனது விருப்பங்களும் எண்ணங்களும் கணக்கில் கொள்ளப் படுவதில்லை என்று நினைக்கும் தனிமனிதர்கள் ஏன் சேர்ந்து வாழவேண்டும் என்ற கேள்வியைக் கேட்டுக்கொண்ட இருக்கிறார்கள். அதிலும்

குடும்ப அமைப்பிற்குள் குரலற்றவர்களாக ஆக்கப்படும் பெண்கள் எழுப்பியெழுப்பித் தணித்துக்கொண்டுதான் இருக்கிறார்கள். குடும்ப நெருக்கடியிலிருந்து தப்பித்துவிடும் கேள்விக்கான ஒருவிடையாக ஆண்கள் துறவைத் தேர்வுசெய்கிறார்கள். ஆனால் பெண்களுக்கு அந்த வாய்ப்புகள் குறைவாகவே இருப்பதால் அடங்கிப் போய்விடுகிறார்கள்.

இந்திய சமூகத்தை உள்ளடக்கிய கீழ்த்திசை நாடுகள், கூட்டுக்குடும்ப அமைப்பையே இன்றும் சிறந்ததாகக் கருதும் மனப்போக்கு கொண்டவை. அங்கிருந்து ஒரு பெண் தனது தன்னிலை உந்தித்தள்ளியதால், கணவனை விட்டு விலகி வாழ விரும்பினாள் எனச் சொல்வதும், அதனை ஏற்றுக்கொள்ளக் கணவனும் குடும்பத்தின் மற்ற உறுப்பினர்களும் பெரிய அளவு எதிர்ப்புக் காட்டவில்லை எனக் கதை எழுதுவதும் பெண்ணியச் சிந்தனைகளின் பெருந்தாக்கத்தின் விளைவு என்றே சொல்ல வேண்டும். ஏனென்றால், பெண்ணியத்தின் அடிப்படை விவாதமே பெண்கள் தங்களின் தனித்துவத்தைப் பேணுவதை உறுதிசெய்ய வேண்டும் என்பதே.

தமிழில் இப்படியொரு கதையை வாசிக்கத் தந்துள்ளார் சுஜா செல்லப்பன். ஒளிவிலகல் என்னும் அந்தக் கதையைச் சுஜா செல்லப்பன் இப்படித்தொடங்குகிறார்:

> *அந்தப் புத்தர் சிலையின் தோளில் மட்டுமே சிறுகீறல். உற்றுப் பார்த்தால்தான் தெரிகிறது. அதற்குப் போயா அம்மா இப்படி முடிவு எடுத்திருக்கிறாள். சுபாவுக்கு நம்பவே முடியவில்லை. ஊரில் இருந்து வந்ததும் குளிக்கக் கூட இல்லை. வீட்டுவாசற்படியில் உட்கார்ந்தாள். புத்தரைக் கையில் எடுத்தாள். கண்ணை மூடி உலகம் மறந்த நிலையில் சிந்தனையில் ஆழ்ந்திருப்பது போன்ற தோற்றம்.*

கதையில் “அம்மா இப்படி முடிவு எடுத்திருக்கிறாள்” என்பது கதையை வாசிக்க நினைத்து நுழைபவர்களுக்கு ஆர்வத்தை உண்டாக்கும் சொற்றொடர். அம்மா எப்படி முடிவு எடுத்தாள்? எனக் கதைக்குள் இருக்கும் ரகசியம் ஒன்றை அறிந்துகொள்ள விரும்பிக் கதையைத் தொடர்ந்து வாசிக்கக் கூடும். வாசித்தவர்கள் கேள்விக்கான விடையைக் கதையை முடிப்பதற்குள் அறிந்துகொள்ளக் கூடும். ரகசியத்தைச் சொல்லிமுடித்துவிடுவது

கதையை எழுதிய எழுத்தாளரின் பொறுப்பு. அப்படி முடித்தால் தான் அது கதை. அப்படி விடைசொல்லும் எழுத்தாளரைத் தீர்க்கமான முடிவுகள் கொண்ட கதாசிரியர் என்று வாசிப்புமனம் நம்பும். அப்படி விடை சொல்லாமல் சமகாலச் சிக்கல் ஒன்றைக் குறித்த விவாதம் என்பது தோன்றும் படியாகக் கோடுகாட்டிவிட்டுக் கூட ஒரு எழுத்தாளர் ஒதுங்கிக் கொள்ளலாம். எழுத்தில் இரண்டுக்கும் - விடை சொல்வதற்கும் விடைசொல்லாமல் சிந்திப்பதற்கான திறப்பைக் காட்டிவிட்டு ஒதுங்கிக் கொள்வதற்கும் - சாத்தியங்கள் உண்டு. இரண்டு நிலைகளில் இரண்டாவது நிலையை நவீனத்துவ விமரிசகர்கள் பாராட்டுகிறார்கள்.

கதையில் வரும் அம்மாவிற்கும் அப்பாவிற்கும் பெயர்கள் இல்லை. அம்மா, அப்பா தான். கதையைச் சொல்லும் பாத்திரமான மகளுக்கு மட்டுமே பெயர் இருக்கிறது. அவள் பெயர் சுபா. சுபாவின்அம்மா எடுத்த முடிவு இந்தியப் பெண்கள்/ தமிழ்ப்பெண்கள் எடுக்க நினைக்காத ஒரு முடிவு. கணவரைப் பிரிந்து தனியாக வாழவேண்டும் என்று முடிவு எடுத்தாள் என்பதாக மட்டுமல்லாமல், அவளது கணவரும் கூட ஏற்றுக்கொள்வார் என்பதைக் குறிப்பாகக் காட்டுகிறது.

> *அம்மா, 'இப்போது சொல்..' என்பதுபோல ஊஞ்சலில் உட்கார்ந்து கொண்டு சுபாவைப் பார்த்தாள். பக்கத்தில் சிறுகூடை நிறைய பூக்கள்.*
>
> *அம்மா. அப்பா இதுக்கு..?*
>
> *நிச்சயம் ஒத்துக்குவார்..*
>
> *மாலை வெயிலின் மங்கிய வெளிச்சத்தில் புத்தரின் முகம் தெரிந்தது. சுற்றிலும் இருந்த முல்லைப்பூக்கள் மொட்டவிழ்ந்து மலரத் தொடங்கியிருக்க, தன் இட மாற்றத்தையோ, அதற்கான காரண காரியங்களையோ எதையும் உணராதவர் போல கண்களை மூடியபடி இருந்த புத்தரின் முகத்தில் அதே சிறு கீற்றுப் புன்னகை.*

கதையின் தொடக்கத்தில் காந்திபுரம் வீட்டில் இருந்த புத்தர் சிலை, கதை முடிவில் தோட்டத்து வீட்டிற்கு இடம் மாறியிருந்தது. புத்தர் சிலையில் அதே சிறுகீற்றுப்புன்னகை. ஆனால் இந்த இடமாற்றத்திற்கான காரணங்களும் மனிதர்களும் புன்னகையோடு

இருப்பார்கள் என்று சொல்லமுடியாது.

அம்மா, கணவரை விட்டுப் பிரியும் அந்த முடிவை எடுக்கத் தூண்டிய காரணங்களும் காரணிகளும் என்னவாக இருக்கும்? எடுத்த அந்த முடிவால் உடனடியாக ஏற்படப்போகும் விளைவு என்ன? முதல் விளைவைத்தாண்டி ஏற்படக்கூடிய தொடர் விளைவுகள் எவை? அந்த விளைவுகளால் அம்மா என்ற தனி மனுசிக்கு மட்டுமே சிக்கல்களா? அவளோடு தொடர்புடைய குடும்ப உறுப்பினர்களுக்கும், உறவினர்களுக்கும் கூடச் சிக்கல்கள் தானா? அவர்கள் எல்லாம் என்னென்ன எதிர்வினைகளைச் செய்வார்கள்.. இப்படித் தொடர்ச்சியான வினாக்கள் அதன் விளைவாக என்னவெல்லாம் நடக்கும்; அந்த முடிவு ஏற்கத்தக்க முடிவு தானா? என்பதற்கான விடைகள் கதையில் கிடைக்கும்போது எழுதப்பெற்ற கதை முழுமையான கதையாக ஆகிவிடுகிறது. அம்மா எடுத்த முடிவு கணவரைப் பிரியும் அந்த முடிவு அவளுக்கு- அம்மாவுக்கு மகிழ்ச்சியைத் தந்தது என்பதைக் கதாசிரியர், ஒரு பெரும் பத்தியில் எழுதுகிறார். எழுதப்பெற்றுள்ள அந்தச் சொற்றொடர்கள் ஒரு பெண்ணின் - தனித்திருப்பதை விரும்பிய பெண்ணின் லயிப்பு என்பதை உணர்வு பூர்வமாகச் சொல்கின்றன.

> அம்மா காந்திபுரம் வீட்டில் இருந்துகொண்டுவந்த பைகளைக் கீழே வைத்துச் சில பொருட்களை மட்டும் எடுத்துக்கொண்டிருந்தாள். வீட்டிற்குள் நுழைந்ததும் அம்மா வேறு உருக்கொண்டவளாய் ஆனாள். யாரோ புது மனுஷியைப் பார்ப்பதுபோல இருந்தது. புத்தர் சிலையை வாசலுக்கு நேராக உள்ள ஒரு ஸ்டூலில் வைப்பது தெரிந்தது. அந்த வீடு முழுதும் அம்மா நிரம்பியிருப்பதாகத் தோன்றியது. வீட்டிற்குள் அனுமதியின்றி நுழைவதோ அம்மாவின் அந்தரங்கத்தில் தலையிடுவது போன்ற உணர்வைக் கொடுத்தது. சிறிது நேரத்தில் பாட்டுச் சத்தம் கேட்டது. பக்கத்து வீட்டின் கோழிக் குஞ்சுகள். முற்றத்தில் கீச்கீச் என்று கத்திக் கொண்டிருந்தன. அம்மா அவைகளுக்குத் தானியங்களைத் தூவினாள். மோட்டார் போட்டுத் தென்னை மரங்களுக்குத் தண்ணீர் பாய்ச்சினாள். ஒரு கிண்ணத்தை எடுத்துக்கொண்டு வந்து மதிலைச் சுற்றிக் கொடியாய்ப் படர்ந்திருக்கும் முல்லைப்பூக்களைப் பறிக்க

ஆரம்பித்தாள். சேலையை இழுத்து ஏற்றிக் கட்டிக்கொண்டு ஒவ்வொரு கிளையாகப் பிடித்து வளைத்துப் பூக்களைப் பறித்தாள். இன்னும் மலராத மொட்டுகளைச் சரியாகக் கணித்து இன்று மலரப்போவதை மட்டுமே சிறு அழுத்தம் கொடுத்து பறித்தாள். ஒவ்வொரு பூ பறிக்கும்போதும் கொடியிடம் மன்னிப்போ நன்றியோ தெரிவிப்பதுபோல ஒரு வருடல். ஒரு புகைப்படமாய் பக்கவாட்டில் அம்மாவின் தோற்றம் கண்களில் பட்டது. அம்மா என்ற பிம்பம் அழிந்து ஒரு பெண்ணாக மட்டுமே பார்க்கத் தூண்டியது அந்தத் தோற்றம்.

இந்தப் பெரும் பத்தியின் கடைசியில் "அம்மா என்ற பிம்பம் அழிந்து ஒரு பெண்ணாக மட்டுமே பார்க்கத் தூண்டியது அந்தத் தோற்றம்" என்பதில் அம்மாவைப் பற்றிய மகளின் புரிதலும் இருக்கிறது.

பிள்ளைகளின் குடும்பத்தில் சிக்கலோ, சண்டையோ வந்தால் கணவனிடம் சொல்லிக் கொள்ளாமல் கிளம்பி அம்மா வீட்டிற்கு வந்துவிடுவது இந்தியக் குடும்பங்களில் நடக்கும் நடைமுறைகள். ஆனால் கதையில் அம்மாவுக்கும் அப்பாவுக்கும் இடையே விரிசல். அதனைப் பேசிச் சரிசெய்ய வந்திருப்பவள் மகள் சுபா. அந்த மகளின் கூற்றாகவே கதை நிகழ்த்தப் பெற்றுள்ளது. கதையை எழுதியுள்ள சுஜா செல்லப்பனின் இப்போதையை இருப்பு சிங்கப்பூர் என்றாலும் கதை நடக்கும் வெளி இந்திய நகரம். இந்தியாவில் வாழும் ஒரு பெண்ணாக இருந்தால் இப்படியான ஒரு கதையை எழுதத்தோன்றியிருக்குமா? என்பது ஐயமே. அவரது புலம்பெயர் வாழ்வுப் பின்னணியே தனித்து வாழ விரும்பும் அம்மாவின் விருப்பத்தை நேர்மறைப் பார்வையுடன் ஏற்று முன்வைக்கும் கதையொன்றை எழுதத் தூண்டியிருக்கிறது.

கதையில் வரும் அம்மாவிற்கும் அப்பாவிற்குமிடையே பெரிய மனச் சங்கடங்களோ, சண்டைகளோ இருந்ததாக எழுதப்பெறவில்லை. காசியில் போய் மற்றவர்கள் எல்லாம் எதையெதையோ வாங்க அம்மா வாங்கியது அந்தக் கறுப்புநிற புத்தர் சிலை. அதை வாங்கியதே அவருக்குப் பிடிக்கவில்லை. அதற்கும் மேலாக அந்தச் சிலைக்கு வீட்டில் கொடுத்த இடமும் அவருக்கு உடன்பாடானதாக இல்லை. ஆனால் அம்மா, அந்தச் சிலையைத் தெய்வம் என்றுகூட

நினைக்கவில்லை. என்றாலும் அதன் மீதான ஈடுபாடும் ஒரு பூவைப் பக்கத்தில் வைத்துவிட்டுப் போவதும் அவளது மனதிற்குள் அது இடம்பிடித்துக்கொண்டிருக்கிறது என்பதைக் காட்டுகிறது. அந்தச் சிலையில் ஏற்பட்ட சிறுகீறலும், அதனைப் பெரிதாக எடுத்துக்கொள்ளாத கணவனின் போக்கும் அவளுக்குத் தந்தது எரிச்சல்; தவிப்பு. அதன் தொடர்ச்சியாக பிரிந்துவிடலாம் என்ற முடிவுக்குத் தள்ளுகிறது.

புத்தர் சிலையில் ஏற்பட்ட சிறுகீறலும், அதனைக் கண்டுகொள்ளாமல் இருக்கும் கணவனின் அசட்டையும் தான் பிரிவிற்கான காரணம் என்பதுபோலத் தோன்றினாலும், அதையும் தாண்டிப் பல காரணங்கள் அவள் மனதிற்குள் இருந்தன எனக் கதாசிரியர் காட்டுகிறார். மகளைத் திருமணம் செய்து அனுப்பிவிட்டுக் கணவன் -மனைவி என இருவரும் தம்பதிகளாகத் தனித்து வாழும் – காந்திபுரம் வீட்டில் இருவரும் ஒரே வீட்டில் வாழ்ந்தாலும் இருவரின் விருப்பங்களும் வேறுவேறாய் இருக்கின்றன. உடல் நோய் மற்றும் வயது காரணமாக மனைவியைச் சார்ந்து வாழ்பவராக இருந்த போதிலும் அப்பாவின் விருப்பங்களுக்கும் முடிவுகளுக்கும் கட்டுப்பட்டு வாழவேண்டியவளாக அம்மா இருக்கிறாள். அவளின் விருப்பத்தையும் ஆசைகளையும் காதுகொடுத்துக் கேட்பவராகவும் ஏற்றுச் செயல் படுத்துபவராகவும் அவர் எப்போதும் இல்லை என்பதையும் கதை கோடிட்டுக் காட்டுகிறது. இருவரையும் சமாதானம் செய்துவிட முடியும் என்ற நம்பிக்கையில் வந்த மகள் அப்பாவோடும் நடத்தும் உரையாடல் இப்படி அமைந்துள்ளது.

> *‘அம்மாகிட்ட எப்படி ஆரம்பிகிறதுனே தெரியல. நீங்க சொன்னது உண்மைதானா..?*
>
> *நேத்து வக்கீல் வந்துட்டுப் போனார். ம்யூச்சுவல்னா பிரச்சினை இல்லை; யோசிச்சிட்டு சொல்லுங்கனு சொல்லிட்டுப்போனார். என்றபடி எதிர்ப்பக்கத்தில் இருக்கும் அலமாரியைப் பார்த்தார். சில காகிதங்கள் மின்விசிறிக்காற்றில் பக்கங்களைப் புரட்டியபடி படபடத்தன.*
>
> *‘என்னப்பா பிரச்சினை? எதுவும் சண்டையா?*
>
> *இரண்டு வாரங்களுக்கு முன்புதான் அம்மா பேசியிருக்கிறாள். அதற்குள் வக்கீல் வரை வந்திருக்கிறாள் என்றால் நிச்சயமாக*

இப்போது எடுத்த முடிவாக இருக்க வாய்ப்பில்லை.

‘என்ன நடந்துச்சுப்பா? என்ன பிரச்சினை உங்களுக்குள்?..

‘சண்டையெல்லாம் ஒன்னும் இல்லை’.

‘புத்தர் சிலையில் எப்படி கீறல் வந்துச்சு?’

‘யாரும் எதுவும் பண்ணல, திடீர்னு ஒருநாள் கீறல். அவதான் கவனிச்சிருக்கா..’

வாழும் வெளி - வீடு சார்ந்து இருவருக்கும் வேறுபட்ட எண்ணங்களும் விருப்பங்களும் இருந்தன. குடியிருக்கும் வீட்டைத்தேர்வு செய்தலில் அவள் கணவர் தொடர்ந்து பிடிவாதம் காட்டுகிறார். அம்மாவின் விருப்பம் தோட்டத்துவீடு. ஆனால் அப்பாவிற்கோ இப்போதிருக்கும் காந்திபுரம் வீட்டை விட்டு நகரும் எண்ணம் இல்லை என்பதான முரண்பாடுகளைக் கதையில் இடம்பெற்றுள்ள உரையாடல்களும் நிகழ்வுகளும் முன்வைக்கின்றன.

அம்மாவுக்கு அந்த வீட்டில் குடியிருக்க வேண்டும் என்று ஆசை. அப்பா தான் முதன்முதலில் கட்டியவீடு என்பதால் காந்திபுரம் வீட்டை விட்டு மாறச் சம்மதிக்கவில்லை. தோட்ட வீட்டின் முன்புறம் முழுதும் பூக்களும் ஒரு பெரிய வேப்பமரமும் இருக்கும். பின்புறம் தென்னை மரங்களும் சில காய்கறிச் செடிகளுமாகக் கச்சிதமான அமைப்பைக் கொண்டிருக்கும். நடுவில் வீடு இருபுறமும் திண்ணை. ஒரு ஹால் இரண்டு அறைகள், சமையலறை, கழிப்பறை. அந்த வீட்டை ஒட்டினாற்போல அதே அமைப்பில் இன்னொரு வீடு. அந்த வீடுகளை வாடகைக்கு விடுவது; பராமரிப்பது எல்லாம் அம்மாவின் பொறுப்பில் இருந்தது.

ஒவ்வொன்றிலும் அவளுக்கும் அவருக்கும் வேறுவேறு நிலைபாடுகள் இருந்தன. அவளது விருப்பங்கள் என்ன என்பதைக்கூட கேட்பவராக இருந்ததில்லை அப்பா என்பதை அறிவாள் கதைசொல்லியான மகள். பிள்ளைகளைப் பார்த்துக்கொள்ள அவள் பார்த்த ஸ்டெனோ வேலையை விடும்படி கணவன் சொன்னதைக் கேட்டுத்தான் வேலையை விட்டிருந்தாள். அப்படி விடுவதில் அவளுக்கு அப்போது விருப்பம் இல்லை. என்றாலும் குடும்பம் தந்த நெருக்கடியால் வேலையை விட்டவள்.

மாறிவரும் சமூகப் போக்கையும் தனிமனித விருப்பங்களையும் புரிந்துகொள்ளாமல் இருக்கும் மரபான குடும்ப அமைப்பும் அதன் உறுப்பினர்களும் இறுக்கமான அதே தன்மையோடு தொடரமுடியாது என்பதை நேரடியாகச் சொல்லாமல் கோடிட்டுக் காட்டிச் சிந்திக்கத் தூண்டும் கதையாக சுஜா செல்லப்பன் ஒளிவிலகலை எழுதியுள்ளார். குடும்பப் பாரமென்பது அதன் உறுப்பினர்களுக்காகத் தனது சுதந்திரத்தை விட்டுக்கொடுப்பதாக எப்போதும் இருக்கின்றது என்ற விமரிசனத்தை வைக்கும் கதாசிரியர், வாய்ப்புக்கிடைத்தால் பிரிந்துவிடுவதில் ஒவ்வொருக்கும் விருப்பம் இருக்கவே செய்கிறது என்பதையும் காட்டுகிறார். பிரிந்துபோகும் முன்னெடுப்பைக் கதைக்குள் எடுப்பவராக இருப்பது அம்மா. அவளை 54 வயதைத் தாண்டியவர் என்று குறிப்பாகச் சுட்டுகிறார். அவரது கணவர் கதைசொல்லியின் அப்பா ஓய்வுபெற்றவர். அதை மௌனமாக ஏற்பதன் மூலம் அப்பாவும் அப்படியொரு முடிவோடு இருந்திருக்க வாய்ப்புண்டு என்பதாகவும் கோடுகாட்டுகிறார். பிரிந்து விடுவது என்பது முகஞ்சுழித்து சண்டையிட்டு "இனி உன்முகத்தில் முழிக்க மாட்டேன்" எனக் கூறிவிட்டுப் போய்விடுவதல்ல. அவரவர் வெளியில் அவரவர் விருப்பப்படி வாழ்வது என்பதையும் கதாசிரியர் காட்டுகிறார். அப்படி வாழ்பவர்கள் திரும்பவும் சேர்ந்துவிட விரும்பினால் சேர்ந்துகொள்ளவும் முடியும். இதனை ஐரோப்பிய சமூகத்தின் குடும்ப வாழ்க்கை நடைமுறையில் செய்துகாட்டிக்கொண்டே இருக்கிறது.

23. தந்தைமையைத் தாக்குதல்: மாஜீதா பாத்திமாவின் உம்மாவின் திருக்கை மீன்வால்

வாசிக்கப்படும் இலக்கியப் பனுவலொன்றை ஆண்மையப் பிரதியா? பெண் மையப் பிரதியா? என அடையாளப்படுத்திக் கொண்டு விவாதங்களை முன்வைப்பது பெண்ணிய அணுகுமுறை. ஒரு பிரதியை அடையாளப்படுத்தும் கூறுகள் அதன் தலைப்பு தொடங்கி, சொல்லும் பாத்திரம், விசாரிக்கப்படும் பாத்திரங்கள், உண்டாக்கப்படும் உணர்வுகள், வாசிப்பவர்களுக்குக் கிடைக்கும் சிந்தனை மாற்றம் எனப் பலவற்றில் தங்கியிருக்கக் கூடும். மாஜிதா பாத்திமா எழுதிய உம்மாவின் திருக்கை மீன் வால் என்ற கதையை (அம்ருதா, மே, 2019) பெண்மையக் கதையாக அடையாளப்படுத்திக் கொள்ளும் பல கூறுகள் கதைக்குள் இருக்கின்றன.

கதையை எழுதியது பெண் என்பதால் அக்கதையைப் பெண்ணியப் பனுவல் என வகைப்படுத்துவது பிழையாக மாறிவிடக் கூடும். மரபான வாழ்க்கைக்குள் தங்களைப் பற்றிய விசாரணையில்லாத பல பெண் எழுத்தாளர்கள் ஆண்மையப் பனுவல்களையே உருவாக்குகிறார்கள். தமிழ் இலக்கிய வெளிக்குள் அறியப்பெற்ற பெண் எழுத்தாளர்களின் கதைகளுக்குள்ளேயே கூட இந்தியக் குடும்ப அமைப்பின் புனிதங்களும், தந்தைமையின் மறைமுக ஆதிக்க நிலைபாடும் கொண்டாடப்படுகின்றன. ஆனால் தந்தைமையின்

ஆதிக்கத்தனத்தைக் காக்கும் அமைப்பாகக் குடும்பவெளி இருக்கிறது என்பதைச் சிந்தனை பூர்வமாக உணர்ந்து எழுதும் எழுத்தாளர்களே பெண்ணியத்தின் அனைத்துத் தளங்களையும் முன்வைக்கும் பனுவல்களை உருவாக்குவர். மாஜிதா இந்தக் கதையில் அதனைச் செய்திருக்கிறார். தன்னை முழுமையாக விடுதலை பெற்ற பெண்ணாக நினைக்கும் ஒருத்தியின் கதையைச் சொல்லும் மாஜிதா, கதையைச் சொல்லும் முறையில் இதனைச் சாதித்திருக்கிறார்.

சுதந்திரமாக உணர்தலைத் தொடர்ந்து தடுக்கும் அமைப்பாகக் குடும்பம் இருக்கிறது என்ற விமரிசனத்தை முன் வைக்கும் கதை மிகச் சிறிய குடும்ப அமைப்பையே காட்டுகிறது. வாப்பா, உம்மா, மகள் என மூன்று பாத்திரங்களையும் சம அளவில் எழுதிக்காட்டும் பனுவல், கதையின் நிகழ்வுகளை இருவேறு காலத்தில் அடுக்கியிருக்கிறது. கதையின் தொடக்கப் பாதி இருப்பிலிருந்து நகர்கிறது. இப்போது அவள் தனியள், விடுதலை பெற்றவள், தனது தேவைகளைத் தாண்டி, சமூகத்தின் நகர்விற்காக உழைக்கும் பொதுவெளி மனுசி. ஆனால் முன்பு வீட்டின் சுவரில் தொங்கும் திருக்கை மீன் வால் தரும் அச்சத்தில் வாழ்ந்தவள். இவ்விரு வேறுபாடுகளை வித்தியாசங்களைச் சொல்வதின் வழியாகவே தந்தைமையின் குரூரத்தைக் கடுமையாக விமரிசிக்கிறார் மாஜிதா பாத்திமா.

இப்போதிருக்கும் வாழ்க்கை அவள் நினைத்தபடி இருக்கும்-விடுதலையை உணரும் வாழ்க்கை என்கிறது கதையின் பகுதி. தான் கற்ற கல்வியின் மூலம் குடும்ப நல வழக்குகள், பெண்கள் உரிமைகள், பெண்களுக்கான நலத்திட்டங்களை உணரச் செய்யும் ஆலோசகராக இருக்கிறாள். அதன் பொருட்டுத் தனியாகவே இருக்கிறாள். இப்போதைய வாழ்தலைப் பற்றிய நினைவுகள் பற்றிய கதைக் குறிப்பு இது:

> *"இன்று அவள் தனித்த யாத்திரிகராக மாறி விட்டாள். அவளுடைய பயணத்திற்கு இலக்கு உண்டு. பறவையின் கண்களைப்போன்று அவளது பயணம் எதையாவது தேடிக் கொண்டேயிருக்கும். அமெரிக்காவின் சிறைச்சாலையிலிருந்து அவுஸ்திரேலிய பழங்குடிகள் வரை அவளது இலக்கு விரிவடைந்திருந்தது."*

அவள் குடும்பத்தில் வாப்பா, உம்மாவோடு இருந்த காலத்தைப் பற்றிய குறிப்போ இதற்கு மாறானது:

> "அவளுக்கான சுதந்திரக் காற்று வீட்டிற்கு வெளியே தான் வீசிக்கொண்டிருந்தது. வீட்டினுள்ளே இருந்த தளைகள் அவளை நெருக்கிப் பிடித்து உக்கிரப் பிரவாகமெடுக்கச் செய்தன. பாதணிகளை கழற்றி விட்டு உள்ளே நுழைவது போல் தனது சுதந்திர இறகுகளை முறித்து விட்டு வீட்டிற்குள் நுழைவாள். கேள்விகளை கோர்த்த சாட்டை எப்பொழுதும் அவளது வருகையை எதிர்பார்த்து காத்திருந்தது. வேலையை முடித்து விட்டு பஸ்ஸிலேறி இருக்கும் பொழுதே இன்று வீட்டில் என்ன நடக்குமோ என்ற பீதி அவளைச் சுற்றிக் கொள்ளும்.

எனத் தெளிவாக வேறுபடுத்தப்படுகிறது. இந்த வேறுபாடுகளை -விடுதலை உணர்வோடு x அச்சமும் தடைகளும் கொண்ட நிலையை முன்வைப்பதின் வழியாகவே பெண்ணெழுத்து உருவாகிறது. அவ்வேறுபாடுகளைக் கண்டறிந்து பேசுவதின் வழியாகவே பெண்ணியத் திறனாய்வும் தன்னை நிலைநிறுத்தியுள்ளது.

பெண்ணியம் ஒரு நவீனக் கலைச்சொல். நிகழ்காலக் கலை இலக்கிய விவாதங்களில் தவிர்க்க முடியாத கலைச்சொல். அப்படி ஆவதற்கு அடித்தளம் இட்ட அறிவுத்துறை சமூக அறிவியல். மானிடவியல், சமூகவியல், வரலாறு வழியாகப் பொருளியல் சுதந்திரத்தை நாடும் பெண்களின் விருப்பத்தை முன்வைக்கும் கலைச்சொல்லாகத் தன்னைக்கட்டமைத்துக் கொண்ட கலைச்சொல் அது. அக்கலைச்சொல்லின் விவாதங்கள் முதன்மையாக மூன்று நிலைகளை- பெண்ணின் இருப்பு, சமத்துவம், விடுதலை -என மூன்று நிலைகளை முன்வைத்துப் பெண்ணை அடையாளப் படுத்துகிறது. இம்மூன்று நிலைகளையே பின்னர் பெண்ணியம் தனது வகைப்பாடாக விளக்கவும் செய்தது.

சார்ந்து நிற்கும் பொருளியல் உறவுகள் இல்லை என்ற நிலைதான் எல்லாவகையான விடுதலையின் அடையாளம். விடுதலை அடைந்த நாடு என்பது கூடச் சுயச்சார்புப் பொருளாதார உற்பத்தியில் அல்லது பொருளாதார உறவுகளில் தான் அடையாளப்படுகிறது. மனித உயிரியின் விடுதலை மனமும் இன்னொருவரைச் சார்ந்து நான் இல்லை என்பதில் தான் இருக்கிறது. தனது

சம்பாத்தியம் தனது தேவைகளைத் தீர்த்துவிடும் என்ற நிலையில் பெண்ணொருத்தி தனது விடுதலையை உணர்வாள்.

ஆணாயினும் பெண்ணாயினும் விடுதலையை விரும்பும் நிலையில் முதலில் அதன் இருப்பைப் பற்றிய விசாரணையை முன்வைக்கிறது. இருபாலாரின் இருப்பாக இருக்கும் மிகச்சிறிய அலகு குடும்பம் என்னும் அமைப்பு. குடும்ப அமைப்பை விளக்க நினைக்கும் எல்லா வரையறைகளும் ஆண் முதன்மையைச் சொல்லிப் பெண்ணை இரண்டாமிடத்திலேயே நிறுத்துகின்றன. இரண்டாமிடம் என்பதும் ஒன்னும் ஒன்னும் இரண்டு என்பதுபோலச் சமநிலைப்பட்ட இரண்டாமிடம் அல்ல. கணவன் முதல் இடம் மனைவி அவனைச் சார்ந்து நிற்கும் இரண்டாமிடம். பிள்ளைகளுக்கு ஆணாயினும் பெண்ணாயினும் - தந்தையைச் சார்ந்து நிற்கும் மற்ற இடங்கள் தான். தந்தை, கணவன், உடன்பிறந்தோர் என ஆண்களைச் சார்ந்து நிற்கும் சூழ்நிலையை உருவாக்கும் குடும்பம் என்னும் அமைப்பைப் போலவே சமூகம் உருவாக்கும் ஒவ்வொரு அலகுகளிலும் பெண்ணின் இடம் சார்ந்து நிற்கும் இடங்களாகவே இருக்கின்றன என்பது பெண்ணிய விவாதங்கள் எழுப்பும் சொல்லாடல்கள். சார்ந்து இருப்பதிலிருந்து விடுதலை பெற வேண்டுமெனில் தனித்து வாழ்வதற்கான பொருளியல் தேவைகளைப் பெற வேண்டும் என்பது நிபந்தனை. அந்நிபந்தனைக் கடந்து விடுதலையை அடைவதற்கான வழிகள் எளியன அல்ல. மேடுகளையும் பள்ளங்களையும் உண்டாக்கும் சமூக அமைப்புகளை விடவும் அவளது குடும்ப அமைப்பே முதல் தடைச்சுவர். அச்சுவரை எழுப்பிக் குரூரமான ஆயுதத்தைத் தரித்து நிற்கும் நபராக இருப்பது குடும்பத்தின் தலைவராக இருக்கும் தந்தை. தலைமைப் பொறுப்பில் இருந்து குடும்பத்தின் லாப நட்டங்களைப் பார்க்கும் தந்தை என்னும் ஆண் ஒரு தனிநபர். அந்தத் தனிநபர் குடும்ப அமைப்பின் அதிகாரத்துவக் குறியீடாக மாறும்போது ஆணாதிக்கச் சமூகத்தின் தலைமைக்குணங்களைத் தாங்கி தந்தைமையாகிவிடுகிறார்.

பெண்ணிய அணுகுமுறை மட்டுமல்ல; பெண்ணிய அணுகுமுறைக்கு முன்னோடியாக இருக்கும் மார்க்சியம், உளவியல், அமைப்பியம் போன்ற திறனாய்வு அணுகுமுறைகளுமே பனுவலைத் தனது கருத்தாடல் சொற்களைக் கொண்டு அடையாளப்படுத்திக் கொண்டே வாசிக்கின்றன. பனுவலின் அடையாளத்தை உருவாக்கிக்

கொள்ள பிரதியின் கலைச்சொற்களைப் பயன்படுத்துவதைவிட அந்த அறிவுத்துறைகளின் கலைச்சொற்களே பயன்படுகின்றன. அக்கலைச் சொற்கள் வழியாக எழுதப்பட்ட பிரதிக்குள் உருவாக்கப்படும் பாத்திர அடையாளம் கண்டறியப்படுகிறது. அதன் பிறகு எழுதப்பெற்ற பிரதியிலிருந்து பாத்திரங்களின் உடலியல், சமூகவியல், உளவியல் குறிப்புகளை முன்வைத்து விவாதிக்கின்றன திறனாய்வு அணுகுமுறைகள் . இதன் காரணமாகவே சுத்த இலக்கியவாதிகளால் கலை கலைக்காகவே என வாதிடும் இலக்கியவாதிகளால் இவ்வகை அணுகுமுறைகளும் கருத்தியல்களும் வெறுக்கப்படுகின்றன.

★★★

மாஜிதா பாத்திமாவின் பிரதிக்குள், 'திருக்கை மீன் வால்', உம்மாவின் உடைமை என்பதாகச் சொல்கிறது கதைத் தலைப்பு. ஆனால் கதைக்குள் அந்தத் திருக்கை மீன் வாலைப் பயன்படுத்துவது அம்மா அல்ல; வாப்பா.

> *உம்மாவின் அறையின் சுவரில் தொங்கிக் கொண்டிருக்கும் திருக்கை மீன் வால் அவளது மனத் திரையில் ஓடி வந்து பயமுறுத்தும். மரம் அறுக்கும் அரம் போல் சொர சொரவென்ற திருக்கை மீன் வாலின் தோலின் மேல் நல்ல பாம்பின் கழுத்தில் இருக்கின்ற வளையம் போன்று உருண்டைகள் ஒட்டியிருக்கும். அவளுக்கு வயது தெரிந்ததிலிருந்து தண்டனை என்ற பெயரில் அவள் மீது ஒவ்வொரு தடவையும் வாப்பா நிகழ்த்தும் வன்மப் போரின் பொழுது இந்த இராட்சத உருவம் கொண்ட திருக்கை மீன் வால் இவளைப் பார்த்து சிரிக்கும். திருக்கை மீன் வால் வீட்டில் இருப்பது அவளுக்கு எரிச்சலை உண்டாக்கியது. ஆனால் அந்த வாலினை சுவரிலிருந்து கழற்றி வெளியே வீசுவதற்கான இயலாமை அவளிடம் இழைந்து கொண்டிருந்தது.*

இதற்குப் பதிலாக அம்மாவிடம் இருந்த ஆயுதம் வேறு. அது சொல்லாயுதம். அச்சொல்லாயுதம் எப்போதும்,

> *தீர்ப்பின் இறுதிக்கட்டத்தில் தண்டனையை விபரிப்பது போல் உன்னப் போல பொம்புள புள்ளயொன்ற படிப்பிக்க*

> *வெச்சத போல பெரிய பிழை வேறொன்றுமில்லை என்ற வாசகம் உம்மாவிடமிருந்து வெளியேறும்.*

இந்தச் சொற்களையே ஒவ்வொரு முரண்பாட்டின் போதும் உம்மா சொல்கிறாள். ஆனால் வாப்பா எதுவும் பேசாமல் தண்டிக்கும் கருவியான திருக்கை மீன் வாலையே பார்ப்பார். அப்படியான முரண்பாடுகளை நினைத்துக் கொள்ள நேர்ந்த தின் தொடக்கம் அம்மாவிற்கு உடல் நிலை சரியில்லை என்று தகவல்தான். அப்படித்தான் கதை தொடங்குகிறது:

> *பராமரிப்பு வழக்குத் தாக்கல் செய்வதற்காக வாகரையிலிருந்து அலுவலகத்திற்கு வந்த இரண்டு பெண்களுடன் உரையாடிக் கொண்டிருக்கும் பொழுது தான் அந்த தொலைபேசி அழைப்பு அவளுக்கு வந்தது .*
>
> *உம்மாவுக்கு இரத்தப்போக்கு கடுமையாக இருக்கு . நேற்று பொலநறுவைக்கு அஜ்வத் டொக்டரின் ஆஸ்பத்திரிக்கு உசன் நானா கூட்டிக்கிட்டு போனாரு. பதிமூன்று வருஷத்துக்கு பிறகு மீண்டும் மாதவிடாய் வந்திருப்பது உடம்பில் ஏதோ ஒரு பிரச்சனைக்கான அறிகுறி.*

அப்படியொரு தகவல் வந்தவுடனேயே அவள் கிளம்பிவிடவில்லை. அப்படிக் கிளம்பியதாக எழுதப்பெற்றிருந்தால் இந்தக் கதையின் கதாசிரியரின் பெண் நிலைப்பாடே அர்த்தமற்றுப் போயிருக்கும். அம்மாவின் மீது கொண்ட பாசம் என்பதான மிகையுணர்ச்சிக் கதையாக மாறிப்போயிருக்கும். அதற்குப் பதிலாக அவள் நிதானமாகவே செயல்பட்டாள் என எழுதியதின் மூலம் மாஜிதாவின் பெண்ணியப் புரிதல் தெளிவாக முன்வைக்கப்படுகிறது.

வேலைகளை நிதானமாக முடித்துவிட்டு, ஆலோசனைகள் தரவேண்டியவர்களுக்கு ஆலோசனைகளை வழங்கிவிட்டு நிதானமாகவே கிளம்புகிறாள். இந்த இடைவெளியில் தான் அவளது கடந்த கால வாழ்க்கை வாப்பா, உம்மாவோடு குடும்பத்தின் உறுப்பினளாக இருந்த வலி நிறைந்த வாழ்க்கை நினைவுகளாக வந்துபோகின்றன. அந்த நினைவுகளில் அவள் வாப்பாவால் அடிக்கப்பட்டதும் உம்மாவால் கேள்விக்கணைகளால் துளைத்தெடுக்கப்பட்டதும் வீட்டை விட்டுக் கிளம்ப நேர்ந்ததும் வருகிறது. தனியாகப் போனபின்பும் உம்மாவின் வேண்டுகோளை ஏற்று

உடனே உம்மாவுடன் போனில் பேசுவாள். நீ வருவாய் என்டு ஒவ்வொரு நாளும் ஒரு சுண்டு அரிசியை சேர்த்து ஆக்கி வெச்சிட்டு இஷா நேரம் வரையும் காத்துட்டு இருக்கன். உனக்கு எப்ப லீவு கிடைக்கும். கோழி மிதிச்சு குஞ்சு சாகாதுடி என்ற உம்மாவின் வார்த்தையில் இவள் உடைந்து விடுவாள். உடனே உம்மாவைப் பார்க்க வேண்டும் என அவளது மனது சஞ்லப்படும்.

சனி, ஞாயிறு தினங்களில் சில வேளை வீட்டிற்கு செல்வாள். இவளைக் கண்டதும் உம்மாவுக்குள் மண்டியிட்டுக்கிடந்த பித்து கரைந்து விடும். இவளுக்கு பிடித்த விறால் கருவாட்டுக் கறியும் சூடை மீன் போட்டு முருங்கையிலைப் பாலாணமும் , இறைச்சிக் கறியும் புளியாணமும், நெத்திலி பொறியலும் பருப்புக்கறியும் என சோடி சோர்த்து சமைப்பாள். காஞ்ச மாடு கம்பில விழுந்த மாதிரி இவள் விழுந்து விழுந்து சாப்பிடுவாள்.? காலையில் எழும்பும் பொழுது தேநீரையும் மொறு மொறு வென்று திகட்டும் பாலாப்பத்தையும் இவள் கையில் நீட்டுவாள்.

ஆனால் விருந்தும் மருந்தும் மூன்று நாள் என்பது போல அந்த வீட்டில் நீண்ட காலம் அவளால் தங்க முடியாது.

போன நிலைபாடும் வருகிறது. ஒரு முறை அவள் தங்கியிருந்த வீட்டிற்கு வந்து பார்த்துவிட்டுச் சண்டை போட்ட வாப்பாவைக் கோபமாகத் திட்டி வெளியே அனுப்பியதும் நினைவில் வருகிறது:

பொம்புள புள்ளயொன்று இப்படி வீட்டில தனியே இருந்தா ஆயுதம் தூக்கிக்கொண்டு திரியிற எவனாலும் வந்து ஒரு ராவைக்கு கற்பழிப்பிச்சுப் போட்டு போவான் என்று கூறி முடிப்பதற்குள் ஊசியொன்று காதில் ஏறுவது போல் இவளை வலிக்க வைத்தன.

ஏன் வாப்பா என்ட குண்டியில தான் என்ட பாதுகாப்பும் இருக்குதா? என்று கேட்டு விட்டாள்.

அவரை அறியாமலேயே பேரதிர்ச்சியிற்கு உள்ளாக்கிய அந்த கேள்வியில் ஒரு கணம் ஸ்தம்பித்து போயிருந்தார். பின்னர் திடீரென அவர் தேநீர் குடித்துக் கொண்டிருந்த கோப்பை விழுந்து நொறுங்கியது போல் சளார் என்றொரு அறை இவளது கன்னத்தில் விழுந்தது.

இதுக்குத்தானா வந்தீங்க, வெளியே போங்க என்று கத்தினாள்.

எவ்வளவு தைரியம் இருந்தா வாப்பாவை பார்த்து இப்படியாரு கேள்வி கேட்பாய், உன்ன படிப்பிச்சதப் போல பெரிய பிழை ஒன்றுமில்ல என்ற உம்மாவின் வாசகம் மீண்டும் எழுந்து நின்றது

வெறுக்கத்தக்க நினைவுக்குமிழிகளூடே அவரிடமிருந்து கற்றுக்கொண்ட குழந்தமைப் பருவப் பயணங்களும் கூட நினைக்கப்படுகிறது.

நிதானமாகத் திட்டமிட்டுக் கொண்டு போனவளுக்குக் காத்திருந்தது அதிர்ச்சி:

உங்களுடைய அம்மாவிற்கு கருப்பைக் குழாயில் கென்ஸர் ஏற்பட்டிருக்கு. டீ என் ஸி டெஸ்ட் செய்த பொழுது உள்ளேயிருந்த கிருமித் துகள்கள் செதில்கள் போல வெளியே கொட்டிப் படுகுது. அதனால் இது கென்ஸரின் கடைசிப் படிநிலையாகக் கூட இருக்கலாம். நீங்க அவசரமாக அவவை மகரகம புற்றுநோய் வைத்தியசாலைக்கு கொண்டு போகணும்

என்ற தகவல் அழுகையை வரவழைக்கிறது. அந்தக் கருப்பையிலிருந்துதான் அவள் வந்தாள் என்ற தவிப்பு. தவிப்பிற்குப் பின் தோன்றிய நிதானம், அம்மாவிற்குத் தேவையான மருத்துவக் கவனிப்புகளில் ஈடுபடுத்துகிறது. ஒருமாத காலக் கவனிப்பிற்குப் பின் அம்மாவின் நோய் கட்டுக்குள் இருப்பது தெரிகிறது.வாழ்வா? சாவா? என்ற அந்த ஒரு மாத கால போராட்டத்தில் வெற்றி எனும் பாதைக்கு உம்மா குலுக்கல் முறையில் தெரிவு செய்யப்பட்டாள். அப்போது அம்மாவின் சொற்கள் தண்டனையாக இல்லாமல் வரமாக ஒலிக்கிறது:

உன்னைப் படிப்பிச்சதற்கான பலன் இப்ப தான் எனக்கு விளங்குது. ஒரு ஆம்புள புள்ள மாதிரி அங்கயும் இங்கயுமா ஓடி ஓடி என்னால எவ்வளவு கஸ்டப்பட்டுட்டாய்.

படிக்கச் செய்ததின் பலனை அனுபவித்த அம்மாவின் இந்தக் கூற்று, அவளை உணர்ந்து ஏற்றுக்கொண்ட கூற்றும் கூட. ஆனால் அந்த ஏற்பும் சொற்களும் கூட அவளுக்கு உடன்பாடாக இல்லை.

ஏனெனில் அந்தக் கூற்றில் அவள் ஒரு ஆணோடு ஒப்பிட்டுப் பேசுவதைக் கவனிக்கிறாள். அதனாலேயே அதை நிராகரிக்கிறாள். நிராகரிப்பின் சொற்கள் இப்படி வெளிப்படுகின்றன:

> உம்மா நான் எந்தவொரு ஒப்பீடுமற்ற பெண். சுழித்து ஓடும் நதியில் எதிர்த்து நீந்துபவள். எனது உடல் எனது பெண்மையின் வலிமையிலிருந்து பிறப்பிக்கப்பட்ட திரட்சி. எனது இந்த அதீத விசையை உனக்கு நிரூபிப்பதற்கு எத்தனை தடவை போராடினேன். எனது உடற்கூற்றினை இன்னுமா நீ புரிந்து கொள்ளவில்லை? எனக்கு வலிக்கிறது, எனது ஒவ்வொரு அங்கமும் உடைந்து நொறுங்குகின்றது! நீ என்னை ஆண் என்ற உடற்கூற்றுக்குள் வைத்து ஒப்பீடு செய்யும் பொழுது திருக்கை மீன் வாலினால் எனது உடலின் மேல் ஓங்கி அடித்து தோல் உரிந்து இரத்தம் பீரிட்டு எழுவது போல் நான் உணர்கின்றேன்.

இந்த உணர்வே பெண் விடுதலையின் தனித்துவமான சார்ந்து நிற்காத பெண்ணாகத் தன்னை உணர்தலின் அடையாளம். அப்படியொரு பெண்ணைத் தனது கதையில் உலவ விட்ட மஜீதாவே இக்கதையில் உயிரோட்டமாக உலவும் அவளாக இருக்கவும் வாய்ப்புண்டு. இப்படிச் சொல்வதற்கு அவரது புனைவுகள் மட்டுமே காரணம் அல்ல. அண்மையில் இலங்கையில் ஈஸ்டர் நாளில் நடந்த தொடர்குண்டு வெடிப்புகளுக்குப் பின்னால் அவர் எழுதிய குறிப்புகளை வாசித்ததைக் கொண்டும் இப்படிச் சொல்லத் தோன்றுகிறது. பெண்ணியம் ஓர் அரசியல் சொல்லாடல். அதனை உள்வாங்கிய- அரசியல் புரிதல் கொண்ட ஒருவரின் - புனைவின் திறமான வெளிப்பாடு இக்கதை.

24. கணவன் – நட்பு – துணை: ஹேமாவின் இரண்டாவது ஆண் எழுப்பும் விவாதங்கள்

வளர்ச்சி, பங்களிப்பு, உரிமை, கடமை போன்ற சொற்களும் சொல்லாடல்களும் நமது காலத்தில் திரும்பத்திரும்பக் காதில் விழும் சொற்களாக இருக்கின்றன. நிலத்தை மையமாகக் கொண்ட நிலவுடைமை சமூகத்து வாழ்க்கையிலும் பேச்சு மொழியிலும் இலக்கியப் பனுவல்களிலும் இச்சொற்களுக்கிணையான சொற்கள் புழக்கத்தில் இருந்தன. ஆனால் முதலாளிய சமூகத்தில் புதிய பொருண்மைகளைத் தனதாக்கிக் கொண்டுள்ளன. காரணம் எல்லாவிதமான வளர்ச்சியிலும் எல்லோரும் பங்கெடுக்க வேண்டும்; அதற்கான உரிமைகள் ஒவ்வொருவருக்கும் உண்டு. அதை உணர்ந்து கடமையாற்றி உரிமைகளைப் பெற்றுக்கொள்ள வேண்டும். இப்படிப்பட்ட எண்ணத்தின் விளைவுகளே இந்தச் சொற்கள் நம் காலத்தில் திரும்பத் திரும்ப ஒலிக்கக் காரணங்களாகும்.

நுகர்வுப் பண்பாட்டைக் கொண்டாடும் முதலாளியம் இயல்பிலேயே அனைவரையும் உள்வாங்கும் தன்மை கொண்டது. அதன் உள்வாங்கும் நோக்கில் இரண்டு நிலைகளைக் காணலாம். அது செய்யும் உற்பத்திப் பண்டங்களை நுகர்வதற்கான சந்தையை உருவாக்குதல் முதல் நிலை. சந்தைக்குத் தேவையான நுகர்பொருட்களைத் தயாரித்தல் இரண்டாவது நிலை.

இவ்விரு நிலைகளும் தொடர்ந்து நடைபெறவேண்டுமென்றால் சமூகத்தின் அனைத்துத் தரப்பாரும் இவ்விரு நிலைகளிலும் பங்கெடுக்கவேண்டும்.

அனைவரும் பங்கெடுக்க வேண்டுமென நினைக்கும் முதலாளிய உற்பத்தி முறை பால், சாதி, இனம், மொழி, மத வேறுபாடுகள் இல்லாமல் அனைவரையும் உள்வாங்கி உற்பத்தியில் பங்கெடுக்கத் தூண்டுகிறது. அதன் தொடர்ச்சியாக நுகர்வோராக்கவும் நினைக்கிறது. இந்தவகையில் முதலாளியம் நிலவுடைமை அமைப்பிற்கு -குறிப்பாகத் தீட்டையும் புனிதத்தையும் வலியுறுத்தும் இந்திய சாதியச் சமூகத்திற்கு எதிரானதாக இருக்கிறது. ஆகவே முதலாளியம் இந்தியாவில் மற்ற நாடுகளைக் காட்டிலும் கூடுதல் முற்போக்குப் பாத்திரம் கொண்டதாக இருக்கிறது.

தனிநபர்களுக்குக் கடமைகளை வலியுறுத்துவதற்காக முதலில் அவர்களை ஒரு அமைப்பின் உறுப்பினர்களாக மாற்ற வேண்டும். ஏனென்றால், அந்த அமைப்பின் வழி கிடைக்கும் லாபம் அல்லது நன்மைகளைச் சொல்லியே கடமைகளை ஆற்றும்படி வலியுறுத்த முடியும். அமைப்புகளைக் கட்டியெழுப்பிய பின்பே வளர்ச்சியைப் பற்றிப் பேச முடியும். அமைப்புகளின் வளர்ச்சியிலேயே தனிநபரின் வளர்ச்சி இருப்பதாகச் சுட்டிக் காட்ட முடியும். இது ஒருவித இயக்கம். இயக்கத்தின் கண்ணிகளாக இருக்கும் வளர்ச்சி, பங்களிப்பு, கடமை, உரிமை ஆகிய சொற்கள் ஒன்றோடொன்று பின்னிப் பிணைந்தவைகளாகவும் வட்டச் சுழற்சி கொண்டனவாகவும் இருக்கின்றன.

தனிமனிதர்களை உறுப்பினர்களாக்கிக் கொண்டு உருவான மிகச்சிறியதும் முதலுமான அமைப்பு குடும்பம். அவற்றின் தொகுதியே சமூகம். சமூகத்திற்காக உருவாக்கப்படும் பல்வேறு அமைப்புகளை மேலாண்மை செய்வதற்காகத் தோன்றியன அரசுகள். அரசு என்றவுடன் இன்றிருக்கும் வல்லரசுகளையும் பேரரசுகளையும் நினைத்துக் கொள்ளவேண்டியதில்லை. ஓர் ஊரின் நிர்வாகத்தை முன்னெடுக்கும் அமைப்பே கூட அரசின் கூறுதான். பெரும் வளர்ச்சிக்குப் பதிலாக நுட்பமான வளர்ச்சியைச் செய்ய நுண் அலகுகள் தேவைப்படும். அதன் காரணமாகவே பேரரசுகள் தோன்றிய பின்னும் சிற்றலகான ஊராட்சி அமைப்புகள் இன்னும் தொடர்கின்றன.

உலகம் முழுவதும் அரசு என்னும் பேரமைப்பைக் கட்டிக்காக்கும் அரசதிகாரம், சிற்றலகான குடும்ப அமைப்பும் காக்கப்படவேண்டும் என நினைக்கின்றது. முதலாளிய அமைப்பில் இருப்பது போல, நிலவுடைமைச் சமூகத்திலும் குடும்ப அமைப்பு இருந்தது என்றாலும் இரண்டிலும் அதன் உறுப்பினர்களுக்கு வரையறுக்கப்பட்ட கடமைகள் வேறானவை. அவற்றை விலகாமல் செய்யும்போது முழுமையான பாதுகாப்பைக் குடும்பம் தருகிறது. குடும்ப வெளிக்குள்ளேயே பெண்கள் பணியாற்ற வேண்டும் என வரையறுத்த பழைய குடும்பத்திலிருந்து புதிய குடும்ப அமைப்பு பலவகைகளிலும் நெகிழ்ச்சித் தன்மை கொண்டது. பெண்களுக்கும் குடும்பத்திற்கு வெளியே பணியாற்றும் வாய்ப்புகளை உருவாக்கித் தருகிறது முதலாளியம். திறந்த வாய்ப்புகளைத் தரும் கட்டமைப்புசார் நிர்வாகம் அவர்களுக்கான உரிமைகளையும் விரிவாக்கித் தருகிறது. அதன் தொடர்ச்சியாக ஆண்களுக்கும் பெண்களுக்கும் புழங்குவெளிகளில் புதுப்புது உறவுகளுக்கு வகை செய்கிறது. புழங்குவெளிகளின் விரிவால் ஏற்படும் உறவுகளுக்குப் பழைய பாத்திரப்பெயர்கள் போதாத நிலையில் நண்பர், தோழர், துணை என்னும் பெயர்களைப் பொருத்திக் காட்டுகிறது மொழி. இவ்வகையான புதுவகை உறவுகளை தனிநபர் மனம் ஏற்கும் நிலையும் விலக்கும் நிலையும் இலக்கியத்தின் விசாரணைகளாகின்றன.

குடும்ப வெளிக்குள் மட்டும் இயங்கும் நிலையில் பெண்கள் ஏற்கும் பாத்திரங்கள், அதன் தலைவரான ஆணை- தந்தை, கணவனைச் சார்ந்த பெயர்களைக் கொண்டே அறியப்படுகின்றன. அவை ஒவ்வொன்றும் பாலடையாளமும் எதிர்நிலையும் கொண்டவை. அதன் எல்லைக்குள் ஒரு பெண் தந்தையின் மகளாகவும் கணவனின் மனைவியாகவும் அறியப்படும்போது ஒருவித உடைமைத்தன்மையும் சார்ந்து வாழும் நிலையும் உள்ளடங்கியதாக இருக்கும். அந்நிலையிலிருந்து மாறிப் பணியிட வெளிக்குள் நுழையும்போது பணியிடப் பதவிப்பெயர்களால் அழைக்கப்படும் வாய்ப்பு ஏற்படுகிறது. அங்கே பதவிகள் சார்ந்த மேல்/கீழ் என்ற படிநிலைகள் உண்டே தவிரக் கட்டாயமாக அடங்கிப் போதலும், சார்ந்திருத்தலும் தேவையற்றவை. அத்தோடு கடைநிலை ஊழியர் தொடங்கி நிர்வாக மேலாளர் வரையிலான பதவிப்பெயர்கள் பாலடையாளம் இல்லாமல் பொதுப் பெயர்களாகவே

இருக்கின்றன. அப்பொதுப்பெயர்களுக்குள் ஆணும் பெண்ணும் பொருந்திப்போகிறார்கள். பணிசார்ந்த உறவுகளில் ஒருவிதப் படிநிலைகள் உண்டு என்றாலும் அவரவர்களுக்கான எல்லைகளும் வரையறைகளும் உண்டு. பதவிகளின் படிநிலைக்கேற்பக் கடமைகளும் உரிமைகளும்கூட உண்டு.

பணியிடமென்னும் வெளியில் பணிசாராத உறவுகளுக்கு மனிதர்கள் தரும் பாத்திரப் பெயர்கள் பெரும்பாலும் இரண்டுதான். உடன் பணியாளர், நண்பர். இவ்விரு பாத்திரங்களும்கூடப் பாலடையாளம் தவிர்க்கும் பெயர்களாகவே கருதப்படுகின்றன. ஒரே அலுவலகத்தில் பணியாற்றும் பெண்ணும் ஆணும் சக பணியாளர்களே. அவர்களுக்கிடையே பணி சார்ந்த உரையாடல்களைத் தாண்டாத நிலையில் உடன் பணியாளர் என்ற பாத்திரங்களுக்குள் நின்று விடுகின்றனர். பணிசார் எல்லைகளைத் தாண்டி சொந்த விருப்பு வெறுப்புகளைப் பரிமாறிக்கொள்பவர்களாகவும், தேவைப்படும்போது உதவிகளைப் பெறுபவர்களாகவும் தருபவர்களாகவும் ஆகும்போது புதுப்பாத்திரங்களைத் தாங்குகின்றனர். அப்பாத்திரத்திற்கு நண்பர் என்ற பெயர் கிடைக்கிறது. பணியிடங்களில் ஆணும் பெண்ணும் சக பணியாளர் என்பதைத் தாண்டி நண்பர்களாக ஆக முடியும் - ஆகவேண்டும் என மாறிவரும் சமூக அமைப்பு வலியுறுத்துகிறது.

2010 முதல் கதைகள், கட்டுரைகள் எழுதிவரும் ஹேமா , சென்னையில் பொறியியலில் பட்டம் பெற்றுச் சிங்கப்பூரில் வசிக்கிறார். அவரது எழுத்துகளில் புதிய புழங்குவெளிகளில் பெண்களின் பயணங்களை வாசிக்க முடிகிறது. பழைய அமைப்பும் புதிய அமைப்பும் உரசிக்கொள்ளும்போது உண்டாகும் சிடுக்குகளை எழுதிப்பார்க்கிறார். இரண்டாவது ஆண் என்னும் சிறுகதை புதுவகை உறவுகளைப் பற்றிய விவாதம் ஒன்றை முன்வைக்கிறது. அதனை வாசித்துப் பார்ப்பதன் மூலம் நிகழ்காலச் சமூகத்தில் புதுவகைப் பெண்கள் சந்திக்கும் சிக்கல்களில் ஒன்றைப் பற்றிய பார்வையை - பெண் எழுத்தாளர் ஒருவரின் பார்வையை நாம் வாசிக்க முடியும்.

இரண்டாவது ஆண் என்னும் அந்தக் கதையில் இடம்பெறும் நேரடிக் கதாபாத்திரங்கள் சரயூவும், மார்ட்டினும். சரயூவின் மகன் கிரணும். நேரடியாக இல்லையென்றாலும் திருப்பங்களை

உருவாக்கும் பாத்திரமாக இருக்கும் பாத்திரம் ஐரின்; மார்ட்டினின் மனைவி. இந்த நான்கு பாத்திரங்களையும் அறிமுகப்படுத்திவிடும் தன்மையுடன் கதையைத் தொடங்கியுள்ளார் ஹேமா.

> *"நாம போன மாசம் படத்துக்குப் போனது எப்படியோ ஐரினுக்குத் தெரிஞ்சிருக்கு. வீட்டில ஒரே பிரச்சனை"*
>
> *சரயுவின் மனதில் என்றோ விழுந்திருந்த அச்சப் புள்ளி, மடமடவென அசுரத்தனமாய் வளர்ந்து குரல்வளையைப் பிடிக்கத் துவங்கியது. மார்ட்டினின் வாயிலிருந்து உதிர்ந்து கொண்டிருந்த வார்த்தைகள் தம் அர்த்தத்தை இழந்து, அவளின் மேல் பட்டு நாற்திசைகளிலும் தெறித்தபடியிருந்தன. அவற்றின் சாரம் மட்டும் அவளது மூளைக்குள் மெல்ல சொட்டிச் சென்று, உறைந்து போயிருந்த அதை உசுப்ப முயற்சித்தது.*
>
> *"அன்றையிலிருந்து நம்ம என்ன செய்யறோம்ன்னு கவனிக்க ஆரம்பிச்சிருக்கா!"*
>
> *இனி வார நாட்களின் மாலையில் மார்ட்டினின் ஷூக்கள் அவளது வீட்டு வாசலில் இருக்காது.*

இனி மார்ட்டினின் ஷூக்கள் வீட்டு வாசலில் இருக்காது என உறுதி தொனிக்கும் குரலில் சொல்லும் கதைத் தொடக்கம், அந்த ஷூக்கள் வீட்டு வாசலுக்கு வந்த கதையைத் திரும்பிப்பார்க்கும்படி எழுதப்பட்டுள்ளது.

> *காலம் விடுவிடுவென இருபத்தாறு மாதங்கள் பின்நழுவ, இவளது குழுவில் வேலை செய்யப் போகிறவன் என்று மேலாளர் நீல சட்டை அணிந்திருந்த மார்ட்டினை அவளுக்கு அறிமுகம் செய்து வைத்தார். சரயுவின் பிரத்தியேக உணர்வுகளைத் தீண்டக் கூடிய எந்த அடையாளமும் இன்றி கைகுலுக்கி புன்னகைத்தான் அவன்.*
>
> *"ஐ நீட் யுவர் ஹெல்ப் இன் திஸ் ப்ராஜக்ட். கவலைப் படாதீங்க, இந்த வேலை பழகற வரைக்கும் தான், ரொம்ப படுத்த மாட்டேன்!"*
>
> *சரயுவைச் சட்டென இரண்டு விஷயங்களில் அவன் கவர்ந்தான். ஐ.டியில் வேலை செய்பவர்கள், பிற*

> *தமிழர்களிடம் ஆங்கிலத்தில் மட்டுமே பேச வேண்டும் என்று அவன் வைத்திராத கொள்கையில், வெளிப்படையாக உதவிக் கேட்டதில். அவளுக்கு அவன் மீது முதல் ஈர்ப்பு விழுந்த புள்ளியும் அதுவாய் தான் இருக்க வேண்டும்.*
>
> *முதல் மாத சம்பள தினத்தன்று இருவரும் காப்பி டேவிற்குச் சென்றார்கள். அவனுடைய அமெரிக்க கனவு, இருவரின் கல்லூரி நாட்கள், நம்பிக்கைகள் என்று பயணித்த பேச்சினூடாக, அலுவல் நிமித்தமாகவன்றி கடைசியாக ஒரு ஆணுடன் இப்படி தனியாக அமர்ந்து, பிறரைப் பற்றிய கவலையின்றி பேசி, ரசித்துச் சாப்பிட்டது எப்பொழுது என்று யோசித்தாள் சரயு.*

பணியிடத்தில் இயல்பாக ஏற்படும் நட்பின் காரணங்களை விவரிக்கும் கதையின் இந்தப் பகுதியைத் தாண்டி, அவனின் துணை தேவைப்பட்ட நிகழ்வொன்றைப் பின்வருமாறு விவரிக்கிறது. அந்த விவரிப்பின் வழியாக மார்ட்டினின் இயல்புகளையும் உதவும் மனப்பான்மையையும் முன்வைக்கிறது. அந்த நேரத்தில் அவனுக்கு முன் முடிவுகளும் உள்நோக்கமும் இருந்தன என்று சொல்வதற்கில்லை.

> *அன்று மதியம் சாப்பிட்டு முடித்ததன் எச்சமாய், சரயுவின் கேபினில் நின்றபடி, அன்று நடந்து கொண்டிருந்த கிரிக்கெட்டைப் பற்றிய தன் வருத்தங்களை மார்ட்டின் பகிர்ந்து கொண்டிருந்தான். அவனை இடைவெட்டியது சரயுவுக்கு வந்த தொலைப்பேசி அழைப்பு.*
>
> *"மேடம், வீ ஆர் காலிங் ஃப்ரம் கிட்ஸ் க்ளோபல் ஸ்கூல், ஐ எம் கிரண்ஸ் மேக்த்ஸ் டீச்சர் ஹியர்"*
>
> *"ஓக்கே. . ."*
>
> *"லஞ்ச் ப்ரேக் முடிஞ்சு முதல் பீரியட், திடீர்ன்னு கிரண் வாந்தி எடுத்தான். கொஞ்ச நேரம் ரெஸ்ட் எடுக்கச் சொல்லி ஸிக் ரூமுக்கு அழைச்சுகிட்டு போகும் போதே மயங்கி விழுந்திட்டான்"*

சரயூவிக்குத் துணை தேவைப்பட்ட இந்த நேரத்தில் மார்ட்டின் எந்தவிதத் தயக்கமும் காட்டாமல் உதவி என்ற நிலையைத் தாண்டி

அவளது வருத்தத்தில் பங்கெடுப்பவனாக மாறியபோது நட்பின் எல்லை முடிந்து, வேறொரு நிலைக்கு நகர்கிறது. சரயூவின் ஒரே பிடிப்பாக இருக்கும் கிரணின் மருத்துவத் தேவையைச் சரியாகக் கவனித்துகொண்ட மார்ட்டின் கிரணின் அன்புக்குரியவனாக மாறிய நிகழ்வுகளையும் கதைக்குள் விவரிக்கிறார் - நடப்பியல் பாங்கோடு ஹேமா. கிரணைப் பார்க்க வரும்போது அவளுக்காக காமிக்ஸ் புத்தகங்கள் வாங்கிவந்தவன், சரயூவின் வாசிப்புப் பழக்கத்தைப் பாராட்டுபவனாகவும் சரயூவோடு இருப்பதை ரசிப்பவனாகவும் விரும்புபவனாகவும் ஆகிப்போனான் எனக் கதை நீள்கிறது.

> *சரயுவின் கணவன் அந்தப் புகைப்படத்தில் இல்லை, அந்தக் கூடத்திலிருந்த மற்ற புகைப்படங்களிலும் கூட.*
>
> *சரயு சூடான கிச்சடியைத் தட்டுகளில் கொண்டு வந்து சாப்பாட்டு மேசையில் வைத்தாள். பொதுவாய் ரவைப் பண்டங்கள் அவனுக்கு உவப்பாய் இருந்ததில்லை. ஆனால் அன்று ருசித்துச் சாப்பிட்டான். அதன் பிறகு நேரம் கிடைக்கும்போது அவர்கள் வீட்டுக்கு வந்து செல்லத் துவங்கினான் மார்ட்டின்.*

நட்பு தாண்டிய பழக்கங்கள் ஏற்பட்ட பின் அவளது கடந்த காலம் ரகசியமாக இல்லை. திருமணம் ஆனது, விவாகரத்து, தனித்திருப்பது என எல்லாம் அவனுக்குத் தெரிய வேண்டிய தகவல்களாக மாறுகின்றன. அவனும் திருமணமானவன்; மனைவி குழந்தை பெற்றுக்கொள்வதற்காக புகுந்தவீடு போயிருக்கிறாள் என்பதெல்லாம் வெளிப்படுகிறது. இருவருக்குமிடையில் ரகசியங்கள் இல்லை; பழகுதலில் உள்நோக்கம் இல்லை.

> *சரயுவிற்கும் தன் தனிமையை விரட்ட, அந்தத் தோழமை தேவையாக இருந்தது. தனக்கும் கூட இப்படி மனம் விட்டு பேசக் கூடிய நட்பு அமையுமென்று அவள் எதிர்பார்த்திருக்கவில்லை. சில நாட்களில் கிரண் உறங்குவதற்காகக் காத்திருக்கத் தொடங்கினார்கள் இருவரும். இப்படியான ஒரு நாளின் தனிமையில் மார்ட்டினின் மனம் தன்னுள் இருந்த ஏக்கத்தைக் காதலாக சரயுவிடம் வெளிப்படுத்திக் கொண்டது.*

மார்ட்டின் காதலை வெளிப்படுத்திய அந்தக் கணம் பெரிய தடுமாற்றமும் பல கேள்விகளும் எழுந்து திணறிப்போகிறாள் சரயூ. ஏற்கெனவே திருமணமாகிக் குழந்தைக்குத் தகப்பனாகிவிட்ட மார்ட்டின் சொல்லும் காதலின் நோக்கம் என்ன? என்னைப் பயன்படுத்திக்கொள்ளும் எண்ணமா? என் உடலையும் எனது வருமானத்தையும் சேர்த்துப் பயன்படுத்திக் கொள்ளும் நினைப்பா? என்று கேள்விகள் எழுந்து அலைக்கழிக்கிறது

> *வீட்டில் மனைவி, குழந்தை என்று அழகாய் ஒரு குடும்பம், நல்ல வேலை, இப்போது தன்னுடைய மன உணர்வுகளுக்குத் தீனி போட மற்றொரு கைநிறைய சம்பாதிக்கும் பெண். அதாவது அவன் செலவு செய்ய வேண்டியிராத, தேவைப்பட்டால் பணத்தைக் கடனாகவோ அன்பளிப்பாகவோ தந்து உதவக்கூடிய பெண். மார்ட்டின் தன்னைப் பயன்படுத்திக்கொள்ளப் பார்க்கிறான் என்று சரயுவிற்குத் தோன்றியது. தான் ஒப்புக்கொண்டால் பயன்படுத்திவிட்டு, வேண்டாம் என்னும்போது தூக்கி எறிந்துவிடலாம். எவ்வளவு சுலபமாய் சொல்லிவிட்டான்! அவளுள் சினம் மூண்டெழுந்தபடி இருந்தது.*

> *மறுநாள் வேலையிடத்தில் அவளுக்கு மார்ட்டினைப் பார்க்கவேப் பிடிக்கவில்லை.*

திருமணமாகி விவாகரத்துப் பெற்ற பெண்ணுக்கே உரிய பாதுகாப்பின்மை அவளைத் துரத்துகிறது. அதே நேரத்தில் அவனது அன்பும், குழந்தை கிரண்மீது அவன் காட்டிய அக்கறையும் பொய்யானதாகத் தோன்றவில்லை. தனக்கும் கூட அவனிடம் நட்பைத்தாண்டி ஒருவித ஈர்ப்பு இருந்தது என்பதை உணர்கிறாள். திருமணம், விவாகரத்து, கணவனின் மறுமணம் என ஒவ்வொன்றும் மனதில் ஓடியோடிக் குழப்பி, மார்ட்டின் மீது கொண்ட கோபமும் விலகலும் சரியல்ல என்கிறது.அதன் காரணமாகவே அவனது நட்பைத் தொடரலாம் என்று நினைக்கிறது.

> *அவளது மனம் மூளையிடமிருந்து பிரிந்து விவாதம் செய்யத் துவங்கியது.*

> *'மார்ட்டினை விரும்புகிறாய் அதை ஒப்புக்கொள்'*

> *'அவன் திருமணமானவன், இரண்டு குழந்தைகளுக்குத் தகப்பன்...'*

'அதனால் என்ன, அவனிடம் காசை எதிர்பார்த்தா பழகுகிறாய்? அவனுடைய துணையை மட்டும் தானே!'

'அது எப்படி நிரந்தரமான துணையாகும்? என்று இருந்தாலும் அவன் தன் குடும்பத்திற்குத் தானே முதலில் சொந்தமாகிறான்?'

'இருக்கட்டுமே, மீதமிருக்கும் நேரத்தை

உன்னுடனும் கிரணுடனும் செலவு செய்கிறான், அதற்கு மேல் நீயும் எதிர்பார்க்காதே!'

'சரி, நான் இதற்கு ஒப்புக் கொள்கிறேன் என்றே வைத்துக் கொள்ளலாம், இது அவனது மனைவிக்குத் தெரிந்தால்...'

'அது அளவிற்கு மீறிச் செல்லும் போதுதான். நீங்கள் ஏன் அப்படி செய்யப் போகிறீர்கள்.'

இந்த எண்ணங்கள் மரபான பெண்களின் எண்ண ஓட்டங்களிலிருந்து முற்றிலும் மாறுபட்ட எண்ணங்கள். தனது புழங்குவெளியில் இன்னொரு ஆணுக்கு இடமளிக்கலாம் என்று நினைக்கும் புதுவகைப் பெண்ணின் பிரதிநிதியாகச் சரயு உருமாறும் நிலையைக் கவனமாக அவளின் எண்ண ஓட்டங்களின் வழி நியாயப்படுத்துகிறார் எழுத்தாளர்.

மன ஓட்டங்களுக்கு அளித்த மதிப்பின்படி, மார்ட்டினிடம் ஏற்பட்ட நட்பைக் குடும்ப நட்பாக மாற்றும் முயற்சியில் இறங்குகிறாள் சரயு. அவனின் குழந்தையைப் பார்க்க, பொம்மைகளையும், கேக்குகளையும் வாங்கிக் கொண்டு மார்ட்டினின் வீட்டிற்குச் செல்கிறாள். ஆனால் எதையும் எடுத்தெறிந்து பேசும் ஐரினுடன் நட்பாவது சுலபமான காரியமாக இல்லை. இவளது வரவைக் கூட அவள் விரும்பவில்லை என்பதைச் சீக்கிரமே உணர்ந்து போவதை நிறுத்துக் கொள்கிறாள்.

ஐரினின் நிலைப்பாடு தெளிவானது. ஒருவன் ஒருத்திக்குரியவனாக மட்டுமே இருக்க முடியும் என்ற இந்தியக் குடும்ப அமைப்பு போதித்த பாடங்களைப் படித்தவள் அவள். இன்னொருத்திக்குத் தனது கணவனின் அன்பில் பங்களிக்க வாய்ப்பளிப்பது தன்னுடைய இயலாமையாக அறியப்படும் என்பதைக் கணவனிடம் உணர்த்தி விடுகிறாள். அவனும் அதனை ஏற்றுச் சரயுவிடம் சொல்லி

விலகிவிட விரும்புகிறான். அப்படியானதொரு உரையாடலோடு கதை நிறைவடைகிறது:

> *அவளின் வாழ்வில் நுழைந்த இரண்டாவது ஆண், இலகுவாய் நழுவி தன் வளைக்குள் சென்று ஒளிந்து கொள்ள முயல்வதை அவளால் உணர முடிந்தது.*
>
> *“நான் வேலையை மாத்திகிட்டு சென்னைக்குப் போயிடலாம்னு பார்க்கறேன். வேற என்ன செய்ய!”*
>
> *‘என்னைப் பத்தி, கிரணைப் பத்தி யோசிச்சுப் பார்த்தியா?’ என்று அவன் கால்களைப் பிடிக்கத் தயாரான மனதை, வலுக்கட்டாயமாய் இழுத்து நிறுத்தி,*
>
> *“ஆல் தி பெஸ்ட்!” என்றாள் சரயு.*
>
> *மார்ட்டினின் உருவம், சரயுவின் நெற்றியில் அனுபவச் சுருக்கத்தை ஏற்றிவிட்டு விலகிச் செல்லத் துவங்கியது.*

பணியாற்றும் இடத்தில் பணிசார்ந்த உதவிகளுக்காகவும் பணியல்லாத வகையில் ஈடுபடும் கேளிக்கைகள், சுற்றுலா, தொழிற்சங்கம், குடும்ப நிகழ்வுகள் போன்றவற்றில் பங்கேற்று ஒருவருக்கொருவர் உதவியாக மாறும் சூழலில் நட்பு தீவிரமானதாக மாறும் நிலையை நிகழ்காலச் சமூகம் உணர்ந்துள்ளது. தீவிரமான நண்பர்கள் ஒவ்வொருவருக்கும் குடும்பங்கள் இருக்கும் நிலையில் நட்பு நட்பாகவே நீள்கிறது. நட்பில் பிரியங்களும் விட்டுக்கொடுத்தல்களும் இருக்கலாம். ஆதிக்கமும் எதிர்பார்ப்பும் இருப்பதில்லை. இப்படியான எல்லைவரை ஆணும் பெண்ணும்கூடத் தங்கள் நட்பை நீட்டிக்க முடியும். நடைமுறையில் இவ்வகை நட்புகளைச் சமூகம் அனுமதிக்கிறது. நட்பைத் தாண்டி ஒருவரின் உதவி இன்னொருவருக்குத் தேவை என்பதாக மாறும்போது அந்த உறவுக்குத் துணை என்று பெயரிடுகிறது மொழி. துணை தேடும் இருவரும் ஒற்றைப் பாலினத்தவர்களாக இருக்கும் நிலையில் சிக்கல்கள் எழுவதில்லை. இருவரும் எதிர்பாலினராக இருக்கும் நிலையில் துணை என்னும் சொல்லுக்குப் புதிய அர்த்தங்கள் உருவாக்கப்படுகின்றன. அந்தத் துணை உடைமை மனநிலையையும் சார்ந்து நிற்கும் நெருக்கடியையும் உண்டாக்கிவிடும் ஆபத்தைத் தன்னகத்தே கொண்டது என்பது உணரப்படும்போது பிரிந்துவிடுவதையே

இரண்டு நண்பர்களும் ஆண் பெண் என்ற இருபாலின நண்பர்களும் முடிவாக எடுக்கின்றனர். இந்த உண்மையை -சமகால நெருக்கடி ஏற்படுத்தியிருக்கும் உண்மையை- தயக்கமின்றிச் சொல்லும் கதையாக எழுதப்பெற்றிருக்கிறது இரண்டாவது ஆண். கவனமான உரையாடல்கள் வழி நகர்த்திச் செல்லும் ஹேமாவின் கதையில் வரும் சரயுவும் மார்ட்டினும் நம்காலத்து நடப்பியல் உண்மைகள். தங்கள் முன்னே இருக்கும் சமூகத்தின் போக்கிற்கு முகம் கொடுத்து எடுக்கும் அவர்களின் முடிவுகள் ஏற்கத்தக்க - புத்திபூர்வமான முடிவுகள் என்பதைக் கதையை வாசிக்கும் ஒவ்வொருவரும் ஏற்கவே செய்வர்.

25. கலப்புத் திருமணங்களின் பரிமாணங்கள்: அழகுநிலாவின் பெயர்த்தி

மொழியை விரும்பும் ஒவ்வொருவரும் அம்மொழியில் இருக்கும் எல்லாச் சொற்களையும் எல்லா நேரத்திலும் விரும்பி விடுவதில்லை என்பது ஒரு நகைமுரண்நிலை. சொற்கள் எதிர்ச்சொற்கள் என அறிவது ஐரோப்பிய மொழிக்கல்வியில் -குறிப்பாக ஆங்கிலக் கல்வியில் தொடக்கநிலை. வேற்றுமொழிச் சொற்கள் என்றில்லாமல் தாய்மொழியில் இருக்கும் சொற்களைக்கூட விரும்பப்படும் சொற்கள், வெறுக்கப்படும் சொற்கள் எனப் பட்டியலிட்டே பயன்படுத்தி வருகிறார்கள் மனிதர்கள். சொற்களில் விரும்பும் சொற்களை உடன்பாட்டுச் சொற்கள் என்றும் நேர்மறைப்பார்வையைத் தரும் சொற்கள் என்றும் சொல்லி அதிகம் பயன்படுத்துகின்றோம். எதிர்மறைப்பார்வையைத் தரும் சொற்களை விருப்பத்திற்குரியன அல்ல என்று கருதிப் பயன்பாட்டையே தவிர்க்க நினைப்பதும் மனித இயல்புதான்.

இந்தப் போக்கிலிருந்து சில சொற்கள் தனித்தலையும் சொற்களாக இருக்கின்றன. அவை விரும்பத்தக்க சொற்களா? வெறுப்புக்குரிய சொற்களா? எனச் சட்டென்று சொல்லிவிட முடியாது. காதல் என்ற சொல் அப்படியான ஒருசொல். காதல் தனித்தலையும் சொல்லாக மாறிப்போனதால், அதனால் உண்டாக்கப்படும் திருமணம் என்னும் நிகழ்வும், திருமணத்தால் உண்டாக்கப்படும்

குடும்பம் என்ற அமைப்பும் தனித்தலையும் சொற்களாக ஆகிக்கொண்டிருக்கின்றன.

குடும்பம் என்ற அமைப்பை உருவாக்கித்தான் ஆகவேண்டும் என்ற கட்டாயம் ஒவ்வொரு ஆணின் முன்னும் பெண்ணின் முன்னும் இருக்கிறது. உருவாக்கப்படும் குடும்ப அமைப்பால் தான் உலகம் இயங்குகிறது என்ற நம்பிக்கையின் அடிப்படையில் அந்த அமைப்பும் அமைப்பைக் குறிக்கும் சொல்லும் புனிதச் சொற்களாகக் கருதப்படுகின்றன. குடும்பம் புனிதமானதால் அதனை உருவாக்கும் நிகழ்வான திருமணம் என்னும் மணநாளும், அதற்குக் காரணமான காதலும்கூடப் புனிதச் சொற்களாக ஆகிவிடுகின்றன.

பெண்ணியம் என்னும் கருத்தியல் பார்வை இம்மூன்று சொற்களின் மீதும் திரும்பத் திரும்பக் கேள்விகளை எழுப்பி விவாதித்து நகர்ந்து வந்துள்ளது. காதல் என்னும் சொல்லை மனத்தின் வெளிப்பாடாகக் கருதி, இரு மனங்களின் இணைவு விளைவு எனக் கொண்டாடுவதும், அதன் தொடர்ச்சியாக ஏற்படும் திருமண உறவு சரியாக இருக்கும் என்றும் உலகம் நீண்ட காலமாக நம்புகிறது. குறிப்பாகக் கலை இலக்கியப் பனுவல்கள் காதலை மிக உயர்வான ஒரு வெளிப்பாடாகக் கருதிக் கொண்டாடித் தீர்த்திருக்கின்றன. அதே நேரத்தில் காதல் வழியாக உருவான குடும்ப அமைப்பை அதே அளவுக்குப் போற்றிக் கொண்டாடவில்லை என்பதும் உண்மையாக இருக்கின்றன.

ஒருமொழி சில நிகழ்வுகளுக்கான பெயர்ச்சொற்களை உருவாக்காமலேயே இருக்கும். ஏனென்றால் அம்மொழியில் அத்தகைய நிகழ்வுகள் இல்லாமல் பின்னர் வந்து சேர்ந்திருக்கும். திருமணம் என்ற ஒன்று இருந்திருக்கிறது. திருமண முறைகளும் கூட இருந்திருக்கின்றன. திருமணம் அல்லாமல் ஆணும் பெண்ணும் உறவுகொள்ளும் முறைகளும்கூட இருந்திருக்கின்றன. இருவரும் மனம் ஒத்து முடிவுசெய்து உருவாகும் திருமணமும் அவ்விருவரைச் சூழ இருந்த சமூகக் குழுக்களால் ஏற்றுக்கொள்ளப்பட்ட நடைமுறையாகவே இருந்துள்ளன. திருமணம் என்றாலே இங்கே ஏற்றுக்கொள்ளலும் சடங்குகளும் அதன் அடையாளம்.

இந்த நடைமுறையிலிருந்து மாறுபட்டதாக உருவானதே காதல் திருமணம்.காதல் திருமணம் என்பதை நிகழ்காலச் சமூகம்

வேறு எவரின் தலையீடும் இன்றி இரண்டு பேர் முடிவுசெய்து மற்றவர்களுக்கு அறிவித்துக் கொள்ளும் வழிமுறையாகப் புரிந்து வைத்துள்ளது. அறிவிப்புக்கு ஏற்புக் கிடைத்தாலும் கிடைக்காவிட்டாலும் தொடரும் மனநிலையை அவ்விருவரும் கொண்டிருப்பார்கள். அதனால் வரும் சிக்கலையும் எதிர்ப்புகளையும் இருவரும் நிதானமாக எதிர்கொண்டு கடப்பார்கள். நிகழ்காலச் சமூகத்தில் காதலுக்கு எதிர்ப்பு குடும்ப அமைப்பிலிருந்தே உருவாகிறது. பிள்ளைகளுக்குரிய இணையை ஆண் பிள்ளைக்குப் பெண்ணையும், பெண்ணுக்கு ஆணையும் ஏற்பாடு செய்யும் பொறுப்பு தங்களுடையது எனக் கருதும் பெற்றார்கள் தங்களின் பொறுப்பைக் காவுவாங்கும் காதலை எதிர்க்கிறார்கள். தங்களின் அதிகாரம் பறிக்கப்பட்ட நிலையில் அதனை நிலைநாட்டப் பல வழிகளிலும் முயற்சி செய்கிறார்கள். அவர்களுக்கு உதவுவதற்காகக் குடும்ப உறுப்பினர்கள் தொடங்கி சாதி, சமய அமைப்புகளின் உறுப்பினர்கள் வரை இறங்கி வேலை செய்கிறார்கள். அந்தவேலை அண்மைக்காலத்தில் கொலைவரை நீள்கிறது.

காதலை ஏற்காதவர்களின் தொடக்ககாலப் போக்காக ஒதுக்கிவைத்தல் இருந்தது. சமூக நடவடிக்கைகளில் பங்கேற்க விடாமல் தடுக்கும் அந்தப் போக்கு பெரும்பாலும் அடுத்த தலைமுறையின் வருகைக்குப் பின் மாறும் என்ற நம்பிக்கையும் இருந்தது. மகன் அல்லது மகள் தங்கள் சொல்லைக் கேட்காமல் காதல் கல்யாணம் செய்துகொண்டதால் ஒதுக்கிவைத்த அல்லது ஒதுங்கிக் கொண்ட பெற்றோர்கள் பலரை நான் அறிவேன். அவர்களில் பலரும் தங்களின் வாரிசாக ஒரு பேரனோ அல்லது பெயர்த்தியோ வந்துவிடும் நிலையில் ஒதுக்கிவைத்த நிலையை மாற்றிக் கொண்டு ஏற்பு மனநிலைக்கு வந்துவிடுவார்கள். கோபமும் தாபமும் ஒரு குழவியைக் கண்டதும் காணாமல் போய்விடும் என்பது நடைமுறை. தமிழ்நாட்டுக் காதல்/ கலப்புத் திருமணங்கள் பலவற்றில் இந்த ஏற்பு நிலையை முன்பு பார்த்திருக்கிறேன்.

ஒதுக்குதல் - விலகுதல் என்ற சிக்கலைச் சாதி, சமய எல்லைகளைத் தாண்டி மொழி அடையாளத்திற்குள் விவாதித்திருக்கிறார் அழகுநிலா. சீனம், மலாய், தமிழ் என்ற மும்மொழிச் செல்வாக்குள்ள சிங்கப்பூர் பின்னணியில் எழுதப்பெற்ற அவரது பெயர்த்தி கதை, ஒதுக்குதலின் வலியைச் சின்னச் சின்ன நிகழ்வுகளின் வழியாக முன்வைத்திருக்கிறது. சிவனை வணங்கும் இந்துப் பெண்ணான

உமையாள் காதலித்துக் கரம்பிடித்தவர் மெங்வாங். மொழியாலும் வழிபடும் கடவுளாலும் பண்பாட்டுப் பழக்க வழக்கங்களாலும் வேறுபட்டவர். இந்தப் புற வேறுபாடுகள் எவையும் அவளுக்குச் சிக்கலாக இல்லை.

> உமையாளுக்கும், மெங்வாங்கிற்கும் உயர்நிலைப் பள்ளியில் படிக்கும் போது காதல் மலர்ந்தது. ஏழு வருட காதலுக்குப் பிறகு அவர்கள் திருமணம் செய்துகொள்ள முடிவு எடுத்தபோது, இருவருமே வீட்டிற்கு ஒரே பிள்ளை என்பதால் எந்தவித பிரச்சனையும் இல்லாமல் கல்யாணம் சுமூகமாக முடிந்தது. தாம்பத்திய வாழ்க்கை அழகாக ஆரம்பித்து அதற்கு சாட்சியாக இரண்டு வருடங்களில் லீ பிறந்தான். வெவ்வேறு இனத்தைச் சேர்ந்த இருவர் திருமண பந்தத்தில் ஒன்றிணையும் போது ஏற்படும் அத்தனைச் சவால்களையும் அவர்கள் சந்திக்க நேர்ந்தாலும், அவர்களுக்கு இடையே இருந்த காதலாலும், புரிந்துணர்வாலும் அவற்றை வெற்றிகரமாக சமாளித்தார்கள். ஆனால் அவர்கள் எதிர்பார்க்காத, அவர்களால் இன்றுவரை தீர்க்கமுடியாத சவால், மெங்வாங்கை அச்சு அசலாய் உரித்துக் கொண்டு பிறந்திருந்த மகன் லீ மூலம் வந்து சேர்ந்தது.

உற்றார், உறவினர், சாதிசனம், அண்டைவீட்டார் எனப் புறக்காரணிகளால் அல்லாமல் தன்வயிற்றில் பிறந்த மகனே தன்னை ஒதுங்கி வைத்த காட்சிகள் ஒன்றிரண்டைக் கதைக்குள் அடுக்கிக் காட்டிக் கடைசியில் ஏற்புநிலைக்கு அவன் வந்ததைக் கதையின் திருப்பமாக ஆக்கிக் கதையை முடிக்கிறார்.

> உமையாளுக்கு நன்றாக ஞாபகம் இருக்கிறது. லீ அப்போது தொடக்கநிலை நான்கில் படித்துக் கொண்டிருந்தான். ஆண்டு இறுதியில் பெற்றோர் ஆசிரியர் சந்திப்புக்காக உமையாள் பள்ளிக்குச் சென்றிருந்தாள். அவர்களது முறை வந்தவுடன் வகுப்பு ஆசிரியை லீயிடம் "ஹூ இஸ் ஷி? யுவர் கார்டியன்?" என்று கேட்க லீ மவுனமாக தலைகுனிந்து கொண்டான். உமையாள் தான்தான் லீயின் அம்மா என்று அறிமுகப்படுத்திக் கொள்ள, அந்த ஆசிரியை நம்ப முடியாமல் மேலும் கீழும் பார்த்ததுதான் லீயின் மனதில் பாதிப்பை ஏற்படுத்திய முதல் சம்பவமாக இருக்கக்கூடும்

என்று அவள் அடிக்கடி நினைத்துக் கொள்வாள்.

இதே போல் மற்றொரு சம்பவம் தொடக்கநிலை ஐந்தில் நடந்தது. ஒரு நாள் லீ முக்கியமான புத்தகத்தை மறந்து விட்டுச் சென்றிருந்தான். புத்தகத்தை கொடுக்க பள்ளிக்குச் சென்ற உமையாளைப் பார்த்த அவனது நண்பர்கள் "இஸ் ஷி யுவர் மெயிட்" என்று கேட்க அன்று இரவு லீ மெங்வாங்கிடம் "அப்பா! ப்ளீஸ்! அம்மா இனிமேல் பள்ளிக்கூடத்திற்கு வரவேண்டாம்" என்று சொன்னபோது லீயால் முதன் முதலாக உமையாள் அழுதாள்.

அதன் பிறகு இது போன்ற பல சங்கடங்களை உயர்நிலைப் பள்ளியிலும், பொது இடங்களிலும் தொடர்ந்து உமையாள் சந்திக்க வேண்டியிருந்தது. வீட்டில் அம்மாதான் உலகம் என்றிருக்கும் லீ, வீட்டு வாசற்படியை தாண்டியவுடன் முற்றிலும் அந்நிய மனிதனாக மாறிவிடும் அதிசயம் அவளுக்கு நிறைய வேதனையைக் கொடுத்தது.

★★★

நேற்று நடந்த நிகழ்ச்சி உமையாளை மிகவும் பாதித்து இருந்தது. நிறைமாதக் கர்ப்பிணியான மருமகள் வலி வந்து மருத்துவமனையில் அனுமதிக்கப்பட்டிருந்தாள். மகனை தொலைபேசியில் அழைத்து தான் உடனே கிளம்பி வருவதாகச் சொல்ல, அதற்கு அவன் மருத்துவமனைக்கு அவள் வரவேண்டாம் என்றும் வீட்டிற்கு வந்தவுடன் குழந்தையை பார்த்துக்கொள்ளலாம் என்றும் கூற மனதளவில் உடைந்து போனாள். மெங்வாங் ஏதேதோ சொல்லி தேற்ற முயன்றாலும், அவளால் அந்த வேதனையைத் தாங்கிக்கொள்ளவே முடியவில்லை

மகன் லீ தனது தாயை வெளி இடங்களில் மட்டும் வெறுக்கிறான். ஆனால் வீட்டிற்குள் ஏற்றுக் கொள்கிறான். அப்படியான இரட்டை நிலை அவனுக்குள் உண்டாகும் வண்ணம் என்னென்ன நிகழ்வுகள் நடந்தன என்பதைக் கதைக்குள் காட்டியிருக்க முடியும். அத்தகைய நிகழ்வுகள் கதைக்குள் இடம்பெறும்போது சிங்கப்பூர், மலேசியா போன்ற பன்மொழி, பல்சமய, பல்பண்பாட்டு வெளிகளின் பொதுச்சிக்கல் வெளிப்பட்டிருக்கும். அதன் வழியாக எழுதப்பெற்ற

கதை சமகாலக் கதையாக மாறியிருக்கும். ஆனால் அழகுநிலாவின் கதை, எல்லாக் கோபங்களும் வாரிசு முகத்தைக் கண்டால் மறந்துபோகும் என்ற நம்பிக்கையின் மாற்றுவடிவத்தின் மேல் கதையைக் கட்டியமைத்துள்ளது.

தனது காதல் மனைவியின் வயிற்றில் பிறந்த தனது மகளின் சாயல் முழுமையாகத் தனது தாயின் சாயலாகவும் நிறமாகவும் இருப்பதில் ஏற்பட்ட ஆச்சரியமே அம்மாவை ஏற்கும் மனநிலைக்கு பொதுவெளியில் அறிமுகப்படுத்தும் மனநிலைக்கு நகர்த்தியது என்பதாகக் கதையை முடித்துள்ளார்.

“ம்.... சொல்லு லீ!”

“அப்பா! எங்க இருக்கிங்க?”

“கோவிலுக்கு வந்தோம்! குழந்தை பிறந்தாச்சா”

“பிறந்துடுச்சுப்பா! நீங்க உடனே கிளம்பி ஹாஸ்பிடல் வாங்க. வரும்போது அம்மாவைக் கூட்டிட்டு வாங்க”

“என்ன சொல்ற? ஏதாவது பிரச்சனையா”

“நேர்ல வாங்க. அம்மாவையும் மறக்காமல் கூட்டிட்டு வாங்க”

அப்பா, மகன் இருவரும் சீன மொழியில் உரையாடுவதுதான் வழக்கம். சீன மொழி நன்றாக தெரிந்தாலும் கணவர் பேசியதை மட்டுமே கேட்டவளுக்கு அந்தப் பக்கத்தில் மகன் என்ன சொன்னானோ என்ற பதற்றத்தில் இதயத் துடிப்பு எகிறிக் கொண்டிருந்தது.

“என்னாச்சுங்க! என்ன சொன்னான் லீ! கொழந்தை பிறந்துடுச்சா? பிரச்சனை ஒண்ணுமில்லையே? சுக பிரசவம்தானே? என்ன! நான் கேட்டுக்கிட்டே இருக்கேன். நீங்க அமைதியா இருக்கிங்க”

“குழந்தை பிறந்துடுச்சாம் உமை. ஆனா என்ன பிரச்சனைன்னு தெரியலை. நம்ம ரெண்டு பேரையும் ஒடனே கெளம்பி ஹாஸ்பிடல் வரச்சொல்றான்”

“ரெண்டு பேரையுமா! நல்லா கேட்டீங்களா? உங்களை மட்டும்தான் வரச் சொல்லியிருப்பான்”

"இல்லைம்மா! ஃபோனை வைக்கிறப்ப கூட உன்னை மறக்காமல் கூட்டிட்டு வரச் சொன்னானே!"

"என்னை வரவேண்டாம்ன்னு சொன்னவன் இப்ப வரச் சொல்றான்னா குழந்தைக்கு ஏதாவது........" அவளால் பேசமுடியாமல் தொண்டையை அடைக்க கண்களிலிருந்து கண்ணீர் குபுக்கென்று வெளிவந்தது.

அவர்கள் நினைத்ததற்கு மாறாக மருத்துவமனையில் மகிழ்ச்சி நிரம்பியிருந்தது. உமையாளின் மகன் லீயின் நண்பர்களும் அவளது மனைவியின் நண்பர்களுமாகத் திரண்டிருந்தார்கள். உள்ளே நுழைந்த பெற்றோர்களை குறிப்பாக அம்மா உமையாளைத் தன்னருகே அழைத்து,

லீ அறிமுகப்படுத்தியவுடன் மரியாதைக்கு இருவரும் புன்முறுவல் செய்ய, வந்திருந்தவர்களில் ஒரு பெண் "ஹாய் லீ! நோ ஒண்டர்! ஷீ ரிசெம்பிள்ஸ் யுவர் மாம்லா!" என்று சத்தமாகக் கூவினாள். எல்லாரும் அதை ஆமோதிப்பது போல தலையாட்ட, இன்னொருவன் "யெஸ் ட்ரூ! ஃபோட்டோ காப்பிலா!" என்றவுடன் லீ, மருமகள் உட்பட எல்லாரும் சத்தமாக சிரித்தார்கள்.

அப்போதுதான் உமையாளுக்கு குழந்தையைப் பற்றிய நினைவு வர வேகமாகக் கட்டிலுக்கு அருகே போனாள். வெள்ளைத்துணியால் சுற்றப்பட்டு மருமகளின் பக்கத்தில் கிடத்தப்பட்டு இருந்த அந்த கறுப்பு ரோஜாவைப் பார்த்தாள். நிறத்தில் மட்டுமல்லாமல் சாயலிலும் அச்சு அசலாய் அவளை உரித்துக்கொண்டு பிறந்திருந்த குட்டி உமையாள், பாட்டியின் அருகாமையை உணர்ந்தவுடன் தனது பிஞ்சு கைகளையும், கால்களையும் அழகாக அசைக்க ஆரம்பித்தாள்.

இக்கதை எழுதப்பெற்ற முறையும் வடிவமும் கறாரான சிறுகதை வடிவத்தன்மை கொண்டது. ஒற்றை நிகழ்வு, அதற்குள் ஒரு திருப்பம், திருப்பத்தின் விளைவில் ஒரு தீர்வு, அதன் வழியாக ஒற்றை உணர்வு வெளிப்பாடு என்ற இலக்கணங்களைக் கொண்டிருக்கிறது. ஆனால் கதையில் விவாதிக்கப்படும் காதல் அல்லது கலப்புத் திருமணத்தை இந்த ஒற்றைநிலையில் விவாதிப்பதைவிடப் பல

நிகழ்வுகளால், பல தன்மை கொண்ட பாத்திரங்களால், முன்னும் பின்னும் நகரும் காலத்தில் வைத்து எழுதப்பட்டிருக்க வேண்டும். அப்படி எழுதப் பெற்றிருக்கும் நிலையில், குறிப்பிடத்தக்க உலகக் கதையாக மாறியிருக்கும் வாய்ப்புக்கொண்ட தளமுடையது கதைக்கரு.

26. உடலரசியலே நாட்டு அரசியலாக...
ஈழவாணியின் வெண்ணிறத்துணி

ஒரு மொழியில் எழுதப்பெற்ற பனுவல்களின் மீது பெண்ணியத் திறனாய்வு என்ன வகையான வாசிப்புகளையும் திறனாய்வுகளையும் செய்கிறது? என்ற கேள்விக்குப் பல்வேறு பதில்களைச் சொல்கிறது கோட்பாடாகத் தொடங்குதல் (Beginning theory / 1995) என்னும் நூல். அந்நூலின் ஆசிரியரான பேரி பீட்டர் (Barry peter) ஒரு கல்விப்புலத் திறனாய்வாளர். திறனாய்வுக்கான கோட்பாடுகளின் தோற்றத்தையும் இயங்குதளங்களையும் முன்வைத்து வரைவுகளை உருவாக்கிய அவர் ஒவ்வொரு திறனாய்வுக் கோட்பாட்டையும் இலக்கியப் பனுவல்களின்மீது செய்முறைத் திறனாய்வாக (Practical Criticism) நிகழ்த்திக் காட்டியுள்ளார். பெண்கள் எழுதிய பனுவல்களைத் திறனாய்வுக்குட்படுத்தும்போது என்ன செய்யவேண்டும் என்பதற்குப் பின்வரும் இரண்டு பதில்களை முதன்மையாகச் சொல்கிறது.

> *பெண்களால் எழுதப்பட்ட பனுவல்களைக் கண்டுபிடித்து அவற்றின் நோக்கத்திற்கேற்ப வகைப்படுத்த வேண்டியது பற்றி மறுபரிசீலனை செய்ய வேண்டும்.*
>
> *பனுவகளில் வெளிப்படும் பெண்களின் அனுபவங்களை மறுமதிப்பீடு செய்வது இரண்டாவது நிலை.*

குறிப்பிட்ட காலகட்டத்தில் நடக்கும் பெருநிகழ்வுகளைக் கொண்டு நாட்டின் வரலாறுகள் பேசப்படுகின்றன. குறிப்பிட்ட வெளிகளில் நடக்கும் பெருநிகழ்வுகளும் வரலாற்றின் போக்கைத் திசைதிருப்பவும் காரணங்களாக இருக்கின்றன. அப்பெருநிகழ்வுகளை நேரடியாகப் பதிவுசெய்வன கட்டுரை எழுத்துகளாகவும் மறைமுகமாகப் பதிவுசெய்வன புனைவு இலக்கியங்களாகவும் ஆகின்றன. புனைவிலக்கியங்களைத் தமிழ் மொழியில் பெரும் எண்ணிக்கையில் தோற்றுவித்த பெரும் நிகழ்வு ஈழப்போர்.

தனி ஈழத்தாயகம் ஒன்றை உருவாக்க நினைத்து, போராட்டங்களாகவும், அரச பயங்கரவாதத்திற்கு எதிரான போராகவும் 30 ஆண்டுகள் நடந்த அப்பெருநிகழ்வு தமிழ் இலக்கியப்பரப்பு அண்மையில் எதிர்கொண்ட பெரும் நிகழ்வுகளில் ஒன்று. தமிழகத்தில் அதனையொத்த பெருநிகழ்வுகள் சில உண்டு என்றாலும் நீண்ட கால அளவு என்ற வகையிலும் கூட்டங்கூட்டமாகப் பாதிக்கப்பட்ட தமிழர்கள் உயிர்ப்பலிகளையும் புலம்பெயர்தலையும் அனுபவிக்கக் காரணமாக அமைந்த ஒன்று என்பதால் ஏராளமான இலக்கியப் பனுவல்களை எழுதத்தூண்டியதாக ஆகியிருக்கிறது.

வலிகள், இழப்புகள், அழிவுகள் வழியாக அறியப்படும் பெருநிகழ்வுகள் வெற்றிக்குப் பின் களியாட்டங்கள் வழியாகக் கொண்டாடப்படுவதுண்டு. அதனை எழுதும் பனுவல்கள் பெரிதும் பேசப்படுவதில்லை. அதற்கு மாறாகத் தோல்விகளையும் தொடரும் வலிகளையும் நிகழ்வுகளாக்கிச் செய்யப்படும் பனுவல்களே ஆகச் சிறந்த இலக்கியப் பனுவல்களாகக் கொண்டாடப்படுகின்றன. 2009இல் முள்ளிவாய்க்கால் பேரழிவுக்குப் பின்னால் முடிவுக்கு வந்த ஈழப்போர் அப்படியான பனுவல்களைக் கடந்த 10 ஆண்டுகளில் தொடர்ச்சியாக எழுதும்படி தூண்டிக்கொண்டே இருக்கின்றது. நேரடி அனுபவங்களாகவும் உள்வாங்கிய உணர்வுகளாகவும் அனுபவத்தவர்களின் கூற்றுகளாகவும் கிடைக்கும் பனுவல்களில் பெண்களின் எதிர்கொள்ளலும் உணர்வும் பலப்பலவாய்ப் பதிவுகளாகியுள்ளன.

அப்பதிவுகளில் பெண்ணுடல்கள் பெரும் நிகழ்வுகளின் கோரத்தைப் படம் பிடிக்கும் வெளிகளாகச் சித்திரித்துக்காட்டியுள்ளன. பெண்ணுறுப்புகளைச் சிதைத்தல் என்னும் சொல்லாடல்

ஈழப்போராட்ட காலத்திலும் பின்னரும் திரும்பத் திரும்ப உச்சரிக்கப்பட்ட சொல்லாடல். ஆறு குண்டுகளின் மூலம் பெண்ணுறுப்பு சிதைக்கப்பட்ட நிகழ்வொன்றைக் கதையாக்கியுள்ளார் ஈழவாணி. இந்நிகழ்வு அதன் தலைப்பாலும் சொல்லப்பட்ட முறையால் இலக்கியப் பனுவல்களின் நுட்பத்தைக் கொண்டதாக ஆகியிருக்கிறது. அதனால் பெண்ணிய எழுத்தின் முன்மாதிரியாகவும் இருக்கிறது.

வெண்ணிறத்துணி என்பது கதையின் தலைப்பு. கதை நிகழும் வெளி போர் நடந்த யாழ்ப்பாணப்பகுதியோ, மட்டக்களப்புப் பகுதியோ அல்ல. இலங்கையின் தலைநகர் கொழும்பு. புத்தமதத்தைப் பின்பற்றும் சிங்கள மொழி பேசும் சிங்களர்களைப் பெரும்பான்மையாகக் கொண்ட நாடு இலங்கை. தமிழ்பேசும் மக்கள் சிங்களர்களைவிட எண்ணிக்கையில் குறைவு. தமிழ் பேசினாலும் மதத்தால் இசுலாமியர்களாகவும் சைவர்(இந்து) களாகவும் பிரிந்திருக்கின்றனர். சைவ சமயத்தைப் பின்பற்றும் தமிழர்கள் வடக்கிலங்கையில்- யாழ்ப்பாணப் பகுதியில் பெரும்பான்மையாகவும் கிழக்கிலங்கைப் பகுதியான மட்டக்களப்புப் பகுதியில் இசுலாமியர்கள் பெரும்பான்மையானவர்களாகவும் இருக்கின்றனர். என்றாலும் இலங்கையின் தலைநகரான கொழும்பு அனைத்து மொழியினருக்கும் மதத்தினருக்குமான வெளியாக இருக்கிறது. அவரவர்களுக்கான பகுதியை உருவாக்கிக் கொண்டு கொழும்புப் பெருநகரில் வசிக்கிறார்கள். அப்பெருநகரில் நடக்கும்/ நடந்த கதையாக வெண்ணிறத்துணி கதையை எழுதியிருக்கிறார் ஈழவாணி. கதையின் தொடக்கத்தில் :

> *“விசர் பிடித்திருக்கலாமோ?”*
>
> *“இருக்கலாம்... நிச்சயமாக அவள் யாரோ சில ஆண்களுடன் கள்ளத் தொடர்பும் வைத்திருக்கலாம்”*

இதுதான் பெருநகரின் பொந்து வீடுகளிலும்கூட உலாவிக் கொண்டிருக்கும் பேச்சு. இராணுவத்தில் இருந்தமையால் சண்டைகள், கொலைகள், ரத்தக் கவுச்சிகளாக கிடந்த மனித பிண்டங்களைப் பார்த்ததிலும் புத்தி பேதலித்து இருக்கலாம். பொடியனைப் பார்த்தால்வயசு ஒரு 35தான் வரும் என்றும் சிலர் பேசிக்கொண்டனர். விசர் பிடித்தது யாருக்கு? அவளுக்கா? அவனுக்கா? என்பதற்கான பதிலைப் பெற விரும்பும் வாசகரைக்

கதையின் முடிவு வரை வாசிக்கும்படி தூண்டுவது புனைகதை எழுத்தாளரின் திறன்.

போர்ப் பின்னணி கொண்ட உணர்ச்சிகரமான நிகழ்வொன்றைக் கொண்ட கதையை சிறிய அளவிலான அங்கதத் தொனியுடன் சொல்லியுள்ள ஈழவாணி, கதைத் தலைப்பில் ஒரு ரகசியத்தையும் வைத்திருக்கிறார். ஆறு குண்டுகளைத் தனது பிறப்புறுப்பில் தாங்கி மரித்துப் போன நிர்மலினி, தமிழ்ப் பெண். அவள்மீது தீராக் காமத்துடன் காதல் கொண்ட கொடித்துவக்கு சிங்களன்; ஆர்மிக்காரன். அந்தத் தகவல்களைத் தரும் பகுதியை இப்படி எழுதுகிறார். அதில்தான் தலைப்பின் பின்னணியும் இருக்கிறது: நிர்மலியின் புருஷன் வடபகுதியில் இறுதி யுத்தம்வரை ஈடுபட்ட ராணுவக் குழுவோடு இருந்தவன். தற்போதும் வடபகுதியில் சிறப்புப் பிரிவில் உயர்பதவி பெறப்பட்டுக் கடமையாற்றிக் கொண்டிருப்பவன். அவன் விடுமுறையில் வீட்டுக்கு வந்து விட்டால் காமத்தி கடவுள் மூலஸ்தானத்தைவிட்டு நகராது. இதுதான் வெளியே தெரிந்த கதை.

ஆனால் மூலஸ்தானத்தில் தெரியாத ஒரு கதை விடுமுறை காலத்தில் எல்லாம் நடந்து கொண்டிருந்தது. 2008 காலப்பகுதியில் அவர்களுக்கு திருமணம் நடந்து இருந்தும் நிர்மலி இன்றுவரை கருத்தரிக்கவில்லை. அதற்காக அவளின் ஆர்மிக்காரப் புருஷன் கொடித்துவக்கு எந்தச் சினத்தையோ வன்மத்தையோ அவள்மீது காட்டியதில்லை . அதுமட்டுமல்ல திருமணத்தில், முதலிரவில் சிங்களவர் கலாச்சார படியும் வெள்ளைத்துணி விரித்து விடுவார்கள். கட்டாயமாக அதில் ரத்தம் வடிந்து இருக்கவில்லை என்றால் பெண்ணைக் கற்புடையவள் இல்லை என விலக்கி வைத்துவிடுவார்கள். நிர்மலியின் கொடித்துவக்கோடான முதலிரவில் ரத்தம் வடியவில்லை. அது தெரிந்ததும் உறவினர்கள் விலக்கி வைத்துவிடக் கூறியும் பொருட்டாகவே மதிக்காமல் அவள் மீது தீராக்காதல் கொண்டிருந்தான். அவன் விடுமுறைக்கு மட்டுமே கொழும்புக்கு வருபவன். அவள் இல்லாத காலங்களில் நிர்மலியின் உடலும் அதன் அழகும் பலருக்கும் காட்சிப்பொருளாகவும் கற்பனைக்குரியதாகாவும் இருந்தது. அப்படி இருப்பதை அறிந்தவள் என்ற போதிலும் அதைப் பற்றிப் பெரிதாக அலட்டிக்கொள்ளாதவள் நிர்மலினி.

இங்கே பெண்ணுடலை ஆண்கள் அப்படித்தான் பார்க்கிறார்கள். அப்படிப் பார்ப்பதில் அந்த உடல் ஒரு பூரணத்துவம் பெறுவதாக அவளே நம்புகிறவளும்கூட. தோள் மூட்டின் ஓரங்களில் கிழிந்தும், மார்புப் பகுதி வெடித்து ஓட்டை விழுந்த ஆடை அணிந்த அலங்கோலங்களுடன் திரிந்து கொண்டிருந்தவள், இப்பொழுதெல்லாம் அந்த இடத்தின் ஓடக்கரை அழகி என்று அனேக வாக்குகளை எட்டிக்கொண்டு இருந்தாள். அந்தச் சேரி குடியிருப்பின் இளசுகள் தொடங்கி முதிர் கிழங்கள் வரை யாழ் பீடாவை வாய்க்குள் போட்டுக் குதப்பி குதப்பிச் சப்புவதின் சுகத்தை அவள் அந்தத் தெருக்களில் திரியும் தருணங்களில் எல்லாம் அனுபவித்துக் கொண்டிருப்பார்கள். ஆர்மிக்காரன்ட மனுஷி என்பது சற்றுத் தள்ளி நிற்க வைத்தாலும் திமிரிக்கொண்டு திரியும் அரபிக்குதிரையைப் போன்ற அவள் அழகை ரசிக்க அந்தச் சேரி குடிசைகளைத் தாண்டிய கண்களும் தவறுவதில்லை.

ஆண்களின் எண்ணங்களுக்கும் கற்பிதமான பாலியல் இச்சைகளுக்கும் காரணமான அந்தப் பெண்ணின் உடல் எதையும் பொருட்படுத்தியதில்லை. ஆர்மிக்காரன்ட மனுசி என்ற பாதுகாப்பு இருப்பதால் கூட அவள் யாரையும் எதையும் பொருட்படுத்தாமல் இருந்திருக்கலாம். அதையும் கதாசிரியர் கதையில் சொல்லவும் செய்துள்ளார்: காய்கறிக் கடை, இறைச்சிக்கடை என தினம் ஒரு கடையில் அன்றைய நாளுக்கான பிறப்பின் பூரணத்துவம் பெற்றாலும், சேரிக்காரிதானே என்றோ, அல்லது தம் பார்வைகளுக்கும் எண்ணங்களுக்கும் சுகமளிக்கும் காமத்திக் கடவுளை யாரும்வெளிப்படையாகத் தீண்ட முயற்சித்த கதைகளோ அல்லது சாமத்தில் பக்தர்களை அனைத்த கதைகளோ வெளிவரவில்லை. ஏனென்றால் அவள் ஆர்மிக்காரன் மனுஷி என்பதாலிருக்கலாம் விடுமுறைக்கு வரும்போதெல்லாம் மூலஸ்தானத்தை - வீட்டை விட்டு வெளியே வராமல் கொடித்துவக்குக் காமத்தை அள்ளியள்ளித் தருகிறாள் என மற்றவர்கள் நினைத்துக் கொண்டிருக்க, மூலஸ்தானத்தில் நடப்பதோ வேறு.

நிர்மலி, தனது உடலை காமங்கொப்பளிக்கும் உடலை தேச அரசியலுக்கு அர்ப்பணித்த உடலாக ஆக்கிக் கொண்டிருந்தாள். அதைப் பின்வருமாறு எழுதுகிறார் ஈழவாணி.

பின் நாட்களில் காமம் துய்க்கும் தருணங்கள் எல்லாம் அவளுக்குப் பயங்கரமானதாய் இருந்தது. அவன் அடங்காத காமத்தோடு அவளைத் தீண்டி உச்சமடையும் தருணங்களில் எல்லாம் கற்பழித்து சீரழிக்கப்பட்ட இசைப் பிரியாவை பற்றிக் கேட்கத் தொடங்கினாள். இன்னும் சில கூட்டு புணர்ச்சியால் சீரழிக்கப்பட்டும் வன்காமப் புணர்வால் சாகடிக்கப்பட்ட பெண்களிற்கும் காரணமாக இருந்தவர்களில் நீயும் ஒருத்தன்தான் எனவும், எப்படி... எந்த முறையில்.. இப்படியா... இப்போது நீ என்னை புணர்வது போன்றா... என்ற கேள்விகளை ஒவ்வொரு தொடுகையின் போதும் சத்தமிட்டு ஆவேசமாக கேட்கத் தொடங்கினாள். அவன் காமத்தின் வேகம் அதிகரித்துக் கொண்டு செல்லும் போதெல்லாம் விசர்ப் பிடித்தவளாய் கத்த ஆரம்பித்து விடுவாள்.

நிர்மலி, கொடித்துவக்குவோடு கூடும் எந்தப் புணர்ச்சியும் அவளின் விருப்பத்தோடும் ஆசையோடும் கூடிய புணர்ச்சியாக இருந்ததில்லை. அதனால்தான் அவளுக்கு ஒரு பிள்ளை உருவாகவில்லை என்றே நம்புகிறாள். தனக்கொரு பிள்ளையைத் தரமுடியாத பாவச்சின்னம் தனது புருஷன் கொடித்துவக்குவின் உடலே என்றே எண்ணுகிறாள். அந்த எண்ணம் விசமாக அவளுக்குள் படர்ந்துகொண்டிருந்தது. இதை அறியாமலேயே அவன் எப்போதும்போல அவளது அக்குள் நாற்றத்தில் கிறங்கிக் கொண்டே இருந்தான்.

அவளது உடலோ பழிவாங்கிவிடும் தீவிரத்தில் அவனிடம் கேள்விகளையே கேட்டுத் துன்புறுத்தியது. பெண்ணுடலின் பழிவாங்கலைத் தாங்கமுடியாத ஆண் உடல் ஆண்குறியையொத்த இன்னொரு ஆயுதத்தைத் துப்பாக்கியைத் தூக்கிவிடுகிறது. காமத்தின் வெறி தலைமுடி தொட்டு கால் நகம் வரை விறைத்துப்போக, அவள் வார்த்தைகளின் உச்சத்தை தாங்க முடியாது, அருகில் மேசையில் கிடந்த பிஸ்டலை எடுத்து அதே வேகமடங்காமல் நிர்மலியின் பெண்குறியில் ஆறு குண்டுகளையும் வேகமாகச் செலுத்தி தீர்த்தான் விறைப்பு அடங்கும் வரை... அடங்கிக் கிடந்த அவளிடமிருந்து முதலிரவில் விரிக்கப்பட்ட வெண்ணிற துணியில்படிந்து கறைபடாத இரத்தம் வடிந்து

கொண்டிருந்தது. இரத்தம் படிந்த வெண்ணிறத்துணிக் காட்சியோடு கதை நிறைவடைகிறது.

ஆர்மிக்காரன்ட மனுசி என்ற பாதுகாப்புடன் இருக்கும் நிர்மலியின் உடலுக்குள் ஓர் அரசியல் இருந்திருக்கிறது. கொடுத்துவக்குவின் உடலில் கொப்பளிக்கும் காமத்திற்கிணையான காமத்திளைப்பும் தேவையும் நிர்மலியின் உடலிற்கும் தேவை என்றாலும் அந்த உடல் இன்னொரு அரசியலை உள்வாங்கிய உடலாக மாற்றம் கொள்கிறது என்பதைக் கதாசிரியர் முன்வைக்கிறார். அந்த அரசியல் வெளிப்பாடு உடலுக்குள் தேக்கிவைத்த காமத்தீ அல்ல; வேறொரு தீ. நாட்டரசியலை உள்வாங்கிய தீ அது. பழி வாங்கும் நோக்கம் கொண்ட உடலரசியல்.

தன்னுடல் மீது ஆதிக்கம் செலுத்துவும் காமத்தைத் தணித்துக் கொள்ளவும் உரிமங்கொண்ட கணவன் கொடித்துவக்குவின் - சிங்களனான கொடித்துவக்குவின் காமத்திற்கு இணங்கிக் கொண்டே அவனைக் காமத்தின் உச்சத்திற்குச் செல்ல விடாமலும், அவனது வாரிசை ஏற்றுப் பிள்ளையொன்றைப் பெற்றுவிடக் கூடாது என்றும் முடிவெடுத்த உடலின் அரசியல் அது. இந்த உடலரசியலைச் சரியாக எழுதிக் காட்டிய கதையாக ஈழவாணியின் வெண்ணிறத்துணி அமைந்துள்ளது.

27. அக உலகத்துப் பெண் பிரதிமைகள்: பிரமிளா பிரதீபனின் இரண்டு கதைகளை முன்வைத்து

பிரமிளா பிரதீபன் இலங்கையின் மலையகப் பின்னணியில் சிறுகதைகளை எழுதிவருகிறார். அடுத்தடுத்து அவரது இரண்டு கதைகளை வாசிக்கும் வாய்ப்புக் கிடைத்தது. இரண்டு கதைகளில் முதல் கதை, நடு இணைய இதழில் (இதழ் 21, ஆனி-2020) 'விரும்பித்தொலையுமொரு காடு' என்ற தலைப்பில் பதிவேற்றம் பெற்றுள்ளது. இரண்டாவது கதை, யாவரும்.காம் இணைய இதழில் (16-06-2020) ஜில் பிராட்லி என்ற தலைப்பில் பதிவேற்றம் கண்டுள்ளது.

இரண்டு கதைகளுமே பெண்மையக் கதைகளே என்றாலும் பெண்களை நிறுத்திக் காட்டும் அல்லது உலவவிடும் குடும்பம் அல்லது பணியிட வெளிகளில் நிறுத்தாமல் அவர்களின் அகவெளி நினைவுகளை எழுதிக்காட்டும் கதைகளாகத் தந்துள்ளதின் மூலம் கதைகளை வாசிக்கத் தூண்டுகிறார். நடுவில் வந்துள்ள விரும்பித்தொலையுமொரு காடு என்ற கதைத் தலைப்பே, 'விரும்பி ஏற்குமொரு குடும்பத்தலைவி' என்ற பாத்திரத்தை ஒதுக்கிவிட்டு, அதன் கட்டுகளையும், நெருக்கடிகளையும், சுமைகளையும் தாங்க வேண்டிய நிர்ப்பந்தம் தராத காட்டுக்குள் அலைய நினைக்கும் மனதின் நினைவுகளை முன்வைப்பதாக அமைந்துள்ளது. அந்தக் கதை,

> *யாருக்கேனும் இதுவொரு சிறு சம்பவமாகவோ அல்லது அடுத்து வரப்போகும் நிகழ்வின் ஒரு பகுதியாகவோ இருந்து விட்டுப் போகுமெனில் அதற்காக என்னால் செய்யத்தக்கதான ஆகக்கூடிய செயல் மௌனமாயிருப்பது மாத்திரமேதான். முடிந்தால் நேரமொதுக்கி என்னிடம் கேளுங்கள் தயக்கமின்றிச் சொல்கிறேன். இதுவொரு வரலாற்றுத் திருப்பம் என்று... ஒட்டுமொத்த கற்பனைகளதும் நம்பமுடியா சாத்தியபாடென்று... அன்றேல் வேறொரு விதத்தில் கூறமுனையின், ஒன்றை இழந்து ஒன்றைப் பெறும் அமையச்செலவென்று... ஆம். அப்படிச் சொல்வதில் நிச்சயமாய் தவறேதும் இல்லையென்றுதான் நினைக்கின்றேன். மிகச்சிறந்த ஒன்றை பெற்றுக் கொள்வதற்காய் சிறந்த ஒன்றை இழக்க நேரிடின் அது அமையச் செலவுதானே!*

எனத்தொடங்கி,

> *வேறென்ன செய்துவிட முடியும்? யாருக்கேனும் இதுவொரு சிறு சம்பவமாகவோ அல்லது அடுத்து வரப்போகும் நிகழ்வின் ஒரு பகுதியாகவோ இருந்துவிட்டு போகுமெனில் அதற்காக என்னால் செய்யத்தக்கதான ஆகக்கூடிய செயல் மௌனமாயிருப்பது மாத்திரம்தானே!*

என முடிகிறது. கதைத்தொடக்கத்தையும் முடிவையும் கேள்விகளாகவும் விசாரணைகளாகவும் வைத்துக்கொண்டிருக்கும் இந்தக் கதை, ஒரு பெண் தன்னைச் சுற்றிச் நடக்கும் ஒவ்வொன்றையும் அசைபோட்டுக் கொண்டிருப்பதையும் அதற்கிணையாக அவளது மனத்திற்குள் தொலைய விரும்பும் காட்டின் பரப்பைப் பற்றிய கனவுகளையும் அடுத்தடுத்து வைத்தபடியே நகர்கிறது. நனவும் கனவுமான எண்ண ஓட்டங்களுக்கேற்ப மொழியை சொல்லுருக்களைக் கோர்த்து அமைக்கும் முறையின் வழியாக முழுமையும் நினைவோட்டத்தை வாசிக்கும் உணர்வை உருவாக்கியுள்ளது.

> *வழமை போலான என் மௌனத்தையும் சொற்களற்ற சம்மதத்தையும் சாதகமாக்கிக் கொண்டு, அடுத்தக்கட்ட வேலைகளை அம்மா ஆரம்பித்தாள். தன் மிகப்பெரிய கடமை முடிந்ததாய் என் திருமணத்தையும் நடத்தி முடித்திருந்தாள்.*

என்று நடப்பை குடும்பத்தினர் நிறைவேற்றவேண்டிய பொறுப்புகளைப் பற்றிய குறிப்புகளைத் தரும் அதே வேளையில், அப்பொறுப்புகளின் மீதான விமரிசனப் பார்வையாகவும் அவளது எண்ணங்கள்,

> *‘உன் சிறகுகளை துண்டிக்கும் சடங்குகளேதும் உன் வம்சத்தில் இல்லையா என்ன..? ஓ...! நீ பெண்தானென்று எங்ஙனம் நானறிவேன்? திக்குத்தெரியாமல் பறந்து திரியும் நீ பெண்ணாய் இருந்திட வாய்ப்பில்லைதான். போ போ எங்காவது போய்த்தொலை’*

எனத் தூண்டுகின்றன.மனிதர்களின் அதிலும் குறிப்பாகப் பெண்களின் விருப்பத்தைத் தாண்டி அமையும் குடும்ப வாழ்க்கையும் உறவுகளும் உருவாக்கும் தளைகளும் சுமைகளும் உதற முடியாதவையாகத் தொடரும் பண்பாடு கீழ்த்திசைப் பண்பாடு. அதற்குள் குடும்ப வெளியைத் தள்ளிவைத்துவிட்டுக் காட்டுக்குள் அலையும் துறவு நிலையோ, அல்லது விடுதலைக் கனவோ நடப்பில் சாத்தியங்கள் இல்லாதவை.

இந்த நினைவுகளெல்லாம் வெறும் பைத்தியக்காரத்தனங்களாய் இருந்து விடுவதற்கான வாய்ப்புகளும் இருந்ததென்பதை மறுப்பதற்கில்லை. ஆனாலும் கனவிற்கும் நனவிற்கும் இடைபட்டதான ஒரு திண்மத்தை ஸ்பரிசித்தலோ அல்லது அவதானித்துணர்தலோ சாத்தியமில்லையாக இருக்கும் போது அவ்வுலகம் வெறுமனே கற்பனையினாலானது என்று விலகுதலும் சுலபமாயிருக்கவில்லை. ஒரு கட்டத்தில் அதன்; உறுதி நம்பும்படியாகவும் உண்மைத்தன்மை நிறைந்ததாகவுமே இருக்கின்றது. மனித குரலோசைகள் பரிகாசங்களும், ஏவல்களும் நிரம்பியதாய் அவ்வப்போது ஒலித்து மறைகின்றன. ஏலவே காட்டுக்குள் தொலைந்து போனவர்களது பிரகாசமான பிம்பங்கள் தூரத்தில் காட்சிகளாக தெரிகின்றன. அவர்கள் மிக பூரிப்புடன் உலா வருவதை போலான வெளிப்படுத்தல்களையும் காணக் கிடைக்கின்றன.

கதையின் முழுப்போக்குமே சமூகம் உருவாக்கி வைத்திருக்கும் கட்டுப்பாடுகளையும் உறவுகளையும் துறந்து விடுபடுதலை நினைத்து அலையும் மனதின் ஏக்கங்களையே பேசுகின்றது. அதற்கான சொல்முறையாக மனவோட்டச் சொல்முறையைத்

தேர்வுசெய்து அதன் சாத்தியங்களை முழுமையாகப் பயன்படுத்திக் கொண்டுள்ளது. அதனாலே பிரமீளா பிரதீபனின் இந்தக் கதை கட்டாயம் வாசிக்கப்பட வேண்டிய கதையாக மாறுகிறது. சமகாலப் பெண் புனைவுகளில் இவ்வகைக் கதை அரிதான ஒன்று

★★★

இக்கதைக்கு மாறாக நேர்நிலைத் தன்மைகொண்ட உரையாடலைச் சொல்முறையாகக் கொண்ட கதை ஜில் பிராட்லி. யாவரும். காம் இணைய இதழில் வந்துள்ள இந்தக் கதை சிங்களப் பெண் *x* தமிழ் ஆண் என்ற எதிர்நிலைக்குள் நுழைவதன் மூலம் இலங்கையின் இனமுரண்பாட்டை விவாதப்பொருளாக்கிக் கொள்கிறது. அதிகாரத்தைத் தக்கவைக்க நினைக்கும் சிங்கள அரசதிகாரமும், புதிய அதிகாரத்தை உருவாக்க நினைக்கும் தமிழ் விடுதலைப்போராட்ட அணிகளுக்கும் இடையே இவ்விடைவெளியைக் குறைக்கும் வகையறியாது தவிக்கும் சாதாரண மனிதர்களும் இலங்கையின் மக்கள் தொகைக்குள் இருக்கிறார்கள் எனச் சொல்லும் கருத்தோட்டம் கொண்ட கட்டுரைகளையும் கதைகளையும் வாசித்திருக்கிறேன். ஆனால், இந்தக்கதை அவை போலுமல்லாமல் நுட்பமான கலைசார்ந்த மனிதர்களின் நட்பையும் ஈர்ப்பையும் செய்வதறியாது தவிக்கும் தவிப்பையும் புனைவாக்கியிருக்கிறது.

நவீனத் தொழில்நுட்பம் சாத்தியமாக்கியிருக்கும் சமூக ஊடகமான முகநூல் வழியாக நண்பர்களாகி, தங்களின் அந்தரங்க எண்ணங்களையும் ரகசியங்களையும் பகிர்ந்துகொள்ளும் ஜில் பிராட்லியும் அவளது புதிய நண்பன் சிவநேசனும் மட்டுமே பாத்திரங்கள். அவர்களும்கூட ஆறாம் திணையான அரூபவெளிப்பாத்திரங்களே. இணையவெளியில் வாழும் இவ்விரு பாத்திரங்களும் நடத்தும் உரையாடல்கள் வெளிப்படுத்தும் உணர்வுகளும் விவாதங்களும் தனிமனிதர்களின் விருப்பங்களைக் கவனத்திலேயே எடுத்துக் கொள்ளாத குரூரமான இனவாத மனநிலையைக் கடுமையான விமரிசனப் பொருளாக்கியிருக்கின்றன. சர்ரியலிச ஓவியங்களையும் ஓவியர்களையும் ஆராதிக்கும் ஆதர்சமாகக் கொண்டிருக்கும் - அனோமா முணவீர என்ற சொந்தப்பெயர்கொண்ட ஜில் பிராட்லி சிவநேசனோடு அந்தரங்கமாகவும் அரசியல் ரீதியாகவும் கலை இலக்கியம் தொடர்பாகவும் நடத்தும் உரையாடல்கள் கணதியானவை. இக்கணதியான உரையாடல்கள் ஒருவிதத்தில் அவளது

தற்கொலை முடிவைத் தள்ளிப்போட நினைத்து மேற்கொள்ளும் உரையாடல்களாகவே நகர்கின்றன.

எதையும் விவாதிக்கும் வாய்ப்புகளை வழங்காத சூழலில் கலைஞன் கலை- காதல் போன்ற சொற்கள் உருவாக்கும் அபத்தநிலைகளை முன்வைக்கும் ஜில் பிராட்லியின் சொற்களும், அவள் எடுக்கப்போகும் முடிவும் வாழ்க்கையின் குரூரக் கணங்கள். ஜில் பிராட்லி தன்னைத் தனது முன்னாள் காதலன் விபாகரனின் பிரதிபிம்பமாக நினைக்கிறாள் என்பதை உணர்ந்துகொண்ட சிவனேசன்,

'விபாகரன் வந்தால் ஏன் அவனோடு வாழ முடியாது?' என்று கேட்டான்.

'மிக நீண்ட நாட்களாக என் ஓவியங்களுடனும் விபாகரனின் மாய பிம்பத்துடனும் வாழ்ந்து பழகி விட்டேன். அடுத்து வரபோகிறதென தோன்றும் ஒரு திடீர் மாற்றத்தை... அல்லது ஒரு நிஜத்தை என்னால் உடனடியாக ஏற்றுக்கொள்ள முடியவில்லை சிவநேசன். அது உனக்கு புரியாது விடு' என்றாள்.

என்று முடிக்கிறாள். அப்படி முடித்த ஜில் பிராட்லி என்ன முடிவெடுப்பாள் என்ற பதற்றத்தோடு கதை நிறைவடைகிறது. கதையின் முடிவுப்பகுதியை இப்படி எழுதுகிறார் பிரமிளா.

'யாருமில்லாத ஓரிடத்தில் ஒளிந்து கொள்ளுதல் என்பதும் தன்னை தனக்கே தெரியாமல் ஒருவன் சுட்டுக் கொள்ளுதல் என்பதுவும் ஆச்சரியம் தானே தவிர அவ்வாறானதொரு அனுபவத்தை பெற்றிட என்னிடமும் துப்பாக்கி இல்லையே' என்றாள். மேலும் 'துப்பாக்கியால் மட்டும்தான் மரணத்தை தர முடியுமா என்ன' எனச்சொல்லி சத்தமாய் சிரித்தாள்.

சிவநேசனுக்கு மனது படபடத்தது. இதயம் பலமடங்கு வேகமாய் துடிப்பது போலிருந்தது. பதறியெழும்பி தொலைபேசியை தேடியெடுத்தான். அவளது இலக்கத்தை வேகமாய் அழுத்தி தொடர்பு கொள்ள முயற்சித்தான். அவனது கைகள் நடுக்கம் கொள்ளத் தொடங்கியிருந்தன.

இந்தக் கதைக்கு இப்படியொரு முடிவுதான் சரியாக இருக்கும் என்ற தேர்வே பிரமிளா பிரதீபனின் எழுத்தைக் கவனமான எழுத்தாகக் கணிக்கச் சொல்கிறது. இந்த முடிவை நோக்கி

நகர்த்தும் உரையாடலில் அதிர்ச்சியான கேள்விகளையெல்லாம் கேட்டுச் சிவநேசனைத் திகைக்கச்செய்யும் ஜில் பிராட்லி பாத்திரம் இலங்கைச் சமூகத்தில் வாழும் சமகாலப்பொருத்தமில்லாத பெண்ணாக அவளை முன்வைக்கிறது. அது ஒருவிதத்தில் நவீனத்துவ -சிதறுண்ட ஆளுமையின் பிரதிபிம்பம் என்றுகூடச் சொல்லலாம். அவர்களிடையே நடக்கும் இந்த உரையாடலை மட்டும் வாசித்துப் பார்க்கலாம்:

தான் ஒரு ஓவியராக உருமாறாமல் போயிருந்தால் மனநலவிடுதியில் தீவிர நோயாளியாக சேர்க்கப்பட்டிருப்பேன் என்று பிரைடா காலோ தன்னுடைய நாட்குறிப்பில் கூறியிருக்கிறாளாம். சொல்லப்போனால் நானும் அவளையொத்தவள்தான் என்று ஜில் ப்ராட்லி பெருமை வழிய பலதடவைகள் அந்த ஓவியருடன் தன்னை ஒப்பிட்டுக் கொள்வாள்.

'என்னுடைய படங்களை நீ இரசித்ததே இல்லையா?'

அவன் சிறிது தயங்கி பின் மெதுவாக கூறினான். 'உன் கண்களையும் உதடுகளையும் இரசித்திருக்கிறேன்'

அப்படி அவன் கூறும்போது அவளை பார்க்கத் துணிவற்று தலையை திருப்பிக் கொண்டான்.

அவள் இப்போது, தான் கனவிலும் நினைக்காத ஒரு அடியை எடுத்து வைப்பதில் தனக்கு திறமை உள்ளதென நம்பியவளாய் அதீத பீடிகையற்று சடாரென்று கேட்டாள்.

'என்னை முழு நிர்வாணமாக பார்க்க விரும்புகிறாயா?'

நாட்டில் நிலவும் அரசியல் சூழலில் அறிவும் சிந்தனையும் வேலைசெய்ய வாய்ப்பளிக்காத இனமோதலை வளர்க்கும் உறவினர்கள் நிரம்பிய சூழலில் சிதைவுண்ட மனுசியை குறிப்பாகக் கலையின் சாத்தியங்களை நம்பிய மனுசியின் தோல்வியை எழுதிக்காட்டிய வகையில் பிரமிளாவின் ஜில் ப்ராட்லி மிகமிக முக்கியமான கதை என்று சொல்லத் தோன்றுகிறது. பெண்ணியச் சொல்லாடல்களை நேரடித்தன்மையாகப் பேசாத நுட்பமான வெளிப்பாடுகள் என்ற வகையிலும் கவனிக்கத்தக்க கதைகள்.

அடைவுகள்

33 சதவீதம் - 116
அகமணமுறை - 119
அடையாளப்பயிலரங்கு - 115
அழகியல்வாதம் x பயன்பாட்டுவாதம் - 78
அரசநீதி - 59
அண்ணாதுரை, சி.என்.- 26
அய்யர், வ.வே.சு. - 26
அப்துல்கலாம் - 68
அறிவுத்தோற்றவியல் - 125
ஆதிக்கமொழி - 128
ஆண்மொழி - 128
ஆண்மையவாதம் - 75
ஆனந்தவிகடன் - 69
இதிகாசங்கள் - 57
இந்தியத் திருமணச் சட்டங்கள் - 68
இரண்டாமிடம் - 201
இல்லறவியல் - 96
இனவிருத்தி - 96

இப்சனின் பொம்மைவீடு - 103
உடலியல் மருத்துவம் - 124
உடலுறவு - 131
உயிரியல் வரையறை - 74
உளப்பகுப்பாய்வு - 161
உளவியல் அடிப்படை - 161
உளவியல் மருத்துவம் - 124, 162
உலகப்பெண்கள் ஆண்டு - 42
ஊடறு - 111
எங்கெல்ஸ், பிரடெரிக் - 105
ஒடுக்கும் / ஒடுக்கப்படும் வர்க்கங்கள் - 77
ஔவை - 151
கமலாம்பாள் சரித்திரம் - 39
கருத்தியல் தடைகள் - 98
கவி பாரதி - 97
கலப்புத் திருமணங்கள் - 220
கற்புநிலை - 173
காதல் - 131
காமம் - 152
காமசாஸ்திரம் - 152
கீழ்த்திசை நாடுகள் - 191
குடும்பம் - 119
குடும்ப வெளி - 46, 76, 88
கு.ப.ரா. - 26
கோட்பாடுகள் - 75
சக்தி கலைக்குழு - 180
சங்கப்பெண் கவிகள் - 21
சங்கதி, கருக்கு - 89
சந்திரிகையின் கதை - 39
சமகாலத் தமிழ் இலக்கியம் - 81

சமூகமுரண்கள் – 126
சமூகவயமாதல் – 75
சாகித்ய அகாதெமி – 34
சாதியத்தன்னிலைகள் – 98
சிக்மண்ட் ப்ராய்டு – 162
சிறுகதை – 112
சிறுகதை வடிவம் – 76
சிறையின் தாழ்ப்பாள் – 127
சீமாந்த போவா – 119
செய்முறைத் திறனாய்வு – 23
தக்க / தகாத உறவு – 174
தலாக் – 67
தந்தைவழிச் சமூகம் – 75
தனிவீடு – 100
தனித்திருத்தலின் சுதந்திரம் – 190
தாய்மையை உணர்தல் – 85
தாலி – 87
திருக்குறள் – 95, 152
திருமணம் – 87, 99
திரௌபதி வஸ்திராபஹரணம் – 179
துறவறம் – 68, 191
தெரேசா – 68
தெருக்கூத்து – 179
தொல்காப்பியம் – 127
தொன்மங்கள் – 57
நடப்பியல் உண்மைகள் – 217
நண்பர்கள் – 107
நவீனத்துவம் – 66
நவீனத்திருமண வடிவங்கள் – 66

நுண் அலகுகள் - 208
நேர்கோட்டுத்தன்மை - 89
பக்தி இலக்கியக்காலம் - 97
படிநிலைகள் - 97
பத்மாவதி சரித்திரம் - 39
பாலடையாளம் - 87
பாலியல் இச்சை - 230
பாலியல் இயல்பூக்கம் - 86
பாலியல் இரட்டை - 55
பாலியல் விருப்பம் - 118
பாலினப் பாகுபாடு - 160
பிரெஞ்சுப் பெண்ணியம் - 162
பிரேமா. இரா. - 34
பிள்ளை சுமத்தல் - 95
பிள்ளைப்பேறு - 106
புனிதக்கருத்துரு - 119
புனிதச்சிறை - 127
புனிதப்பேருரு - 68
புனைகதை உத்தி - 89
பெண் - 74
பெண் அனுபவங்கள் - 226
பெண் உடல் - 85
பெண் எழுத்து - 200
பெண் புதிர் - 162
பெண்கள் சந்திப்பு - 111
பெண்நிலை - 74
பெண்ணியம், கோட்பாட்டுநிலை - 104
பெண்ணியம், செயல்நிலை - 104
பெண்ணியம், தீவிரநிலை - 175
பெண்ணிய அணுகுமுறை - 198

பெண்ணியவாதி – 75
பெண் எழுத்தாளர்கள் (இலங்கை) – 23
பெண் எழுத்தாளர்கள் (சிங்கப்பூர்) – 23
பெண் எழுத்தாளர்கள் (மலேசியா) – 23
பெண்களின் உலகம் – 76
பெண்களுக்கான நீதிமன்றம் – 76
பெண்ணியத்திறனாய்வு – 75
பெண்ணியம்(சமத்துவம்) – 38, 88
பெண்ணியம்(தாராளவாதம்) – 33
பெண்ணியம்(புரட்சிகரம்) – 32
பெரிய எழுத்துக்கதைகள் – 57
பொதுவெளி உரிமைகள் – 74
பொருத்தம் – 100
பொன்மான் – 63
பொன்முடி – 96
பொது அடையாளம் – 82
புதுமைப்பித்தன், சாபவிமோசனம் – 57
மக்கட்பேறு – 96
மகளிரியம் – 34
மணிமேகலை துறவு – 68
மனிதமையம் – 65
மனைமாட்சி – 69
மார்க்சியம் – 105
முதலாளியம் – 208
முலை முளைத்தல் – 119, 123
முன்னிலைக்கூற்று – 89
மேற்கத்திய வாழ்க்கை – 190
மொழியியல் – 125
ரத்த உறவுப்பாத்திரங்கள் – 55
ராஜாராம் மோகன்ராய் – 25

வசந்திதேவி - 113
வட்டார இலக்கியம் - 82
வரையறுக்கப்பட்ட பாத்திரங்கள் - 75
வயதுக்கு வருதல் - 123
வாத்ஸ்யாயனர் - 152
வாழ்க்கைத்துணைநலம் - 96
விவாகரத்து - 68
விவாதச்சொல்லாடல்கள் - 160
வெளியேற்றம் - 102
வேட்டைச்சமுதாயம் - 56
வேளாண்சமூகம் - 56
ஹிஸ்டீரியா - 162
ஜூலியா கிறிஸ்தவா - 162

[இந்நூலில் இடம்பெற்றுள்ள சொல், பொருள், பெயர்களைத் தேடுவதற்கு இவ்வடைவுக்குறிப்பு பயன்படும்]

அ.ராமசாமி

இந்தியக் கல்வியில் மிக உயர்ந்த படிப்பான முனைவர் பட்டம் (Ph.D) வரை படித்துப் பேராசிரியராகப் பணியாற்றி ஓய்வுபெற்று மதுரை மாவட்டம் திருமங்கலத்தில் வசித்து வருகிறார். எழுத ஆரம்பத்த காலத்தில் தீர்க்கவாசகன் என்ற பெயரில் கவிதைகள் எழுதியதுண்டு. மதுரைமாவட்டம் உசிலம்பட்டியிலிருந்து 20 கிலோமீட்டர் தூரத்தில் உள்ள கிராமமான தச்சபட்டியில் அடைமழைக்காலமான கார்த்திகை மாதத்தில் பிறந்ததாகக் கேள்விப்பட்டாலும், பள்ளிச்சான்றிதழில் உள்ள 17.02.1959 என்பதைக் கொண்டே வயது கணிக்கப்படுகிறது.

பல்கலைக்கழகப் பணியின் பொருட்டு அவர் சென்ற முதல் அயலகப்பயணம் சௌதி அரேபியா. அதனைத் தொடர்ந்து 10 நாடுகளில் பயணங்கள் மேற்கொண்டுள்ளார். உலகப் பல்கலைக்கழகங்கள் பலவற்றில் தமிழ்க்கல்விக்கு வாய்ப்புகள் உள்ளன. இந்தியவியல் துறைகளின் பகுதியாக அமைக்கப்படும் தமிழ் இருக்கைகளில் தொடர்ச்சியாகச் செயல்பட்டுக் கொண்டிருப்பது போலந்து நாட்டு வார்சா பல்கலைக்கழகத் தமிழ் இருக்கை. இரண்டு கல்வி ஆண்டுகள் (2011-2013) அவ்விருக்கைக்கான பேராசிரியராகப் பணியாற்றியவர். ஒன்றிய அரசின் பண்பாட்டமைச்சகம் தெரிவுசெய்து அனுப்பியதின் அடிப்படையில் இப்பணி வாய்ப்பு கிடைத்தது. அப்பணிக்காக இரண்டு ஆண்டுகள் வார்சாவில் வசித்த காலத்தில் நார்வே, டென்மார்க், ஹாலந்து, ஆஸ்திரியா முதலான ஐரோப்பிய நாடுகளில் பயணம் செய்ததுண்டு. தமிழர்களைக் குடிமக்களாகக் கொண்டிருப்பதால் தமிழியல் துறைகளோடு இயங்கும் பல்கலைக்கழகங்களின் கருத்தரங்குகளில் பங்கேற்பதற்காக, இலங்கை, சிங்கப்பூர், மலேசியா, கனடா, அமெரிக்கா போன்ற நாடுகளுக்கும்

பயணம் செய்துள்ளார். இப்பயணங்களின் போது பல்கலைக்கழகங்களுக்கு வெளியே இயங்கும் கலை, இலக்கிய அமைப்புகளிலும் இலக்கியச் சொல்லாடல்களில் ஈடுபட்ட திறனாய்வாளர்.

நாடகங்கள் குறித்து கட்டுரைகளும் நூல்களும் எழுதத்தொடங்கிய பின் இலக்கியத் திறனாய்வுகள், வெகுமக்கள் பண்பாட்டு ஊடகங்களைக் குறித்த ஆய்வுகள், வரலாற்று நூல்கள் எனப் பல பொருண்மைகளிலும் எழுதிக்கொண்டிருக்கிறார். தமிழின் பரப்பு தமிழ்நாட்டோடு முடிந்துவிடவில்லை என்பதை உள்வாங்கி இலங்கை, மலேசியா, சிங்கப்பூர் எனத் தமிழர்கள் வாழும் பரப்புகளிலிருந்து வரும் எழுத்துகளையும் புலம்பெயர் தேசங்களின் எழுத்துகளையும் வாசித்து எழுதும் ஆளுமை. இதன் பின்னணியில் உலகத்தமிழ் இலக்கிய வரைபடம் என்னும் கருத்துருவை உருவாக்க முடியும் என்று நம்புகிறார். இதுவரையில் 25 நூல்களின் ஆசிரியர், கல்விப்புலப்பணி சார்ந்து 8 நூல்களின் பதிப்பாசிரியர் என்று அடையாளமும் உருவாகியுள்ளது. சாகித்ய அகாதெமிக்காகவும் நூலொன்றை எழுதியுள்ளார். அதன் பிற செயல்பாடுகளிலும் பங்கேற்றுள்ளார்.

வகுப்பறையில் பாகுபாடு காட்டாத ஆசிரியர்களுக்கு வழங்கப்படும் மணற்கேணி பதிப்பகத்தின் நிகரி விருதோடு, பல்கலைக்கழகத்தின் சிறந்த ஆசிரியர் விருதுகளோடு, எழுத்தியக்கத்திற்காக வழங்கப்படும் திருப்பூர் தமிழ்ச்சங்கவிருது, ஜெயந்தன் விருது, சுஜாதா விருது முதலான விருதுகளைப் பெற்றவர். மின்னஞ்சல் முகவரி: ramasamytamil@gmail.com